അവസ്ഥാന്തരങ്ങൾ

Avasthantharangal
Novel

Balakrishnan

CHINTHA PUBLISHERS
Thiruvananthapuram

First Edition
July 2022

Published
Chintha Publishers, Thiruvananthapuram

Typesetting
Sreebhadra, Thiruvananthapuram

Printed at
Time offset Priners, Thiruvananthapuram

Cover Design
Vinod Mangoes

ISBN - 978-93-94753-15-0

CO - 3127 / 6047

Email: chinthapublishers@gmail.com
Website: www.chinthapublishers.com

A version is available at National Libraries
Kolkata, Mumbai, Chennai and Delhi

Distribution
DESHABHIMANI BOOKHOUSE
H O Thiruvananthapuram 695035

Branch
Head Office Kunnukuzhi • Statue Thiruvananthapuram
KSRTC Bus Terminal Thampanoor • Saphalyam Complex Thiruvananthapuram
KSRTC Bus Station Alappuzha • KSRTC Bus Station Ernakulam
Machingal Lane Thrissur • IG Road Kozhikode
Mavoor Road Kozhikode • NGO Union Building Kannur
Central Bus Terminal Complex Thavakkara Kannur

അവസ്ഥാന്തരങ്ങൾ

ബാലകൃഷ്ണൻ

ചിന്ത പബ്ലിഷേഴ്സ്
തിരുവനന്തപുരം-695 035

ബാലകൃഷ്ണൻ

(പി ബാലകൃഷ്ണൻ നായർ)

1936 ൽ ജനനം. മലയിൻകീഴ് ഹൈസ്കൂളിലും തിരുവനന്തപുരം എഞ്ചിനീയറിങ് കോളേജിലുമായി വിദ്യാഭ്യാസം. പൊതുമരാമത്ത് വകുപ്പിൽ എഞ്ചിനീയറായി സേവനം. 1965 –70 കാലഘട്ടത്തിൽ ഏറെ ചെറുകഥകൾ ആഴ്ചപ്പതിപ്പുകളിലും വിശേഷാൽ പ്രതിയിലും പ്രസിദ്ധീകരിച്ചു. തിരുവനന്തപുരത്ത് പുരോഗമന സാഹിത്യ സമിതിയുടെ വൈസ് പ്രസിഡന്റായിരുന്നു. പൊതുമരാമത്ത് വകുപ്പിൽ എഞ്ചിനീയറായി വിരമിച്ചു. 2021 ൽ അന്തരിച്ചു.

പ്രസിദ്ധീകരിച്ച നോവലുകൾ: *അർത്ഥസമാപ്തി, മനസ്സറിയാതെ, ഗ്രീഷ്മത്തിലെ ഇലകൾ, ഭീഷ്മം, കൗന്തേയം, കുരുക്ഷേത്രാനന്തരം.*

ഭാര്യ : ഇന്ദിരാദേവി
മക്കൾ : സിന്ധു, സന്ധ്യ, സതീഷ്
വിലാസം : 297 സ്നേഹതീരം
പി റ്റി പി നഗർ, തിരുവനന്തപുരം
ഫോൺ : 0471–2361226
9495270566

പ്രസാധകക്കുറിപ്പ്

സ്വാതന്ത്ര്യപൂർവ്വനാളുകളിലെ തെക്കൻ തിരുവിതാംകൂർ രാഷ്ട്രീയത്തിന്റെ അടിയടരുകളുടെ ആഖ്യാനമാണീ നോവൽ. നോവൽ എന്ന ആവിഷ്കാരത്തിനുമപ്പുറം സാധാരണ മനുഷ്യരുടെ പൊള്ളുന്ന ജീവിതത്തിന്റെ അകക്കാമ്പുകളെ വരച്ചിടുകയാണീ കൃതിയിൽ ശ്രീ. ബാലകൃഷ്ണൻ. തിരുവിതാംകൂർ രാഷ്ട്രീയം ഉരുവംകൊള്ളുന്ന ഘട്ടം എത്ര സങ്കീർണ്ണമായിരുന്നുവെന്ന് ഈ നോവൽ വ്യക്തമാക്കുന്നു. ജീവിച്ചിരുന്ന മനുഷ്യരുടെ പ്രോട്ടോടൈപ്പുകൾ നമുക്കിതിൽ കാണാം. ഒരു സാധാരണ രാഷ്ട്രീയ പ്രവർത്തകന്റെ കാഴ്ചപ്പാടിലൂടെ ഇതൾവിരിയുന്ന ഈ നോവലിൽ അനുഭവത്തിന്റെ കണ്ണീരും വിയർപ്പും കലർന്നിട്ടുണ്ട്.

ചിന്ത പബ്ലിഷേഴ്സ്

1940 മുതൽ മലയിൻകീഴ് എന്ന ഗ്രാമത്തിന്റെ രാഷ്ട്രീയാന്തരീക്ഷത്തിൽ നിറഞ്ഞുനിന്ന നേതാവായിരുന്നു മലയിൻകീഴ് കേശവൻനായർ. സ്റ്റേറ്റ് കോൺഗ്രസിൽ തുടങ്ങി, പി എസ് പിയായി പിന്നീട് ജനതാപാർട്ടിയുടെ സ്റ്റേറ്റുകമ്മിറ്റിവരെ എത്തി. പക്ഷേ, തേടിവന്ന സ്ഥാനങ്ങളെല്ലാം നിരസിച്ച് വെറും പ്രവർത്തകനായി തുടർന്നു. നാട്ടിൽവന്ന എല്ലാ വികസനങ്ങൾക്കും പിന്നിൽ അദ്ദേഹത്തിന്റെ കണ്ണും കൈയുമുണ്ടായിരുന്നു. ഒരുപാട് അനുയായികളും രാഷ്ട്രീയ ശിഷ്യന്മാരും ഉണ്ടായി. എം എൽ എ മുതൽ പഞ്ചായത്തു പ്രസിഡന്റുമാരും ബാങ്ക് അദ്ധ്യക്ഷന്മാരുമൊക്കെ. ആ നേതാവിന്റെ ജീവിത നിഴലാട്ടം ഈ ചെറിയ കൃതിയിൽ കാണാൻ കഴിയും എന്നല്ലാതെ ഇതൊരു ജീവചരിത്രമല്ല.

ഒരച്ഛനെപ്പോലെ സ്നേഹവും വാത്സല്യവും തന്ന ആ അണ്ണന്റെ കാൽച്ചുവട്ടിൽ ഈ അനിയന്റെ അശ്രുപുഷ്പങ്ങൾ.

ബാലകൃഷ്ണൻ

ഒന്ന്

ആരോ വിളിച്ചുണർത്തിയതുപോലെ പെട്ടെന്നുണർന്നു. കണ്ണുകൾ തുറന്ന് ചുറ്റും നോക്കി. ആരുമില്ല. പക്ഷേ, ആരോ വിളിച്ചല്ലോ. വ്യക്തമായി കേട്ടതാണ്. ആ ശബ്ദമാണ് ഉറക്കത്തിൽനിന്നും ഉണർത്തിയത്.

"മാതോങ്കുട്ടീ!"

അതെ. അങ്ങനെ തന്നെയാണു വിളിച്ചത്. ചിലർ മാധവൻ സാറേന്നു വിളിക്കാറുണ്ട്. പലരും മാധവനണ്ണാന്നു വിളിക്കും. ചെറുപ്പക്കാർ മാധവന്മാമാന്നും. കൊച്ചുമക്കൾ അപ്പൂപ്പാന്നു വിളിക്കുമ്പോൾ കേൾക്കാൻ വല്ലാത്ത ഇമ്പം. എങ്കിലും ഇപ്പോൾ കേട്ടതുപോലെ, മാധവാ എന്നു പേരെടുത്തു വിളിക്കുന്ന സുഹൃത്തുക്കളാരും സമീപത്തൊന്നുമില്ലായെന്നു തോന്നുന്നു. പ്രത്യേകിച്ചും മാതോങ്കുട്ടീന്ന്.

ആര്. ആരാണങ്ങനെ വിളിക്കാൻ. അമ്മയുടെ ശബ്ദംപോലെ. അല്ലാതെ മറ്റാര്. അതെ അമ്മ തന്നെ. എവിടെ. ഇവിടെ വന്ന് കട്ടിലിൽ ഇരുന്ന് തലയിൽ തടവി. ചുരുണ്ട തലമുടി ഇഴകളിൽ പരതി, മോനേ മാതോങ്കുട്ടീന്നു വിളിച്ചെങ്കിൽ...

വീണ്ടും ആ വേദന അരിച്ചെത്തുന്നു. ചെറുതായി പടർന്ന് ശകലം കൂടുതലായി, പിന്നീട് അസഹ്യമായ രീതിയിൽ ആ വേദന ശരീരമാസകലം വ്യാപിക്കും. അപ്പോൾ മറ്റൊന്നും ആലോചിക്കാനാവില്ല. വേദനയെപ്പറ്റി മാത്രം. അതുമാറ്റിത്തരാനാർക്കാണു കഴിയുക. കൃഷ്ണൻപോലും കൈയൊഴിഞ്ഞ മട്ടാണ്. ആയ കാലത്ത് ആ പേരും പറഞ്ഞ് ദിവസം രണ്ടുനേരമെങ്കിലും ആ തിരുനടയിൽ ചെന്ന് പ്രാർത്ഥിച്ചിട്ടുള്ളതല്ലേ. അന്ന് ഒരാഗ്രഹവും പറഞ്ഞില്ല. ഒരാവശ്യവും ഉന്നയിച്ചിട്ടില്ല. ക്ഷേത്രവികസനത്തിനായി, ഉത്സവനടത്തിപ്പിനായി ഓടിനടന്നില്ലേ. എല്ലാം മറന്നോ കൃഷ്ണാ. അതോ മറന്നെന്നു ഭാവിക്കുന്നതോ. സഹിക്കാൻ കഴിയുന്നില്ല.

അതുകൊണ്ടാ. പരാതി പറയുന്നുവെന്നു കരുതരുതേ. മുൻപൊക്കെ ഗുളിക കഴിച്ചാൽ മാറുന്നതേ ഉണ്ടായിരുന്നുള്ളൂ. ഇപ്പോൾ ഇൻജക്ഷൻ തന്നെ വേണമെന്നു വരുന്നു. അതിനും കാത്തിരുന്നേ തീരൂ. ആ നഴ്സ് പെൺകുട്ടി വരണം. അല്ലെങ്കിൽ ഡോക്ടർ. ഇങ്ങനെ എത്രകാലം. അമ്മ യാണോ വിളിച്ചത്. അതോ അമ്മൂമ്മയോ. മറ്റാരും അങ്ങനെ വിളിച്ചിട്ടില്ല. ഇരുവരും എന്നെ വിട്ടിട്ടുപോയി. ഇനി എന്നാണാവോ എന്നെക്കൂടി കൂട്ടുക. ഇങ്ങനെ വേദന തിന്നു കിടക്കുന്നത് അവരാരും കാണുന്നില്ലെ ന്നുവരുമോ. കണ്ണുകൾ മുറിയുടെ മുകൾത്തട്ടിലൂടെ ഉഴിഞ്ഞു. തട്ടിനു താഴെ ആ മൂലയ്ക്ക് ചിലന്തിവലയുടെ ഒരു കീറ്. ഈ പിള്ളാർക്കിതൊന്നും കാണാനാകുന്നില്ലേ. എണീക്കാനായെങ്കിൽ ഞാൻ തന്നെ ഇതൊക്കെ അടിച്ചുമാറ്റിയേനെ. ഇപ്പോൾ വയ്യല്ലോ. ഒന്ന് ഏന്തി വലിഞ്ഞ് നേരേ ഇരി ക്കണമെങ്കിൽ തന്നെ പരസഹായം വേണം. ശേഖരൻ പറഞ്ഞതാണ് ഒരു ഹോംനഴ്സിനെ വയ്ക്കാമെന്ന്. കൊച്ചുമോൾ സമ്മതിച്ചില്ല. "എന്തിനാ കൊച്ചച്ഛാ അതൊക്കെ. അച്ഛന്റെ കാര്യം നോക്കാൻ ഇവിടെ ഞാനില്ലേ. വല്ലവരേം ഏല്പിച്ചാൽ നമുക്കു സമാധാനം കിട്ടോ. അച്ഛനും ഇഷ്ടപ്പെ ടില്ല. അല്ലേ അച്ഛാ."

ശരിയല്ലേ അവൾ പറഞ്ഞത് പത്തമ്മ ചമഞ്ഞാലും പെറ്റമ്മയാവി ല്ലല്ലോ. ഒരും ഹോം നഴ്സിനെക്കൊണ്ട് കൊച്ചുകൃഷ്ണൻ നല്ല പാഠം പഠിച്ചു. ഏതോ ഒരു ഏജൻസി ഏർപ്പാടാക്കിക്കൊടുത്തതാണ്. പറഞ്ഞ സമയത്ത് ഒരോട്ടോയിൽ വന്നിറങ്ങി. ഏതാണ്ട് മുപ്പതോളം വയസ്സു തോന്നിക്കുന്ന, കാണാൻ തെറ്റില്ലാത്ത, നല്ല ആരോഗ്യമുള്ള യുവതി. രണ്ട് സ്യൂട്ട് കേസുകൾ വണ്ടിയിൽ നിന്നെടുത്തുവച്ചു. വന്നതാരെന്നു നോക്കാൻ വെളിയിലേക്കുവന്ന കൊച്ചുകൃഷ്ണനോടു പറഞ്ഞു. "ഇയാളെ ആട്ടോ ക്കൂലി കൊടുത്തുവിട്ടേക്ക്." രണ്ടു ബാഗുകളും തൂക്കി അവൾ അക ത്തേക്കു കടന്നു. ഏജൻസിയിൽനിന്നും വിളിച്ചു പറഞ്ഞിരുന്നതുകൊണ്ട് ആരെന്നും ചോദിക്കേണ്ടി വന്നില്ല. പറഞ്ഞ കൂലികൊടുത്ത് ഓട്ടോയെ ഒഴിവാക്കി.

"എന്റെ മുറി ഏതാ. എനിക്കിതൊക്കെ വയ്ക്കണം, ഡ്രസ് മാറണം."

"പ്രത്യേകം മുറിയോ. രോഗിയുടെ മുറിയിൽ കട്ടിൽ മാറ്റി ഇട്ടിട്ടുണ്ട്. അവിടെ ബാഗുവയ്ക്കാൻ ഇടമുണ്ട്. ടോയ്‌ലറ്റും ബാത്ത്റൂമും ഡ്രസിങ്ങി നുള്ള സൗകര്യവും ഉണ്ട്. അതല്ലേ നല്ലത്."

"രോഗിയുടെ മുറിയിൽ കിടക്കാനോ. അതു പറ്റില്ല."

"നീയെന്തിനാ വന്നത്. രോഗിയെ നോക്കാനോ. ഇവിടെ താമസി ക്കാനോ. വന്നിട്ട് നിന്റെ പേരുപോലും പറഞ്ഞില്ല. രോഗി എവിടെയെന്ന ന്വേഷിച്ചില്ല."

"എന്റെ പേര് സരള."

"ഉം ശരി. ഞാനൊരു ഓട്ടോ വിളിച്ചു തരാം. നിനക്കു വേണേല തിൽ പോകാം."

"ക്ഷമിക്കണം സർ. ഞാനെന്റെ പ്രൈവസിക്കുവേണ്ടി പറഞ്ഞെന്നേ

യുള്ളൂ. രോഗിയുടെ മുറി കാട്ടിത്തന്നാൽ–" കൊച്ചുകൃഷ്ണനു ചിരിവന്നു. മകളെ വിളിച്ച് രോഗിയുടെ മുറിയിലേക്ക് കൂട്ടിക്കൊണ്ടു പോകാൻ പറഞ്ഞു.

"വാ ആന്റി." മകൾ ക്ഷണിച്ചു.

"ആന്റിയോ. ചേച്ചിയെന്നു വിളിച്ചാൽമതി. അത്ര പ്രായമൊന്നും ആയിട്ടില്ല."

"സോറി." മകൾ പറഞ്ഞു. എന്നിട്ട് അമ്മ കിടക്കുന്ന മുറിയിലേക്കു കൂട്ടിക്കൊണ്ടുപോയി. ഏറെ പ്രായമായ കിടപ്പുരോഗിയല്ല. ഒരു വീഴ്ചയിൽ കാലിലെ എല്ലുപൊട്ടി. പ്ളാസ്റ്റർ ഇട്ടിരിക്കുകയാണ്. എണീറ്റിരിക്കും. തന്നത്താൻ ആഹാരം കഴിക്കും. തനിയെ എണീറ്റ് ടോയ്‌ലറ്റിലും മറ്റും പോകാനാവില്ല. അതിനൊരാളിന്റെ സഹായം വേണം. കുളിപ്പിക്കണം. മൂന്നുനേരം ഡോക്ടറുടെ കുറിപ്പടി പ്രകാരമുള്ള ഗുളികകൾ എടുത്തു കൊടുത്തു കഴിപ്പിക്കണം. ബെഡ്ഷീറ്റും പുതപ്പുമൊക്കെ കൂടെക്കൂടെ മാറ്റണം. വല്ലതും ചോദിച്ചും പറഞ്ഞും ഇരിക്കാനൊരു കൂട്ടുവേണം. അടുക്കളയിൽ നില്ക്കുന്ന സ്ത്രീക്ക് കൂടുതൽ പ്രായമുണ്ട്. പോരെങ്കിൽ അടുക്കളപ്പണിയും വീടുവൃത്തിയാക്കലും എല്ലാം കൂടി പിടിപ്പതുപണിയുണ്ട്. കുട്ടികൾ സ്കൂളിലും കോളേജിലുമൊക്കെപ്പോയാൽ, താനും തന്റെ പണിക്കിറങ്ങിയാൽ രോഗിയെ ശ്രദ്ധിക്കാൻ ആരുമില്ലാത്ത അവസ്ഥ. അതാണൊരു ഹോം നഴ്സിന്റെ സേവനം തേടിയത്.

ആകെക്കൂടെ നോക്കിയപ്പോൾ സരളയ്ക്ക് മുറിയും മറ്റും ഇഷ്ടപ്പെട്ടു. എന്നാലും ഒരു കുറവുണ്ട്. ഇത്രയും വിശാലവും അത്യാവശ്യം വേണ്ട സംവിധാനവുമൊരുക്കിയിട്ടുള്ള മുറിയിൽ ഏ സി ഇല്ല. വെള്ളത്തിന് വേണ്ടത്ര ചൂടു കിട്ടുന്നില്ല. അത്യാവശ്യത്തിന് ഇതുമതി. മുൻവശത്തു ചെന്ന് ഡ്രോയിങ് റൂമിൽ പരതി. അവിടെ വരുന്ന ആഴ്ചപ്പതിപ്പുകളിൽ സരളയ്ക്കു വേണ്ട *മനോരമ* ആഴ്ചപ്പതിപ്പില്ല. *മാതൃഭൂമി, കലാകൗമുദി, മലയാളം, ഇന്ത്യാ റ്റുഡെ* ഇത്രയുമേയുള്ളൂ. ഒരു *മനോരമ* കൂടെ വരുത്തണമെന്നു പറയാനൊട്ടു മടിച്ചതുമില്ല. പകൽ സമയം ടി വി വയ്ക്കാറില്ലത്രേ. അതൊരു കുറവുതന്നെ ഏതെങ്കിലും ചാനലിൽ ഏപ്പോഴും സിനിമ കാണും. വൈകിട്ട് വാർത്താസമയം കഴിഞ്ഞാൽ സാർ എണീറ്റു പൊയ്ക്കോളും. പിന്നീടു വരുന്ന സീരിയലുകൾ കാണാം. അടുക്കളക്കാരിത്തള്ളയും കൂടും. പക്ഷേ, അവർക്ക് അപ്പോഴപ്പോൾ എണീറ്റു പോകേണ്ടിവരും. ഓരോരുത്തരും തോന്നുമ്പോഴൊക്കെയാണ് അത്താഴത്തിനു വരുന്നത്. ഒരു നിബന്ധനയുള്ളത് അധികം ശബ്ദം കൂട്ടരുത്. പിള്ളാർക്കു പഠിക്കാൻ തടസ്സമാവരുത് എന്നർത്ഥം. ചേച്ചിയെ പറഞ്ഞു മയക്കി, ഉച്ചയ്ക്കും ടി വി വയ്ക്കാൻ സൗകര്യമുണ്ടാക്കാമെന്ന് അടുക്കളക്കാരിക്ക് വാക്കുകൊടുത്തിട്ടുണ്ട്. രോഗിയുടെ മുറിയിൽ പ്രത്യേകം ടി വി വച്ചിട്ടുള്ളതു സൗകര്യപ്രദം തന്നെ.

പല്ലുതേയ്ക്കുന്ന പേസ്റ്റ്, അതിനു ചേർന്ന ബ്രഷ്, ദേഹം തേയ്ക്കുന്ന പ്രത്യേക ഇനം സോപ്പ്, മുഖത്തിടുന്ന പൗഡർ, മുഖം മിനുക്കുന്ന ക്രീം,

തലയിൽ തേയ്ക്കുന്ന പ്രത്യേക ജാതി എണ്ണ എല്ലാം എഴുതി അടുക്കളക്കാരിയെ ഏല്പിച്ചു, സാധനം വാങ്ങുമ്പോൾ മറന്നുപോകാതിരിക്കാൻ. വീട്ടിലുള്ള കറികൾ പോരായെന്നു തോന്നി. മീനെന്നും വേണം. ഇറച്ചി കൂടെക്കൂടെ. ആഴ്ചയിൽ ഒരു ദിവസമെങ്കിലും ബീഫ്. ഇവിടെ ബീഫ് വയ്ക്കാറില്ലെന്നു പറഞ്ഞപ്പോൾ, വിളിച്ചുപറഞ്ഞാൽ ഹോട്ടലിൽനിന്നും എത്തിച്ചു തരുമെന്നു മറുപടി. വിശപ്പാണെങ്കിൽ കൂടുതൽ. പ്രാതലിനും ഉച്ചയൂണിനുമിടയ്ക്ക് കാര്യമായെന്തെങ്കിലും കഴിച്ചേ ആവൂ. വൈകുന്നേരം സാധാരണയുള്ള സ്നാക്സ് ഒന്നും പോര; കട്ടിയായെന്തെങ്കിലും വേണം. ഇടയ്ക്കിടയ്ക്ക് കൊറിച്ചുകൊണ്ടിരിക്കാൻ അണ്ടിപ്പരിപ്പോ, കപ്പലണ്ടിയോ, വറ്റലോ ഒക്കെ നിർബ്ബന്ധം. ആഹാരത്തിന്റെ കാര്യമല്ലേ, ആവശ്യമുള്ളത് ഉണ്ടാക്കിക്കൊടുക്ക് എന്നു കൊച്ചുകൃഷ്ണൻ അടുക്കളക്കാരിയോടു പറഞ്ഞു.

ഇതൊക്കെയാണെങ്കിലും രോഗി ക്ലീൻ. എന്നും ചൂടുവെള്ളത്തിൽ കുളിപ്പിച്ച്, ഡ്രസു മാറ്റി ഉടുപ്പിച്ച്, മുഖത്ത് പൗഡർ ഇട്ട്, തല കോതിയൊതുക്കി, ബെഡ്ഷീറ്റും, പുതപ്പുമൊക്കെ അപ്പോഴപ്പോൾ മാറ്റി, മുറി ഭംഗിയായി തൂത്തും തുടച്ചും മിനുക്കി എല്ലാ വിധത്തിലും ശുദ്ധിയും ഭംഗിയും വരുത്തിയിരുന്നു. അക്കാര്യത്തിൽ കൊച്ചുകൃഷ്ണനു പരിപൂർണ്ണ തൃപ്തി തന്നെ. പഴയതുപോലെ എപ്പോഴും കിടക്കാൻ സമ്മതിക്കില്ല. പിടിച്ച് നേരേ ഇരുത്തിയും, കൂടെക്കൂടെ ചാരി ഇരുത്തിയും അത്യാവശ്യം കിടക്കാൻ അനുവദിച്ചുമൊക്കെ. കൂടുതൽ കിടന്നുപോയാൽ കുറുക്കിൽ ആദ്യം ചൊറിച്ചിലും, തുടർന്ന് തടിപ്പും പിന്നെ വ്രണവും ഉണ്ടാകുമെന്ന് പറഞ്ഞുകൊടുത്തിട്ടുണ്ട്. ഭാര്യ രോഗിയായി കിടന്നുപോയാൽ ഭർത്താവിനുണ്ടാകുന്ന കായികവും മാനസികവുമായ നഷ്ടബോധം ഒരുതരം സഹതാപ തരംഗം പോൽ പ്രകടിപ്പിച്ചു തുടങ്ങിയപ്പോൾ, ഉണ്ടാകാവുന്ന അപകടത്തെക്കുറിച്ച് ചിന്തിക്കാൻ കൊച്ചുകൃഷ്ണനെ പ്രേരിപ്പിച്ചു. മാസാന്ത്യത്തിൽ ശമ്പളത്തോടു കൂടിയ രണ്ടു ദിവസത്തെ അവകാശ അവധിയിൽ പോകാൻ തുടങ്ങവേ, ഇനി പറഞ്ഞിട്ടു വന്നാൽ മതിയെന്നു പറഞ്ഞ് ആ അദ്ധ്യായം അടച്ചുകളഞ്ഞു. അന്ന് ഇതൊക്കെ പറഞ്ഞ് താനും കൊച്ചുകൃഷ്ണനും ഏറെനേരം ചിരിച്ചത് ഓർമ്മവരുന്നു.

പാവം മോൾ വല്ലാതെ കഷ്ടപ്പെടുന്നുണ്ട്. ഒരു കടമ ചെയ്യുംപോലെയല്ല, തപസ്യ പോലെയാണ്. ഉണർന്നത് അവൾ അറിഞ്ഞിട്ടുണ്ടാവില്ല. മരുന്നു തന്ന് പുതപ്പിച്ചു കിടത്തിയിട്ടാണ് അവൾ പോയത്. അടുക്കളയിൽ ജോലിക്കാരുണ്ടെങ്കിലും എല്ലാറ്റിനും അവളുടെ കണ്ണെത്തിയേ തീരൂ. അതിനിടയ്ക്ക് അപ്പോഴപ്പോൾ ഉണ്ടാകുന്ന ഫോൺവിളികൾ. പലരും തന്റെ രോഗവിവരം അന്വേഷിക്കുന്നതും അതിനൊക്കെ മറുപടി പറയുന്നതും കേൾക്കാം. ശങ്കരൻ കുട്ടി തന്നെ രണ്ടും മൂന്നും പ്രാവശ്യം ആഫീസിൽനിന്നും വിളിക്കും. ചക്കിക്കൊത്ത ചങ്കരൻ. അവളുടെ മനസ്സുപോലെ തന്നെയാണ് അവൾക്കു കിട്ടിയ ഭർത്താവും. ആഫീസിൽ പോകുന്നതുവരെ തന്റെ കാര്യങ്ങൾ ചിട്ടയായി നോക്കുന്നു. പിടിച്ചെണീപ്പിച്ച് ഒരല്പം

ഇരുത്തി, പിന്നീട് കൈപിടിച്ചു കക്കൂസിൽ കൊണ്ടിരുത്തുന്നതും, കഴുകുന്നതും പല്ലു തേയ്ച്ചു തരുന്നതും ചൂടുവെള്ളം മുക്കി ദേഹം തുടയ്ക്കുന്നതുമൊക്കെ ശങ്കരൻകുട്ടിതന്നെ. ദേഹത്തും മുഖത്തുമൊക്കെ പൗഡർ വിതറിത്തരും. ചീപ്പുകൊണ്ട് മുടിചീകും. എന്നിട്ടു ചിരിച്ചുകൊണ്ടു പറയും.

"എന്റെ തലയിലെ മുടി എണ്ണിയെടുക്കാം. ദേ, അമ്മാവന്റെ തല കണ്ടോ. കുറെ നരച്ചെങ്കിലെന്താ, ഒരു മുടികൊഴിഞ്ഞിട്ടില്ല. ഒരു പല്ലുപോലും വീണിട്ടില്ല. പുളിങ്കുരു ചുട്ടുകൊടുത്താൽ തിന്നും."

അതുകേൾക്കുമ്പോൾ അഭിമാനം തോന്നും. അല്ലെങ്കിലും ഞങ്ങളുടെ കുടുംബത്തിൽ ആർക്കും പ്രായമായെന്നുവച്ച് പല്ലുകൊഴിയാറില്ല. തലമുടിപോലും നന്നായി നരയ്ക്കാറുമില്ല. ആഫീസിലേക്കിറങ്ങുമ്പോൾ ശങ്കരൻകുട്ടി യാത്ര ചോദിക്കും. വൈകിട്ടു വന്നു കയറിയാലും ഡ്രസുപോലും മാറ്റാതെ ഈ മുറിയിൽ കയറി ക്ഷേമം അന്വേഷിക്കും. ആവശ്യമുള്ള മരുന്നുകൾ, ഇടയ്ക്കിടെ കഴിക്കാൻ ഓറഞ്ചും ആപ്പിളും. ശരീരരക്ഷയ്ക്ക് ടോണിക്കുകൾ എല്ലാം മുറപോലെ എത്തിക്കും. കൃത്യമായ ദിവസങ്ങളിൽ ഡോക്ടറെ വിളിച്ചുവരുത്തി പരിശോധിപ്പിക്കും. രാത്രിയിൽ കുറച്ചുനേരമെങ്കിലും വന്നിരുന്ന് ആഫീസ് വൃത്താന്തവും നാട്ടുവിശേഷങ്ങളും പറയും. അപ്പോൾ ഗൗരവക്കാരനായ ആഫീസറുടെ നിലയിൽനിന്നും താഴെയിറങ്ങി ഒരു സാധാരണ പൗരന്റെ വികാരവും ആത്മാലാപവും കേട്ടറിയാനാവും. ജനായത്തഭരണം, രാഷ്ട്രീയ അപചയം, വളർന്നുവരുന്ന യുവജനതയുടെ അസംതൃപ്തി, തൊഴിലില്ലായ്മ, അവ കൊണ്ടെത്തിക്കുന്ന കൊള്ളരുതായ്മകൾ എല്ലാം ആ നാവിലൂടെ ഊർന്നു വീഴും. ഈ ആഫീസു ജീവിക്ക് ഇത്രയും ഉൾക്കാഴ്ച എങ്ങനെവന്നു എന്നു തോന്നും. ഉള്ളിൽ ഉരുകി ഉയരുന്ന ആത്മരോഷം എന്റെ മുൻപിൽ മാത്രമേ വിസർജ്ജിക്കാറുള്ളൂ. ഒന്നും ചെയ്യാനാവാതെ, പ്രതികരിക്കാനാവാത്ത വേദന. തലപ്പത്തിരിക്കുന്നവരുടെ കൊള്ളരുതായ്മകൾക്ക് ഒത്താശ ചെയ്തുകൊടുക്കേണ്ടി വരുന്ന ഗതികേട്. അവരുടെ ശിങ്കിടികളുടെ തോറ്റവും തുള്ളലും കണ്ടിരിക്കേണ്ടി വരുന്ന തത്രപ്പാട്. അങ്ങനെ. എന്നും ഉറങ്ങാൻ പോകുന്നതിനുമുൻപ് മുറിയിൽ വരും "അമ്മാവൻ ഉറങ്ങിയോ" ശബ്ദം താഴ്ത്തി ചോദിക്കും. ഉറങ്ങിയതായി ഭാവിച്ച് കണ്ണടച്ചുകിടക്കും. പ്രവർത്തിക്കുന്ന ടി വി നിർത്തും. ഫാനിന്റെ സ്പീഡു കുറയ്ക്കും. മരുന്നുകൾ എടുത്തു നോക്കും. അന്നത്തെ മരുന്നുകൾ കൊടുത്തോ എന്നന്വേഷിക്കും. പുതപ്പുവലിച്ച് കഴുത്തറ്റംമൂടും. സീറോ വാൾട്ട് ബൾബു കത്തിച്ച് പ്രകാശമുള്ള ലൈറ്റണയ്ക്കും. എന്നിട്ടു മെല്ലെ കതകടച്ചിട്ടു കടന്നുപോകും. വീണ്ടും കണ്ണു തുറന്നു നോക്കും. ആരുമില്ല. നേർത്തപ്രകാശത്തിലും ആ ശൂന്യത അറിയാം. വീണ്ടും പലതുമോർത്തു കിടക്കും. വേദനയെ മറക്കാൻ ശ്രമിക്കും. രാത്രി കഴിച്ച മരുന്നിന്റെ പ്രവർത്തനം ക്രമേണ മയക്കത്തിലേക്കും പിന്നീട് ഉറക്കത്തിലേക്കും എത്തിക്കും.

എത്രനേരം. എപ്പോഴോ വീണ്ടും ഉണരുന്നു. അതോടൊപ്പം അരിച്ച

രിച്ചെത്തുന്ന വേദന. കട്ടിലിനടുത്ത് ടീപ്പോയിൽ അടച്ചുവച്ചിരിക്കുന്ന വെള്ളം കൈയെത്തിയെടുത്ത് ശകലം കുടിക്കും. എന്തൊക്കെയോ ആയുർവേദ മരുന്നുകളിട്ടു കാച്ചിത്തണുപ്പിച്ച വെള്ളം.

ഒരു കണക്കിന് ഇതൊരു തടവുശിക്ഷയല്ലേ. പലതവണ അതനുഭവിച്ചിട്ടുണ്ട്. സ്വതന്ത്രമായി പുറത്തിറങ്ങി നടക്കാനോ പരിചിതരുമായി സംസാരിക്കാനോ ആവാത്ത ജീവിതം തടവിനു സമം. ഇവിടെ ചീത്തവിളിക്കയും ലാത്തിക്കടിക്കയും ചെയ്യുന്ന വാർഡർമാരില്ല. വിശന്നവയറുമായി മണിയടിക്കുന്ന ശബ്ദത്തിനു കാതോർത്ത് അലുമിനീയപാത്രവും കൈയിൽപ്പിടിച്ചു കാത്തിരിക്കേണ്ടിവരുന്നില്ല. പ്രകാശം പോലുമില്ലാത്ത മുറിയിൽ ഞെക്കിഞെരുങ്ങി നല്ലോണമൊന്നിരിക്കാൻപ്പോലും ഇടമില്ലാതെ, മൂത്രത്തിന്റെ രൂക്ഷഗന്ധവും ശ്വസിച്ച് –

ചുണ്ടിലൊരു ചിരി പൊട്ടിയോ. എല്ലാം പഴയ ഓർമ്മകൾ മാത്രം. ഇതു ജയിലല്ല. സ്വന്തം വീടാണ്. ഇവിടെ ജയിൽ വാർഡനില്ല, സൂപ്രണ്ടില്ല, സഹമുറിയന്മാർ ഇല്ല. കള്ളന്മാരും കൊലപാതകികളും രാഷ്ട്രീയകുറ്റക്കാരും ആരുമില്ല. താൻ തനിയെ. എങ്കിലും ഓർക്കാൻ ശ്രമിച്ചു. പലതവണ ജയിലിൽ പോയി. മോഷ്ടിച്ചിട്ടല്ല, തല്ലുകൂടിയിട്ടല്ല, കൊലപാതകശ്രമമത്തിനല്ല മറിച്ച് രാഷ്ട്രീയജാഥ നടത്തിയതിന്, സംഘം കൂടി, സർക്കാരിനെതിരെ അട്ടഹാസം മുഴക്കിയതിന്, സത്യഗ്രഹമിരുന്നതിന് ഒക്കെ. പലതവണ. ഓർക്കാനൊരു സുഖം തന്നെ. അന്ന് അതൊരഭിമാനമായിരുന്നു. ജയിലിൽനിന്നും തിരിച്ചിറങ്ങുമ്പോൾ സ്വീകരിക്കാൻ കാത്തുനില്ക്കുന്ന പ്രവർത്തകർ, അവരുമൊത്ത് മുദ്രാവാക്യഘോഷത്തോടെയുള്ള പ്രയാണം. പൊതുയോഗം ഓർക്കുമ്പോൾ ഇപ്പോഴും രോമാഞ്ചംകൊള്ളുന്നു. പാർട്ടിയുടെ ഉന്നത നേതാക്കളോടൊപ്പം പഴവങ്ങാടി മൈതാനത്ത് യോഗത്തിൽ പങ്കെടുക്കുന്നതും അണികളുടെ അഭിവാദ്യം സ്വീകരിക്കുന്നതുമൊക്കെ മറക്കുന്നതെങ്ങനെ. ആദ്യമായി പൊലീസിന്റെ കൈയിൽപ്പെടുമ്പോൾ വയസ്സ് പതിന്നാലോ പതിനഞ്ചോ.

രണ്ട്

വട്ടിയൂർക്കാവ് സമ്മേളനം കഴിഞ്ഞതിന്റെ അടുത്ത ദിവസം ഓടിയും നടന്നും വന്നു തളർന്നുവീണതേ ഓർമ്മയുള്ളൂ. ഉറങ്ങിപ്പോയി. എത്രയോ ദിവസത്തെ ബാക്കി. ഏതാണ്ട് ഉച്ചയായപ്പോൾ അമ്മ വിളിച്ചുണർത്തി.

"എന്തൊരുറക്കമൊടാ ഇത്. ഒന്നും കുടിക്കേം തിന്നേം വേണ്ട."

അപ്പോഴാണു വിശപ്പിന്റെ കാഠിന്യമറിഞ്ഞത്.

"എന്നാ വല്ലതും കഴിക്കാൻ താ. വല്ലാത്ത പരവേശം."

"എന്റെ മോനങ്ങനെ സുഖിക്കണ്ട. എണീറ്റു പല്ലു തേയ്ച്ച് കുളത്തിപ്പോയൊന്നു മുങ്ങി ഈ ചെളിയൊക്കെ തേയ്ച്ചു കഴുകിയേച്ചുവാ. ചോറു തരാം."

ശരിയാണ്. ദേഹമാകെ ചെളിയും പൊടിയും. വിയർപ്പിന്റെ വല്ലാത്ത ഗന്ധം. അതിനേക്കാൾ വേദനിപ്പിച്ചത് ആകെയുള്ള ഒരേയൊരു ഖദർ ഷർട്ടും മുണ്ടുമാണു ധരിച്ചിരിക്കുന്നത്. അതിനിപ്പോൾ കാവിനിറം. മോളിലത്തെ കുട്ടമ്മാവൻ പണിക്കരെ കൊണ്ടു തയ്പിച്ചു തന്ന ഷർട്ട്. അമ്മേടെ കാശിടുന്ന ഡപ്പിയിൽനിന്നും പലപ്പോഴായി കട്ടെടുത്ത ചക്രം കൊടുത്തു വാങ്ങിയ മുണ്ട്.

ചാടിയെണീറ്റു. അയയിൽ കിടന്ന തോർത്തെടുത്ത് തോളിലിട്ടു. അടുക്കളയിൽ ചെന്ന് കുറെ വെളിച്ചെണ്ണയെടുത്ത് തലയിൽ പൊത്തി. ഒരു കഷണം സോപ്പുമെടുത്ത് വെളിയിലിറങ്ങി. വരാന്തയിൽ ഉത്തരത്തിൽ കെട്ടിത്തൂക്കിയ കുടുക്കയിൽ നിന്ന് അല്പം ഉമിക്കരിയെടുത്തു വായിലിട്ട് വേഗം നടന്നു. കൈകൊണ്ട് പല്ലുതേയ്ച്ചു. തൈത്തെങ്ങിൽനിന്നും ഒരീർക്കിൽ ഒടിച്ചെടുത്ത് നാക്കുവടിച്ചു. മൂന്നു നാലു ദിവസമായി പല്ലു

തേയ്പും, കുളിയുമൊന്നും ഇല്ലായിരുന്നുവെന്നോർത്തു. അതിനൊന്നും സമയം കിട്ടിയില്ലെന്നതാണു സത്യം. വല്ലാത്തൊരാവേശത്തള്ളലായിരുന്നല്ലോ. ഏതോ വലിയൊരു കാര്യം ചെയ്യാൻ പോകുന്ന വാശി.

എന്തൊരാൾക്കൂട്ടമായിരുന്നു. കടലുപോലെ ഇരമ്പി, മുദ്രാവാക്യം വിളിച്ച് മുന്നേറുന്ന കോൺഗ്രസ് പട നേരിടാൻ കാത്തുനിന്ന പൊലീസ് നിരയും സി പിയുടെ ഊച്ചാളി പൊലീസും. പട്ടാളമിറങ്ങും എന്ന പറച്ചിൽ വേറെ. നല്ലൊരടി നടക്കുമെന്നും കുറെപ്പേരെയെങ്കിലും പൊലീസുപിടിക്കുമെന്നും. അതിലധികം ആശുപത്രിയിലാകുമെന്നും. ചിലപ്പോൾ വെടിവയ്പു നടക്കുമെന്നുമൊക്കെ ആളുകൾ പരസ്പരം പറയുന്നുണ്ടായിരുന്നു. ഒന്നും വകവയ്ക്കാതെ പട്ടം താണുപിള്ളയുടെ നേതൃത്വത്തിൽ കാൺഗ്രസ് നേതാക്കൾ യോഗസ്ഥലത്തെത്തിയപ്പോൾ ആവേശം മൂത്ത ജനം ആർത്തുവിളിച്ചു. സിരകളിലൂടെ ഒഴുകിയത് രക്തമല്ല, രാഷ്ട്രീയാവേശമായിരുന്നു. അവിടെ പരിചയപ്പെട്ട പ്രവർത്തകരല്ലാതെ വലിയ സൗഹൃദമൊന്നും ഇല്ല. ജാഥയ്ക്കും യോഗത്തിനുമൊക്കെ തന്നെപ്പോലത്തെ കുട്ടികൾ കുറവുതന്നെ. വഴിക്കിരുവശത്തും കാഴ്ചക്കാരായി നിരന്നു നിന്നിരുന്ന പെണ്ണുങ്ങളുടെ ഓരത്തു ചാരിനിന്ന ആൺകുട്ടികളും പെൺകുട്ടികളും ആവേശം കൊണ്ടാണോ, തമാശയ്ക്കാണോയെന്നറിയില്ല. മുദ്രാവാക്യം ഏറ്റുവിളിക്കുന്നുണ്ടായിരുന്നു.

കോവിൽകുളത്തിൽ അധികം ആളുകൾ ഉണ്ടായിരുന്നില്ല. ആളില്ലാത്ത ഒരു കടവിലിറങ്ങി, തോർത്തുടുത്ത് ജുബ്ബായും മുണ്ടും അഴിച്ചെടുത്തു നല്ലവണ്ണം സോപ്പിട്ടു കഴുകി. കുളത്തിൽ ചാടി ശകലം നീന്തി. കൂടുതൽ നീന്താനുള്ള ശക്തിയില്ലാത്തതുപോലെ വല്ലാത്ത വിശപ്പും ക്ഷീണവും. വേഗം കുളിച്ചു കയറി വീട്ടിലേക്കോടി. വെളിയിൽ അയയിൽ ജുബ്ബയും മുണ്ടും വിരിച്ചിട്ടു. ഇപ്പോഴതിനു വെളുത്തനിറം. അഭിമാനം തോന്നി. ആർക്കുണ്ടിവിടെ ഖദർമുണ്ടും ജുബ്ബയും. അകത്തുകയറി തോർത്തഴിച്ചിട്ടു. ഉടുക്കാൻ മുണ്ടില്ല. പഴയ അരനിക്കറും ഷർട്ടുമേയുള്ളൂ. ങാ, അതെങ്കിൽ അത്. ഒരു നിക്കറുമെടുത്തിട്ട് അടുക്കളയിലേക്കോടി. അമ്മ ചോറും കറിയും വിളമ്പിവച്ചിരുന്നു. ആർത്തിയോടെയാണതു കഴിച്ചത്. അമ്മ വീണ്ടും വിളമ്പിത്തന്നു. വയർവീർക്കെ ഉണ്ടു. അപ്പോഴാണ് അനിയന്റെ കാര്യമോർത്തത്. ഇവിടില്ലേ. കണ്ടില്ലിതുവരെ.

“ശേഖരൻ കുട്ടിയെവിടെയമ്മേ.”

“അവൻ വന്ന് ഉണ്ടിട്ടു പള്ളിക്കൂടത്തിൽ പോയി. നാലുമണിക്കു വരും.”

“ഓ. ഇന്ന് സ്കൂളുള്ള ദിവസമാണ്. ങാ. അവൻ പഠിക്കട്ടെ. അവനെ പഠിപ്പിക്കണം. ഞാനേ ഇങ്ങനെയായി. ഇനി പഠിക്കാനാവില്ല. പള്ളിക്കൂടത്തിൽ കയറ്റുകയുമില്ല. ഒന്നാം സാർ അന്തിമവിധി തന്നു കഴിഞ്ഞു. പോട്ടെ. അവനെ പഠിപ്പിച്ച് വലിയ ആളാക്കണം. വലിയൊരാൾ. അച്ഛൻ വിചാരിച്ചാൽ അതൊക്കെ നിസ്സാരം. തന്നെ തള്ളിക്കളഞ്ഞെങ്കിലും അച്ഛ

നവനെ വലിയ കാര്യമാണ്. ശകലം ഉറക്കം ബാക്കിയുള്ളതുപോലെ. നല്ലോണം ഒരൂണു കൂടിയായപ്പോൾ ഒന്നുകിടന്നേ പറ്റൂ എന്നായി. മുറിയിൽ കയറി പായ നിവർത്തിയിട്ടു കിടന്നു.

പുറത്താരോ തെരക്കുന്നതു കേട്ടു.

"മാധവനിങ്ങു വന്നോ അക്കാ."

"ങാ. വന്നു. ഉച്ചവരെ ഉറങ്ങി. ഇപ്പഴതാ ചാപ്പാടു കഴിഞ്ഞ് വീണ്ടും കേറി ഉറക്കത്തിന്. എന്താ കാര്യം."

"ഒരത്യാവശ്യമുണ്ട്. അവനെവിടെ."

"ആ തെക്കേ ചായ്പിലൊണ്ട്. വിളിക്കണോ."

"വേണ്ട. ഞാൻ വിളിക്കാം."

കണ്ണും തിരുമ്മി എണീക്കാനാഞ്ഞു. മുന്നിൽ കുട്ടമ്മാവൻ.

"എടാ. എണീക്ക്. ഒരുടുപ്പുകൂടെ എടുത്തിട്ടോണ്ടു വാ. വേഗം വേണം. വേഗം."

"എന്തടാ കുട്ടാ കാര്യം." അമ്മ കതകിനടുത്തെത്തി.

"കാര്യമൊന്നുമില്ല. ഇവനെ രണ്ടുദിവസം ഇവിടെ നിന്നൊന്നു മാറ്റി നിർത്തണം. അക്കൻ വിഷമിക്കരുത്."

"നീ കാര്യം പറ. തീ തീറ്റാതെ."

"രണ്ടു പൊലീസുകാരു വന്ന് ഇവനെപ്പറ്റി തെരക്കുന്നു. കേട്ടപാതി ഞാനോടിയതാ. കിട്ടിയാലവരു പിടിച്ചോണ്ടു പോയാലോ. രണ്ടുദിവസത്തേക്കൊന്നു മാറിനില്ക്കട്ടെ. പേടിക്കാനൊന്നുമില്ല."

"അയ്യോ. എന്റെ മോനെ അവരു കൊണ്ടുപോകുമോ കുട്ടാ. എനിക്കു സമ്മതിക്കാൻ പറ്റണില്ല. എന്റെ ദൈവമേ."

"പേടിക്കാനൊന്നുമില്ലെന്നു പറഞ്ഞില്ലേ. അല്ലെങ്കിത്തന്നെ ആരേം കൊല്ലേം മോട്ടിക്കേം ഒന്നും ചെയ്തില്ലല്ലോ."

"എന്നാലും പൊലീസു പിടിക്കുകാന്നൊക്കെ പറഞ്ഞാ." ഒരു ഷർട്ടുമിട്ടു പുറത്തിറങ്ങി.

"അമ്മയെന്തിനാ പേടിക്കുന്നേ. സ്വാതന്ത്ര്യം കിട്ടണമെങ്കിൽ ചിലപ്പോൾ ജയിലിലും കിടക്കണം. പട്ടവും വർഗ്ഗീസും കേശവനുമൊക്കെ എത്ര തവണ ജയിലിൽ കിടന്നു. ആ ഗാന്ധിയും നെഹ്റുവുമൊക്കെയോ."

"സംസാരിച്ചു നില്ക്കാൻ സമയമില്ല. തിരിച്ചുവന്നെല്ലാം വിശദമായി പറയാം. നീ വാ."

കുട്ടമ്മാവൻ കൈപിടിച്ച് മുറ്റത്തേക്കിറക്കി. മുൻപിൽ നടന്നു വരുന്ന രണ്ടു പൊലീസുകാർ. എങ്ങോട്ടെങ്കിലും മാറാനോ മറയാനോ കഴിഞ്ഞില്ല. "നീയാണോടാ, ഈ മേലേവീട്ടിൽ മാധവൻ നായർ" ഒരു പൊലീസുകാരൻ ചോദിച്ചു. മറുപടി പറയാൻ വായിൽ ഈർപ്പമില്ലാത്ത അവസ്ഥ. വെറുതെ തലയാട്ടി. മറ്റേ പൊലീസുകാരൻ ഹാസ്യം സ്ഫുരിക്കുന്ന രീതിയിൽ ചിരിച്ചു. പാലുകുടി മാറിയില്ല. അതിനുമുൻപേ കാൺഗ്രസു കളിക്കാൻ ഇറങ്ങിയിരിക്കുന്നു. നിങ്ങളാരാ. അച്ഛനാണോ."

"അല്ല. അമ്മാവൻ."

"ഓഹോ. അപ്പോൾ അച്ഛൻ?"

"ഇവിടില്ല, ഇപ്പോൾ" കുട്ടമ്മാവൻ മറുപടി പറഞ്ഞു.

"കാൺഗ്രസാണോന്നു ചോദിക്കേണ്ട കാര്യമില്ല. കണ്ടില്ലേ ഖദർ ജുബ്ബയും മുണ്ടും. ഏതോ പുണ്യ വസ്ത്രം പോലെ തൂക്കിയിട്ടിരിക്കുന്നത്."

അയാൾ കൈയിലിരുന്ന ലാത്തികൊണ്ട് ജുബ്ബയിലടിച്ചു.

"ഇവനെ ഞങ്ങൾ കൊണ്ടുപോവ്വാ."

രണ്ടു കൈയുമെടുത്തു തൊഴുതുകൊണ്ട് അമ്മ പറഞ്ഞു.

"എന്റെ മോൻ പാവമാണ്. ബുദ്ധിമോശംകൊണ്ടു വല്ലതും കാണിച്ചെങ്കിൽ മാപ്പുതരണം. മേലിലൊന്നും ഉണ്ടാവില്ല. അവനെ കൊണ്ടു പോകരുത്."

"പേടിക്കണ്ട തള്ളേ ഇപ്പോഴവൻ കൂടെ വരട്ടെ. തന്ത സ്റ്റേഷനിൽ വന്നൊരു മാപ്പെഴുതി കൊടുത്താലിങ്ങു പോരാം. നടയെടാ."

എന്റെ കൈയിൽ പിടിച്ചുകൊണ്ട് അവർ നടന്നു തുടങ്ങി. കുട്ടമ്മാവൻ കൂടെ വന്നു.

"അങ്ങത്തേ, ഒരിക്കലൊരു മാപ്പു കൊടുക്കണം. ഇനിയൊന്നും ഒണ്ടാവാതെ ഞങ്ങളു നോക്കിക്കൊള്ളാം."

"ഞങ്ങൾക്കൊന്നും ചെയ്യാൻ പറ്റുകേലെടോ. കൈയോടെ തൂക്കിക്കൊണ്ടു ചെല്ലാനാ യജമാനന്റെ കല്പന. തന്ത വന്നൊരു മാപ്പെഴുതി കൊടുത്താൽ മതി. വെറുതേ വിടും. നടയെടാ വേഗം."

കുട്ടമ്മാവൻ വീണ്ടും പുറകേ വന്നു.

"ഞാൻ മാപ്പെഴുതി കൊടുത്താ മതിയോ അങ്ങത്തെ. അവന്റെ അച്ഛനു കൊറച്ചു ദെവസത്തേക്കു വരാൻ പറ്റൂല്ല. ആളിവിടെ ഇല്ല. അതു കൊണ്ടാ."

"നടക്കുമെന്നു തോന്നുന്നില്ലെടോ. താനേതായാലും വന്ന് യജമാനെ കണ്ടു നോക്ക്. വെറും കൈയോടെ വന്നിട്ടും കാര്യമില്ല. മനസ്സിലായോ."

"ഞാൻ സ്റ്റേഷനിൽ വന്നു കണ്ടോളാം. അങ്ങത്തമാരേം കണ്ടോളാം. അതുവരെ എന്റെ കൊച്ചനൊന്നും–"

കുട്ടമ്മാവൻ കരച്ചിലിന്റെ വക്കത്തെത്തി.

"പേടിക്കണ്ട. താൻ വരുന്നതുവരെ ഞങ്ങൾ നോക്കിക്കോളാം. അധികം നീളണ്ട. പിന്നെ ഞങ്ങളെ പറഞ്ഞിട്ടു കാര്യവുമില്ല."

നടന്നു റോഡിലെത്തുമ്പോൾ വലിയൊരു ജനക്കൂട്ടം. ഞങ്ങളെ കാത്തവിടെ നില്ക്കുന്നുണ്ടായിരുന്നു.

ഇന്നത്തെ കാലമല്ലല്ലോ അന്ന്. പൊലീസെന്നു പറഞ്ഞാലേ പേടിയാ. ആ തൊപ്പിയും ഉടുപ്പും കണ്ടാൽ മുട്ടിടിക്കും. അവരെന്തു ചെയ്താലും പറഞ്ഞാലും കമാന്നൊരക്ഷരം പറയാൻ മടിക്കും.

"ഉം. എന്താ നോക്കി നിക്കണേ. മാറ്. മാറ്. ഈ കുട്ടി കാൺഗ്രസിനെ ദിവാൻസാമിക്ക് നേരിട്ടു കാണണംപോലും. ഉം. മാറ് ഞങ്ങൾക്ക് ജോലി യുണ്ടാക്കാതെ."

പൊലീസ് ജനങ്ങളെ വിരട്ടി. ആളുകൾ വഴിയൊഴിഞ്ഞു കൊടുത്തു. ആരുമൊന്നും മിണ്ടിയുമില്ല. നേരെ കവലയിലെത്തി.

അന്ന് ഇന്നത്തെപ്പോലെ ജീപ്പും കാറുമൊന്നുമില്ല. വല്ലപ്പോഴും വന്നു പോകുന്ന കരിഗ്യാസ് ബസേയുള്ളൂ. അതിലാണു പോകേണ്ടത്. ഒരു മുറു ക്കാൻ കടയുടെ മുന്നിൽ നിന്നു.

"ഇനി എപ്പോഴാടോ ബസുള്ളത്."

കടയുടമ മമ്മതു മുതലാളിയോടാണു ചോദ്യം.

"ബസ് കിഴക്കോട്ടു പോയിട്ട് തോനെ നേരമായി. ഇനി താമസി ക്കുലാ." മുതലാളി എണീറ്റ് ആചാരം കാണിച്ചു.

"ഒന്നുവലിക്കാൻ താടോ."

മുതലാളി ബർക്കിലി സിഗരറ്റിന്റെ കൂടെടുത്തു നീട്ടി. ഇരുവരും ഓരോന്നെടുത്തു ചുണ്ടിൽവച്ച് തീപ്പെട്ടിയുരച്ചു കത്തിച്ചു. എത്രനേരം നിന്നെന്നറിയില്ല. അകലെ നിന്നേ ബസിന്റെ ഇരമ്പൽ കേട്ട് പൊലീസു കാർ കടവരാന്തയിൽനിന്നും എണീറ്റു. ബസു വന്നു നിന്നപ്പോൾ എന്നെ തള്ളിക്കയറ്റി അവരും കയറി. ബസിലെ കിളി മുൻവശത്തിരുന്നവരെ ഒതു ക്കിയിരുത്തി പൊലീസുകാർക്ക് സീറ്റൊരുക്കിക്കൊടുത്തു. യജമാനന്മാർ അങ്ങോട്ടിരുന്നാട്ടെ'യെന്നു ഓചാരം പറഞ്ഞു. ഉള്ള സ്ഥലത്ത് എന്നെ നടുക്കിരുത്തി അവരുമിരുന്നു. ഡ്രൈവർ ആചാരപൂർവ്വം ഒന്നിളകി ഇരുന്നു വെളുക്കെ ചിരിച്ചു.

"ഇവനൊരു ജഗജില്ലിയാ. ചാടിപ്പോയാലോന്നു വച്ചാ. ഇത്രേയുള്ളു വെന്നു കരുതണ്ട. സ്വാതന്ത്ര്യം മേടിക്കാനുള്ള പോക്കാ. ആരോടാ കളി ക്കുന്നതെന്ന് അറിയാൻ പോണേയുള്ളൂ."

പൊലീസ് സ്റ്റേഷന്റെ നടയിൽ ബസുനിർത്തി. എന്നെയും പിടിച്ചു കൊണ്ട് അവർ ഇറങ്ങി. നടയിലെത്തിയപ്പോൾ ഒരാൾ കൈയിൽ പിടി ച്ചുവലിച്ചു.

"കേറിവാ. ഐശ്വര്യമായിട്ട്."

നടയിൽ തോക്കും പിടിച്ചു നിന്നയാൾ എന്നെ നോക്കി വികൃതമായി ചിരിച്ചു.

"കേറിച്ചെല്ല്. സാമി നോക്കിയിരിക്കയാ."

എന്നെ നേരെ ഇൻസ്പെക്ടറുടെ മുറിയിൽ കൊണ്ടുചെന്നു. ഷൂസിട്ട കാലുകളെടുത്ത് മേശപ്പുറത്തുവച്ച് കസേരയിൽ ചാരിയിരുന്നു മുറുക്കു കയാണദ്ദേഹം. മുട്ടുവരെയെത്തുന്ന നിക്കറും അരകൈയൻ ഷർട്ടുമാണു വേഷം. കാക്കിത്തുണി. തൊപ്പി മേശപ്പുറത്തിരിപ്പുണ്ട്. തല പകുതിയും കഷണ്ടിയാണ്. എങ്കിലും പുറകിൽ കുറച്ചു മുടിയുള്ളതു കുടുമ കെട്ടിവ

ച്ചിട്ടുണ്ട്. നല്ല തടിയും കുടവയറും. അടുത്തിരുന്ന കോളാമ്പിയെടുത്ത് ഊക്കോടെ തുപ്പിയിട്ട് രൂക്ഷമായൊന്നു നോക്കി.

"എന്താടാ. നിന്റെ പേര്."

"മാധവൻ"

"മാധവനോ. ചോവനാണോടോ നീ"

"അല്ല. നായരാ."

"അപ്പോൾ മാധവൻ നായർ."

കോളാമ്പിയെടുത്ത് ഒന്നുകൂടി തുപ്പിയിട്ട് കാലെടുത്തു തറയിൽ വച്ചു. കസേരയിൽ താങ്ങി എണീറ്റു. പതുക്കെപ്പതുക്കെ പൂച്ച എലിയെ പിടിക്കുന്നതുപോലെ നടന്നടുത്തുവന്നു. എന്റെ തലമുടിയിൽ പിടിച്ചൊന്നുലച്ചു. രൂക്ഷമായി നോക്കി.

"എടോ കോലപ്പാപിള്ളേ. ഇവനെ ഞാൻ കൈവച്ചാൽ ബാക്കി കാണില്ലല്ലോ. എന്താ ചെയ്ക."

"ഏമാനിങ്ങു വിട്ടു തന്നാ മതി. ഞങ്ങളു നോക്കിക്കോളാം."

കോൺസ്റ്റബിൾ ചിരിച്ചുകൊണ്ടു പറഞ്ഞു. ഇൻസ്പെക്ടർ വീണ്ടും ഒന്നുരണ്ടു തവണ ചുറ്റിനടന്നു. എന്നിട്ടു നേരെ വന്നുനിന്നു.

"ഇവന്റെ തന്തേക്കൂടെ പൊക്കാമായിരുന്നു. പിള്ളാരെ വളത്താനറിയാത്ത അവനെയൊക്കെ വേണം ശിക്ഷിക്കാൻ." കോളാമ്പിയെടുത്തു വീണ്ടും തുപ്പിയിട്ട് അടുത്തുവന്നു.

"നിന്റെ തന്തേടെ പേരെന്താടാ"

"താണുവയ്യർ"

"താണുവയ്യരോ. അപ്പോ നീയൊരു പട്ടക്കുട്ടിയാണല്ലോടാ. നിന്റെ അച്ഛനെവിടാ ഉള്ളത്. വിളിപ്പിക്കാം."

"അച്ഛൻ തിരുവനന്തപുരത്താണ്. തെക്കേനടയിൽ."

"തെക്കേനടയിൽ – താഴത്തുമഠത്തിലെ–"

"അതേ."

ഇൻസ്പെക്ടർ കുറച്ചുനേരം ഒന്നും സംസാരിച്ചില്ല. എന്തോ ആലോചിക്കുന്ന ഭാവത്തിൽ നടന്ന് മെല്ലെ കസേരയിൽ ഇരുന്നു.

"എടോ കോലപ്പാപിള്ളേ. ഇതൊരു പുലിവാലു കേസാണല്ലോടോ. സാമി ഭക്തിവിലാസത്തിലും കൊട്ടാരത്തിലുമൊക്കെ സ്വാധീനമുള്ള ആളാണ്. പിന്നെയീ ചെക്കനെന്താ ഇങ്ങനെ."

കോലപ്പാപിള്ള വാ പൊളിച്ചുനിന്നു.

"വാടാ. ഇവിടെ." ഇൻസ്പെക്ടർ വിളിച്ചു.

ഞാൻ നടന്ന് അടുത്തു പോയിനിന്നു.

"സാമിക്കറിയാമോ, നീയീ കാൺഗ്രസു കളിച്ചു നടക്കുന്ന കാര്യം."

"ഇല്ല."

"വീട്ടിൽ വേറെ ആരൊക്കെയുണ്ട്."

"അമ്മയും അമ്മൂമ്മയും അനിയനും മാത്രം."

"അനിയനും കാൺഗ്രസു കളിച്ചു തുടങ്ങിയോ."

"അവൻ ചെറുതാ. സ്കൂളിൽ പോയി തുടങ്ങിയതേയുള്ളൂ."

"നീ പഠിക്കുന്നില്ലേ."

"ഉണ്ട്. ഏഴാം ക്ലാസിൽ."

'ഉം' വീണ്ടും ആലോചനയിൽ മുഴുകി. കുറെക്കഴിഞ്ഞ് ഒരു വെറ്റില യെടുത്ത് അതിൽ നൂറുതേയ്ക്കാൻ തുടങ്ങി.

"എടോ. എമ്പത്താറേ. ഇതു കേസിൽ കൊള്ളിക്കണ്ട. സാമി എനിക്കു വേണ്ടപ്പെട്ട ആളാ. പിള്ളാരല്പം ബുദ്ധികേടു കാണിച്ചാൽ ഒരി ക്കലത്തേക്കു ക്ഷമിച്ചു കളയാം. എന്താ."

"യജമാനൻ പറയുംപോലെ."

"ഇവനെ തെരക്കി ആരെങ്കിലും വരും. കൂടെ വിട്ടേരെ. ഞാൻ സാമിയെ കണ്ടു വിവരം പറഞ്ഞോളാം."

വെറ്റില ചുരുട്ടി വായ്ക്കകത്ത് ഒരു കോണിലൊതുക്കിയിട്ട് വീണ്ടും പറഞ്ഞു.

"എടാ നിന്നെ ഇപ്പം വിടുന്നു. ഇനി വരാൻ ഇടയാകരുത്. എപ്പോഴും ഞാനിവിടെ കണ്ടെന്നും വരില്ല. ഉണ്ടായാൽ തന്നെ എപ്പോഴും സഹായി ക്കാനും കഴിയില്ല. മര്യാദയ്ക്കു സ്കൂളിൽ പോയി പഠിക്കണം. ഏഴാം ക്ലാസ് പാസായാൽ സാമി നിന്നെ അട്ടക്കുളങ്ങരയോ അല്ലെങ്കിൽ ഇംഗ്ലീഷ് സ്കൂളിലോ അയച്ച് പഠിപ്പിക്കും. അതല്ലെങ്കിൽ ഏതെങ്കിലും ജോലിയു ണ്ടാക്കിത്തരും. കാങ്ക്റസിനും കീങ്കരസിനുമൊന്നും പോണ്ട. മനസ്സി ലായോ."

"ഓ" ഒന്നുമൂളി. അപ്പോഴേക്കും അല്പം ധൈര്യമൊക്കെ വന്നിരുന്നു. തല്ലു കിട്ടില്ലെന്നുറപ്പായി.

"ആ മൂലയിൽ പോയിരുന്നോ. ആരെങ്കിലും വരുമോന്നു നോക്കാം."

"ഓ" വീണ്ടും മൂളി. പതുക്കെ മുറിക്കു പുറത്തേക്കു നടന്നു. അപ്പോൾ തന്നെ ഒരു സൈക്കിളും ഉന്തിക്കൊണ്ട് കുട്ടമ്മാൻ ഗേറ്റു കടന്നു വരു ന്നതു കണ്ടു. സൈക്കിൾ മാവിന്റെ ചുവട്ടിൽ ചാരിവച്ചിട്ട് പടികയറി വന്ന് അകത്തേക്ക് ഒളിഞ്ഞുനോക്കി. ഞാനൊന്നു ചിരിച്ചു.

"എന്നെ വിട്ടമ്മാവാ"

"വിട്ടോ. ഭഗവാൻ കാത്തു." അമ്മാവനാശ്വാസമായി. ഇൻസ്പെക്ടർ തലയുയർത്തി തുറിച്ചുനോക്കി.

"അതാരാ നിന്റെ ആളാണോ."

"അതേ. അമ്മാവൻ."

"ഇങ്ങോട്ടു കേറിവാടോ."

അമ്മാവൻ ഒരു കൈയെടുത്ത് വാപൊത്തി മുറിക്കകത്തേക്കു കയറി.

"ഇവനെ ഇപ്പോൾ വിടുന്നു. ഇനി ഇവിടെ വരുത്തരുത് മനസ്സിലായോ. കൊണ്ടുപൊയ്ക്കോ."

അമ്മാവൻ താണു തൊഴുത് എന്നെയും പിടിച്ച് പുറത്തേക്കിറങ്ങി. സൈക്കിളും ഉരുട്ടി റോഡിലേക്കു നടന്നു.

"ഒരുപാടടിച്ചോടാ നിന്നെ."

"ഇല്ല. ഒന്നും ചെയ്തില്ല. ഞാനും പേടിച്ചു പോയിരുന്നു. ആ ഇൻസ്പെക്ടർ കൊല്ലാൻ വരുംപോലാ അടുത്തു വന്നത്. അച്ഛന്റെ പേരു കേട്ടപ്പോൾ തണുത്തു. അച്ഛനെ അറിയുന്ന ആളാ."

"ഏതായാലും കൃഷ്ണന്റെ കൃപ. നീ പുറകിൽ കയറിക്കോ. വേഗം പോണം. അക്കനവിടെ എന്തൊക്കെ കാട്ടിയെന്നു ചെന്നു നോക്കിയാലേ അറിയു. സൈക്കിളിനാണെങ്കി ലൈറ്റുമില്ല. സന്ധ്യക്കു മുൻപെത്തണം." കുട്ടമ്മാവൻ സൈക്കിളിൽ കയറി. ഞാൻ പുറകിൽ ഇരുന്ന് സീറ്റിൽ ബല മായി പിടിച്ചു.

മൂന്ന്

ദിവസങ്ങൾക്കു വിരസത. ഒന്നും ചെയ്യാനില്ലാത്തതുപോലെ. ഇനി സ്കൂളിലേക്കു ചെല്ലേണ്ടെന്ന് ഒന്നാം സാർ പറഞ്ഞിട്ടുണ്ട്. തന്റെ പേരു വെട്ടിയത്രേ. മുകളിൽനിന്നുള്ള കല്പനയാണുപോലും. അല്ലെങ്കിലും തനിക്കു പഠിത്തമൊന്നും പറഞ്ഞിട്ടില്ല. മറ്റെന്തിനോ ആണു നിയോഗം. നാടിനു സ്വാതന്ത്ര്യം കിട്ടണം. അതിനു തനിക്കാവുന്നതു ചെയ്തേ തീരൂ. ദിവസവും സമ്മേളനങ്ങളും ജാഥകളും ഉണ്ടായെങ്കിലെന്നാശിച്ചു. ഉണ്ടെങ്കിൽത്തന്നെ അതെല്ലാം അങ്ങ് തിരുവനന്തപുരത്താണ്. ദിവസവും പോയി വരാൻ പറ്റില്ല. ബസിൽ പോകാൻ പണം വേണം. അല്ലെങ്കിൽ നടക്കണം. അങ്ങോട്ടുമിങ്ങോട്ടുമായി പത്തിരുപതു മൈൽ. വിശപ്പിനും വഴി കണ്ടെത്തണമല്ലോ. വല്ലപ്പോഴും ഒരിക്കലെങ്കിൽ എങ്ങിനെയും ഒപ്പിക്കാം. അതുമതിയോ. കൊളുത്തിയ തീ അണയാതെ സൂക്ഷിക്കണം. ഈ രാജ്യത്തെ സ്വതന്ത്രമാക്കിയേ പറ്റൂ. സി പി ഈ രാജ്യത്തെ കുട്ടിച്ചോറാക്കും. പൊലീസിനെയും പട്ടാളത്തെയും അഴിച്ചുവിട്ടിരിക്കുന്നു. പോരെങ്കിൽ അഞ്ചുരൂപാ പൊലീസെന്ന ഊച്ചാളിമാരും. ഇതിനെതിരെ പോരാടാൻ താനും കൂടണം. ഈ പ്രസ്ഥാനത്തെപ്പറ്റി കൂടുതൽ പഠിക്കേണ്ടതുണ്ട്. മുഴുവൻ സമയവും പ്രവർത്തനത്തിനു സമർപ്പിക്കാൻ തയ്യാർ. അതിനുപറ്റിയ സാഹചര്യം ഉണ്ടാക്കിയേ പറ്റൂ.

ഞായറാഴ്ച ദിവസങ്ങളിലാണ് നാട്ടിലെ പ്രവർത്തകർ ഒത്തുചേരുന്നത്. അങ്ങനെ പറയത്തക്ക അധികം പ്രവർത്തകരൊന്നുമില്ല. പലപ്രായത്തിലുള്ള കുറച്ചാളുകൾ. പലരേയും കാണുന്നതും പരിചയപ്പെടുന്നതും ഇത്തരം വേളകളിലാണ്. ഗുമസ്തൻ ഗോപിയണ്ണനാണ് സംഘാടകൻ. ഒരു കോൺഗ്രസ് നേതാവായ വക്കീലിന്റെ ഗുമസ്തൻ. ഞായറാഴ്ചയേ ഒഴിവുണ്ടാകൂ. അന്ന് ഒത്തുകൂടണമെന്നാണു വ്യവസ്ഥ. പലപ്പോഴും

പുതിയ ആരെങ്കിലുമുണ്ടാവും കാര്യങ്ങൾ പറയാനും പഠിപ്പിക്കാനും. തണ്ണിപ്പാറയ്ക്കപ്പുറം ആനപ്പാറയ്ക്കും ഭൂതത്താൻ പാറയ്ക്കും ഇടയ്ക്ക് ഒരു പരന്ന പാറയുണ്ട്. പടർന്നു പന്തലിച്ച ഒരു പ്ലാവിന്റെ തണലിൽ. നട്ടുച്ചയ്ക്കുപോലും വെയിൽ വീഴില്ലവിടെ. ചുറ്റും വെട്ടും കിളയലുമില്ലാതെ കാടുപിടിച്ചു കിടക്കുന്നു. ആ ഭാഗത്ത് അധികം ആൾ സഞ്ചാരമില്ല. ചുള്ളി ഒടിക്കാനോ ആടിനു കുഴ പറിക്കാനോ വരുന്ന പെണ്ണുങ്ങളും കുട്ടികളുമൊക്കെ ഉച്ചയ്ക്കു മുൻപേ വന്നു പൊയ്ക്കോളും. അതുകൊണ്ട് യോഗം കൂടുന്നതു ഉച്ചയ്ക്കുശേഷം എന്നു തീരുമാനിച്ചിട്ടുണ്ട്. ഏതാണ്ട് ഇരുട്ടു വീഴുന്നതുവരെ നീളും. അവിടെയിരുന്നാൽ അകലെ അറേബ്യൻ കടലിൽ സൂര്യൻ പെയ്തിറങ്ങുന്നതു കാണാം. ചുമന്നുതുടുത്ത് ഒരു വലിയ പന്തുപോലെ വൃത്തമായി, ഒരു കുടംപോലെ, പിന്നൊരു കിണ്ണംപോലെ, ഒരു തേങ്ങാപ്പൂളുപോലെ നേർത്ത ഒരു വരയായി അവസാനം ഒന്നുമില്ലാത്ത ഒരവസ്ഥയിലേക്ക് ഊളിയിട്ടു പോകുന്ന കാഴ്ച നയന മനോഹരം തന്നെ.

അസ്തമനംവരെ മാത്രമേയുള്ളൂ യോഗം. ഇരുട്ടായാൽ മലയിറങ്ങിപ്പോകാൻ ബുദ്ധിമുട്ടാകും. അതിനുമുൻപേ പ്രസ്ഥാനത്തിന്റെ ഉദ്ദേശ്യം, പ്രവർത്തനരീതി, എല്ലാം പറയും. മുതിർന്ന നേതാക്കന്മാരുടെ പ്രസംഗത്തിന്റെ പ്രസക്ത ഭാഗങ്ങൾ വായിക്കും. പ്രസംഗിക്കുന്ന പടങ്ങൾ കാണിക്കും. ഓരോ യോഗം കഴിയുമ്പോഴും കൂടുതൽ കൂടുതൽ നേതാക്കളെപ്പറ്റി പഠിക്കാനും അവരുടെ ത്യാഗോജ്ജ്വലമായ പ്രവർത്തനം കേട്ടറിയാനും ആയി. പട്ടംതാണുപിള്ള, റ്റി എം വർഗ്ഗീസ്, സി കേശവൻ, പി എസ് നടരാജപിള്ള, എ അച്യുതൻ, പി കെ കുഞ്ഞ്, കെ പി നീലകണ്ഠപിള്ള, മന്നത്തു പത്മനാഭൻ, ആർ ശങ്കർ, വി ഗംഗാധരൻ, കുമ്പളത്തു ശങ്കുപ്പിള്ള, ആനിമസ്ക്രീൻ, ജി രാമചന്ദ്രൻ, പൊന്നറ ശ്രീധർ അങ്ങനെ എത്രയെത്ര സ്റ്റേറ്റ് നേതാക്കൾ. ഏവരുടെയും ലക്ഷ്യം ഒന്നുതന്നെ. തിരുവിതാംകൂറിനെ സ്വതന്ത്രമാക്കണം. പ്രധാനമായും ദിവാൻ സർ സി പിയെ നാടുകടത്തണം. രാജാവ് സംഘടനയുടെ മുഖ്യശത്രുവല്ല. ദിവാനാണു വില്ലൻ. പിന്നെ നാഷണൽ കോൺഗ്രസെന്ന മഹാസംഘടനയുണ്ട്. അവർ ബ്രിട്ടീഷുകാരെ ഇന്ത്യയിൽനിന്നും തുരത്താൻ സമരം ചെയ്യുന്നു.

കച്ചവടത്തിനെന്നും പറഞ്ഞിവിടെ കടന്നുവന്ന ബ്രിട്ടീഷുകാർ ക്രമേണ ഇന്ത്യയുടെ ഓരോ ഭാഗങ്ങളായി കൈക്കലാക്കി, ഒടുവിൽ ഇന്ത്യയെ മുഴുവനായി അധീനപ്പെടുത്തി. നാട്ടുരാജാക്കന്മാർക്ക് രാജ്യം ഭരിക്കണമെങ്കിൽ ബ്രിട്ടീഷുകാർക്ക് കപ്പം കൊടുക്കണമെന്നുവന്നു. അങ്ങനെ ഭാരിച്ച ഇന്ത്യൻ സമ്പത്ത് അവർ കൊള്ളയടിക്കുന്നു. ഇനിയും ഇതു സഹിക്കാനാവില്ല. അവരെ മൂടോടെ പറിച്ചെറിഞ്ഞേ പറ്റൂ. മുൻപും സംഘടിത ശ്രമങ്ങൾ നടന്നില്ലെന്നല്ല. 1757 ലെ പ്ലാസിയുദ്ധവും 1764 ലെ ബക്സാർ യുദ്ധവും 1857 ലെ വലിയ ശിപായി ലഹളയുമൊക്കെ അങ്ങനെയുണ്ടായതാണെന്നു സ്കൂളിൽ ചരിത്രം പഠിപ്പിക്കുന്ന സാർ പറഞ്ഞതോർത്തു. അതൊക്കെ പരാജയപ്പെട്ടുപോയി. ബ്രിട്ടീഷുകാരുടെ തോക്കിനും പീരങ്കിക്കും മുന്നിൽ പിടിച്ചുനില്ക്കാനായില്ല. അതുകൊ

ണ്ടാണ് പുതിയ സമരതന്ത്രവുമായി മഹാത്മാഗാന്ധിയും ജിന്നയും നെഹ്റുമാരും തിലകനും ഗോഖലെയും സുഭാഷ്ചന്ദ്രബോസും ജയപ്രകാശ് നാരായണൻ, രാജേന്ദ്രപ്രസാദ്, സരോജിനി നായിഡു, ആനിബസന്റ്, സർദാർ പട്ടേൽ, രാധാകൃഷ്ണൻ തുടങ്ങിയ നേതാക്കൾ മുന്നിൽ വന്നത്. അവരുടെ കൈയിൽ ആയുധങ്ങളില്ല. മൂർച്ചയേറിയ നാക്കും. നിരാഹാരം, നിസ്സഹകരണം, ശാന്തിയാത്ര തുടങ്ങിയവയുമായിരുന്നു സമരമാർഗ്ഗങ്ങൾ. ആയിരങ്ങളെ വെടിവച്ചു കൊന്നപ്പോഴും ഭഗത്സിങ്ങിനെപ്പോലുള്ള ചുണക്കുട്ടികളെ തൂക്കിക്കൊന്നപ്പോഴും നേതാക്കളെ ജയിലിലടച്ചു മർദ്ദിച്ചവശരാക്കിയപ്പോഴും സമരജ്വാല ആളിക്കത്തിയതേ ഉള്ളൂ. നമ്മുടെയും സമരരീതി ഇതുതന്നെ. യോഗത്തിനെത്തുന്ന പുതിയ പ്രവർത്തകർ വിശദമായി എല്ലാം പറയും. അപ്പോൾ ആവേശത്തള്ളലുണ്ടാവും. ഈ നേതാക്കന്മാരെയൊക്കെ നേരിൽ കാണാനുള്ള അവസരങ്ങൾക്കായി പ്രാർത്ഥിക്കും.

വെറുതേ ഇങ്ങനെ നടന്നിട്ടു കാര്യമില്ല. സ്കൂളിൽ പോകണമെന്നു ഗോപിയണ്ണൻ പറഞ്ഞു. സമ്മേളനങ്ങളോ ജാഥയോ ഉള്ളപ്പോൾ കൂട്ടായി പങ്കെടുക്കാം. അല്ലാത്തപ്പോൾ പഠിക്കണം. ഏതായാലും ഏഴാം ക്ലാസു കഴിഞ്ഞാൽ പിന്നീടിവിടെ പഠിക്കാൻ ഒക്കില്ല. തിരുവനന്തപുരത്തു തന്നെ പോണം. അപ്പോൾ പ്രവർത്തിക്കാനും കൂടുതൽ നേതാക്കളുമായി ബന്ധപ്പെടാനും കഴിയും. ഇനിയങ്ങോട്ടു ചെല്ലണ്ട പേരുവെട്ടിയെന്നൊക്കെയാണ് ഹെഡ്മാസ്റ്റർ പറഞ്ഞത്. രാമയ്യർ സാറാണ്, അച്ഛന്റെ പരിചയക്കാരൻ. ചെന്ന് കാലിൽ വീണ് മാപ്പെഴുതിക്കൊടുത്താൽ തിരിച്ചെടുത്തേക്കും. ഒഴികഴിവൊന്നും പറയില്ല. ഏതായാലും അടി ഉറപ്പ്. കാൽഡസൻ, അരഡസൻ, മുക്കാൽ, മുഴുവെന്നൊക്കെയാണു സാമിയുടെ കണക്ക്. നീട്ടിയ കൈവെള്ളയിലേ അടിക്കൂ. അതു സാമിയുടെ നിഷ്ഠ. തനിക്കെത്രയാണാവോ വിധിക്കുന്നത്. പഠിക്കാൻ താൻ മിടുക്കനാണെന്നു സാമിക്കറിയാം. "എടാ നല്ലാ പഠി. ഏഴാം തരം പാസായാമട്ടും പോതും നല്ലൊരു ജോലി സാമിതരമാക്കിത്തരും. അന്തഭക്തിവിലാസത്തിലേ പോയി ഒരു വാക്കു ശൊല്ലിയാ പോതുമേ. ഇല്ലാട്ടാ സ്കൂളിലേ വാദ്ധ്യാരാകലാം. നല്ലാ പഠി."

അന്നു ഏഴാംതരം പാസായാൽ സർക്കാരാഫീസിൽ ഗുമസ്തനായി പണികിട്ടും. പ്രൈമറി സ്കൂളിൽ പഠിപ്പിക്കാനും പറ്റും.

വീണ്ടും സ്കൂളിൽ പോയിത്തുടങ്ങി. ഉദ്ദേശിച്ച പ്രതികരണമൊന്നും ഉണ്ടായില്ല. ആഫീസുമുറിയിൽ വിളിപ്പിച്ച് ഒരു ലീവു ലെറ്റർ എഴുതിക്കൊടുക്കാൻ പറഞ്ഞു, സുഖമില്ലാതെ കിടപ്പിലായതുകൊണ്ടാണ് കുറെദിവസം സ്കൂളിൽ വരാത്തതെന്നു കാരണം കാണിച്ച്. കൂട്ടുകാർ ഒരല്പം ആദരവോടെ കാണുന്നതായി തോന്നി. ചിലർ രഹസ്യമായി കാൺഗ്രസിനെപ്പറ്റിയും വട്ടിയൂർക്കാവ് സമ്മേളനത്തെക്കുറിച്ചും ചോദിച്ചു. പഠിപ്പിച്ച ഭാഗങ്ങൾ മറ്റു കുട്ടികളോടു ചോദിച്ചു പഠിക്കണമെന്ന് ക്ലാസ് അദ്ധ്യാപകൻ നിർദ്ദേശിച്ചു. അത്രമാത്രം. വീണ്ടും പഴയതുപോലെ. വീട്, സ്കൂള്, കളി

അങ്ങനെ പോയി.

ആയിടെ ഒരു ചെറുപ്പക്കാരനെ ഗോപിയണ്ണൻ കൊണ്ടുവന്നു. നല്ല വെളുത്ത് സുന്ദരനായൊരു ചെറുപ്പക്കാരൻ. പൊടിമീശയും മനോഹരമായൊരു ചിരിയുമായി അദ്ദേഹം യോഗത്തിൽ പങ്കെടുത്തു. ഓരോരുത്തരെയായി പരിചയപ്പെട്ടു. അവസാനം സ്വയം പരിചയപ്പെടുത്തി.

"ഞാൻ ജോസ്. ലാ കോളേജിൽ പഠിക്കുന്നു." മനോഹരമായി അദ്ദേഹം സംസാരിച്ചു. വളരെ ലളിതമായി ഏറെ വിശദമായ പ്രസംഗം. പിന്നീട് ഞങ്ങളുടെ സംശയങ്ങൾക്ക് കൃത്യമായ മറുപടി. സൂര്യൻ അസ്തമിച്ച് ഇരുട്ടു പരക്കാൻ തുടങ്ങിയപ്പോൾ എല്ലാവർക്കും നിരാശയാണനുഭവപ്പെട്ടത്. തൃപ്തിയാകാത്തതുപോലെ. ചിലരതു നേരിൽ പറയുകയും ചെയ്തു. "അതിനെന്താ. ഞാൻ വീണ്ടും വരാം. കുറേക്കൂടി നേരത്തേ ആരംഭിച്ചാൽ നന്നായിരിക്കും. എന്താ ഗോപി സാറേ."

"അതേതെ" ഗോപിയണ്ണൻ തലയാട്ടി.

"ഒരുദിവസം രാവിലേ തുടങ്ങാം. ഉച്ചയ്ക്കിവിടെ ആഹാരമുണ്ടാക്കി കഴിച്ച് വൈകിട്ടു പിരിയുന്ന ഫുൾഡേ ക്യാമ്പ്. ആഹാരമെന്നു പറയുമ്പോൾ ചോറും കറിയുമെന്നർത്ഥമില്ല. കപ്പ പുഴുങ്ങിയതായാലും മതി. എന്തു പറയുന്നു." എല്ലാവരും സമ്മതിച്ചു.

ജോസ് ഒരാവേശമായി, ഒരു പുത്തൻ ഉണർവ്വായി അനുഭവപ്പെട്ടു. പിന്നീടദ്ദേഹത്തെ കാണുന്നത് ഒരു പൊതുയോഗം സംഘടിപ്പിക്കുന്നതിനെക്കുറിച്ച് പറയാൻ വന്നപ്പോഴാണ്. ഏറെ നേരം തങ്ങിയില്ല. സ്റ്റേറ്റു കോൺഗ്രസിന്റെ പ്രമുഖ നേതാക്കളെ പങ്കെടുപ്പിച്ചുകൊണ്ട് ഒരു പൊതുയോഗം എന്നുവച്ചാൽ ഒരു വലിയ സമ്മേളനം. അതാണുദ്ദേശിക്കുന്നത്. നേതാക്കന്മാരെ കണ്ട് സംസാരിച്ച് കൃത്യമായ തീയതിയും സമയവും അറിയിക്കും. അവർക്ക് ഗംഭീരമായൊരു സ്വീകരണം. തുടർന്ന് യോഗസ്ഥലത്തേക്ക് ഒരുജ്ജ്വല ജാഥ. അതിനുള്ള തയ്യാറെടുപ്പ് വേണം. നല്ലൊരു യോഗസ്ഥലം ഒരുക്കണം. അവിടെ നേതാക്കന്മാർക്ക് ഇരിക്കാനും സംസാരിക്കാനും ഒരു വേദിവേണം. പ്രചാരണത്തിനുവേണ്ട നോട്ടീസ് അച്ചടിച്ച് എത്തിക്കാമെന്നേറ്റു.

നാട്ടിലെ ഒരപൂർവ്വ സംഭവം തന്നെയായിരുന്നു ആ സമ്മേളനം. ഈ നാട്ടിൽ അത്തരത്തിലൊന്ന് ആദ്യമായിട്ടാവാം. സ്കൂൾ കുട്ടികളുടെ തിരുനാൾ ഘോഷയാത്ര മാത്രം കണ്ടിട്ടുള്ള നാട്ടുകാർക്ക് അത്ഭുതകരമായിരുന്നു. ചന്തമുക്കു മുതൽ യോഗസ്ഥലംവരെ നീണ്ടജാഥയും മുദ്രാവാക്യവും. രണ്ടാഴ്ചയ്ക്കു മുൻപേ തുടങ്ങിയ ശ്രമമാണ്. വീടുവീടാന്തരം കയറിയിറങ്ങി നടത്തിയ ബോധവല്ക്കരണം, നോട്ടീസു വിതരണം, ജാഥയ്ക്ക് ആളുചേർക്കൽ, അവർക്കു തലയിൽ വയ്ക്കാൻ ഗാന്ധിത്തൊപ്പിയുണ്ടാക്കൽ, യോഗസ്ഥലം വെട്ടിനിരപ്പാക്കൽ, കെട്ടി വിതാനിക്കാൻ കൊടി തോരണാദികൾ ഉണ്ടാക്കൽ അങ്ങനെ രാത്രിയും പകലും തെരക്കുതന്നെ. നേതാക്കൾക്ക് ആവശ്യമെങ്കിൽ യോഗത്തിനു മുൻപ് വിശ്രമിക്കാൻ സ്ഥലം കണ്ടെത്തണം. മനസ്സുകൊണ്ട് താല്പര്യം കാണിച്ച ആളു

കൾ പരസ്യമായി രംഗത്തുവരാൻ മടിച്ചു. അല്ലെങ്കിൽ ഭയന്നു. ധനം തന്നു സഹായിച്ചവർ അതു വെളിയിൽ പറയരുതെന്ന് അപേക്ഷിക്കുന്ന സ്ഥിതി.

ജോസും ഗോപിയണ്ണനും മറ്റു ചില പ്രവർത്തകരുമൊക്കെ രാവിലെ വന്നു. അവർക്കൊക്കെ ശങ്കരൻ മാമന്റെ കടയിൽ ആഹാരത്തിനേർപ്പാടു ചെയ്തു. ജാഥയ്ക്കു വരാമെന്നേറ്റവർ മുഴുവൻ വരുമോ. യോഗത്തിന് ഉദ്ദേശിച്ചത്ര ആൾ കൂടുമോ. സ്റ്റേറ്റ് കോൺഗ്രസിന്റെ സമുന്നത നേതാക്കളാണു വരുന്നത്. ചിലപ്പോൾ പൊലീസ് അതിക്രമവുമുണ്ടാകാം. ചട്ടമ്പി പൊലീസിനെ വിട്ട് യോഗം കലക്കിയെന്നു വരാം. എല്ലാം നേരിടാൻ തയ്യാറാവണം. ഓരോ പ്രതിസന്ധിയും എങ്ങനെ നേരിടണമെന്നു ജോസ് വിശദമായി പറഞ്ഞുതന്നു. യോഗസ്ഥലത്ത് വലിയ ഒരുക്കമൊന്നും വേണ്ടെന്നു പറഞ്ഞിരുന്നു. പപ്പുമാമന്റെ ചായക്കടയിൽ നിന്നെടുത്ത രണ്ടു ഡസ്ക്കുകൾ ചേർത്തിട്ട് ഒരു ഡബിൾ വേഷ്ടി കൊണ്ടുമൂടി. പലവീടുകളിൽ നിന്നായി സംഘടിപ്പിച്ചെടുത്ത പത്തോളം കസേരകൾ നിരത്തി. അത്രമാത്രം. അക്കാലത്ത് മൈക്കുസെറ്റും മറ്റും എളുപ്പത്തിൽ ലഭ്യമായിരുന്നില്ല.

അഞ്ചുമണിക്കു യോഗം എന്നു പറഞ്ഞിരുന്നെങ്കിലും ഉച്ചമുതലേ പല സ്ഥലങ്ങളിൽനിന്നും ആളുകൾ വന്നുകൊണ്ടിരുന്നു. ഖദർമുണ്ടും ജുബ്ബയും ധരിച്ച് ഗാന്ധിത്തൊപ്പി വച്ച വാളന്റിയർമാർ തന്നെ ധാരാളം. നാലുമണി മുതൽ എല്ലാവരും ചന്തമുക്കിൽ അണിനിരന്നു. വാളന്റിയർമാരെ രണ്ടു വരിയായി നിരത്തി, മുൻവശത്ത് ഒരു ബാന്റ് സംഘം. തുടർന്ന് ജാഥയിൽ ചേരാൻ തല്പരരായ പ്രവർത്തകർ. അതിനും പുറകിലായി നേതാക്കന്മാർ. അതായിരുന്നു ജോസിന്റെ നിർദ്ദേശം. കൃത്യസമയത്തുതന്നെ രണ്ടു കാറുകളിലായി നേതാക്കളെത്തി. ഓരോരുത്തരുടെയും പേരു പറഞ്ഞ് ജയ്‌വിളിയോടെയുള്ള സ്വീകരണം. ഓരോ പ്രവർത്തകരായി വന്ന് ഖദർ നൂലുകൊണ്ടുള്ള മാല ചാർത്തി ആദരിച്ചു. എന്നിട്ട് ബാൻഡു മേളത്തോടെ യോഗസ്ഥലത്തേക്കു ജാഥയായി നീങ്ങി. പ്രതീക്ഷയിൽ കവിഞ്ഞ ജനക്കൂട്ടം. അവിടവിടെ പൊലീസ് തൊപ്പികളും കണ്ടു. ഒരുവേള യോഗം കലക്കുകയോ നേതാക്കളെ അറസ്റ്റു ചെയ്യുകയോ ഒക്കെ ഉണ്ടാകാമെന്നു ജോസ് ഓർമ്മപ്പെടുത്തിയിരുന്നു. നാം നല്ല സംയമനം പാലിക്കണം. എല്ലാം സമാധാനത്തോടെ നേരിടണം. പക്ഷേ, ഒരു തകരാറുമില്ലാതെ പൊതുയോഗം നടന്നു. നേതാക്കന്മാരുടെ പ്രസംഗങ്ങൾ ജനം കൈയടിയോടെ സ്വീകരിച്ചു. യോഗം അവസാനിച്ച് നേതാക്കന്മാർ യാത്രയ്ക്കൊരുങ്ങവെ, ജോസ് എന്നെ പിടിച്ചു കൊണ്ടുപോയി.

“ഈ പയ്യനാണ് ഇത്രയുമൊക്കെ ഒരുക്കിയത് എന്നോർത്താൽ അത്ഭുതം തോന്നുന്നില്ലേ” എന്നുപറഞ്ഞ് താണുപിള്ള സാറിനു പരിചയപ്പെടുത്തി.

സ്നേഹപൂർവ്വം പിടിച്ചു ചേർത്തുനിർത്തി അദ്ദേഹം ചോദിച്ചു.

“പേരെന്താ?”

“മാധവൻ നായർ.”

“പഠിക്കുന്നില്ലേ”

"ഉവ്വ്. ഏഴാം ക്ലാസിൽ."

"പഠിക്കണം. കൂടെ രാഷ്ട്രീയവുമാകാം."

മറ്റു നേതാക്കൾ വാത്സല്യപൂർവ്വം നോക്കിയത് ഇന്നും ഓർമ്മയിൽ നില്ക്കുന്നു. മന്നത്തു പത്മനാഭൻ കൈയിൽപ്പിടിച്ചു.

"മിടുക്കൻ. നന്നായിവരും." എന്നിട്ടു ശബ്ദം താഴ്ത്തി ചോദിച്ചു. "ഇവിടെ കരയോഗമില്ലല്ലോ. അതുണ്ടാക്കണം."

എല്ലാവരും പോയിക്കഴിഞ്ഞപ്പോൾ ശരീരത്തിനു വല്ലാത്ത ക്ഷീണം. എങ്കിലും മനസ്സുനിറഞ്ഞു നിന്ന സന്തോഷം അതിനും മുകളിലായിരുന്നു.

നാലോ അഞ്ചോ ദിവസം കഴിഞ്ഞതേയുള്ളൂ. ഹെഡ്മാസ്റ്റർ ആഫീസിലേക്കു വിളിപ്പിച്ചു.

"എടാ – നാൻ മുന്നമേ ശൊല്ലിയതുതാനേ. ഇന്ത കാങ്കറസ്സ് കീങ്കറസൊന്നും വേണ്ടാ, പഠിപഠീന്ന്. ഇപ്പോ എന്ന ആച്ച്. പാർ. നിന്നെ സ്കൂളിലേയിരുന്തു വിട്ടിട് എന്നുത്തരവ്."

മറുപടിയൊന്നും പറഞ്ഞില്ല.

"ആനാ ഒരു വഴിയിരുക്ക്. നീ അപ്പാവേ കൂട്ടിവാ. ഇനിമേൽ ഇന്തമാതിരി ഒണ്ണുമേ ചെയ്യാത്, ഇപ്പോ മാപ്പാക്ക വേണ്ടിയത് എന്നു എഴുതി ഒപ്പിട്ടുകൊട് അപ്പുറം നാനേ പാത്തുക്കലാം."

മറുപടിയൊന്നും പറഞ്ഞില്ല.

"ശരി, ശരി. ഇപ്പോ പോ. ശൊന്നതു മാതിരി ചെയ്യ്. എന്നിട്ട് പഠിച്ചാ പോതും."

നിശ്ശബ്ദം ഇറങ്ങിപ്പോന്നു. എല്ലാവരോടും നല്ല മലയാളത്തിൽ സംസാരിക്കുന്ന ഹെഡ്മാസ്റ്റർ എന്നെ കണ്ടാൽ തമിഴേ പറയൂ. പട്ടക്കുട്ടിയെന്നു കരുതിയാവാം.

മതി, ഇത്രയൊക്കെ പഠിച്ചതു മതി. മനസ്സിലുറച്ചു.

ഒരുദിവസം അപ്രതീക്ഷിതമായി അച്ഛൻ വീട്ടിൽ വന്നു. അങ്ങനെ അധികം പതിവില്ലാത്തതാണ്. താഴത്തുമഠത്തിൽ എത്തിയിട്ട് ആളയയ്ക്കാറാണു പതിവ്. വില്ലുവണ്ടിയുടെ വരവു കണ്ടപ്പോൾ മനസ്സിലായി. നാട്ടിൽ ഒന്നോ രണ്ടോ വില്ലുവണ്ടികളേയുള്ളൂ. അതൊന്നും ഇതുവഴി വരേണ്ട കാര്യമില്ല. ലക്ഷ്യം താനാണ് എന്നു തീർച്ച. നേരെ മുന്നിൽ ചെല്ലണ്ട. ഓടിച്ചെന്ന് അമ്മയോടു വിവരം പറഞ്ഞു. അമ്മ ധൃതിയിൽ വേഷംമാറി, നേരിയതെടുത്ത് കഴുത്തറ്റം പുതച്ച് മുൻവശത്തേക്കു ചെന്നപ്പോൾ അച്ഛൻ മുറ്റത്തെത്തിയിരുന്നു.

"എവിടെയാ കഴുവേറി. വിളിയവനെ."

"കയറി ഇരിക്കണം. ഞാനവനെ വിളിക്കാം."

അച്ഛൻ വരാന്തയിൽ കയറി നിവർത്തി ഇട്ടിരുന്ന പുൽപ്പായയിൽ ഇരുന്നു. വണ്ടിക്കാരൻ കൊണ്ടുകൊടുത്ത ചെല്ലത്തിൽനിന്നും വെറ്റിലയെടുത്ത് മുറുക്കാൻ ആരംഭിച്ചു. അമ്മ നിർബ്ബന്ധിച്ച് പിടിച്ച് എന്നെ മുന്നിൽ കൊണ്ടു നിർത്തി.

"നീ സ്കൂളിൽ പോണില്ലേ."

മറുപടി പറഞ്ഞില്ല.

“ഞാനെല്ലാം അറിയുന്നു. ആ ഇൻസ്പെക്ടർ പറഞ്ഞപ്പോൾ എല്ലാം മാറിക്കോളുമെന്നു കരുതി. ഇപ്പോൾ സ്കൂളിൽനിന്നും പുറത്താക്കിയല്ലേ.”

എല്ലാം അച്ഛനറിഞ്ഞിരിക്കുന്നു. അങ്ങനെയുള്ള വരവാണ്. ഇതൊക്കെ ഭക്തിവിലാസത്തിലറിഞ്ഞാൽ അച്ഛൻ സമാധാനം പറയേണ്ടിവരും.

“ങാ, കമലാക്ഷീ. രണ്ടു ദിവസം കഴിഞ്ഞ് വിടുതൽ സർട്ടിഫിക്കറ്റു വാങ്ങി ഇവനെ തിരുവനന്തപുരത്തു കൊണ്ടുവാ. അട്ടക്കുളങ്ങര സ്കൂളിൽ ചേർക്കാം. ഒമ്പതാം ക്ലാസുവരെ പഠിക്കാം. അതുകഴിഞ്ഞാലെന്തു വേണമെന്ന് അന്നാലോചിക്കാം.”

“ഞാൻ വരുന്നില്ല. ഇനി പഠിക്കുന്നില്ല.”

“പിന്നെ. ഇവിടെ രാഷ്ട്രീയം കളിച്ചു നടക്കാമെന്നോ.”

“മാപ്പെഴുതി കൊടുക്കാൻ വേണ്ട തെറ്റൊന്നും ചെയ്തില്ല.”

“പിന്നെ. ഈ കാണിക്കുന്നതൊക്കെ ശരിയാണോ. പൊന്നു തമ്പുരാനെതിരെയാണീ സമരവും കൂട്ടുകെട്ടും. രാജ്യദ്രോഹമാണു കുറ്റം. നീ കുഞ്ഞാണ്. ഇപ്പോഴിതൊന്നും മനസ്സിലാകില്ല.”

ഞാനൊന്നും പറഞ്ഞില്ല. ശകലം നിശ്ശബ്ദത. വായിൽ നിറഞ്ഞ മുറുക്കാൻ മുറ്റത്തേക്കു നീട്ടിത്തുപ്പി. പിന്നേയും ആലോചിച്ചതുപോലെ ഇരുന്നു.

“ഉം. ശരി. നീ മാപ്പൊന്നും എഴുതണ്ട. രാമയ്യരോടു ഞാൻ പറയാം. വിടുതൽ വാങ്ങിവാ. നിനക്കു താമസിക്കാനും മറ്റും പ്രത്യേക സൗകര്യം ഒരുക്കിത്തരാം. രാമൻപിള്ളയുടെ വീട്ടിൽ സൗകര്യമുണ്ട്. മഠത്തിൽ നിനക്കു പറ്റില്ല. എപ്പോഴും ആളും തെരക്കും. പൂജയ്ക്കും ജാതകം നോക്കാനും മറ്റും.”

“ഞാൻ വന്നാലെങ്ങനാ. ഇവിടെ ആരുമില്ലല്ലോ. പ്രായമായ അമ്മൂമ്മ. അമ്മ, പിന്നെ അനിയനു വേറെയാരുമില്ലല്ലോ.”

“നീയാണോ ഇവരുടെ ഒക്കെ കാര്യം നോക്കുന്നത്. എങ്ങനേം പഠിച്ച്, എന്തെങ്കിലും ജോലിയുണ്ടാക്കി നാലു കാശു നേടാൻ നോക്കാതെ കണ്ട തെമ്മാടികളുമൊത്ത് – വേണ്ട നീയിവിടെ നിന്നാൽ ശരിയാവില്ല. ഞാൻ പറഞ്ഞതു നീയും കേട്ടല്ലോ കമലാക്ഷീ.” ഇതുവരെ ഒന്നും മിണ്ടാതെ നിന്ന അമ്മ മൂക്കു ചീറ്റി.

“അവൻ പോയാൽ പിന്നെ. ഇവിടെ”

തന്നെ വിട്ടുനില്ക്കാൻ അമ്മയ്ക്കാവില്ലെന്നറിയാം. കതകിനു മറഞ്ഞുനിന്ന് അമ്മൂമ്മ കൈകൊണ്ടു വിലക്കുകയും ചെയ്യുന്നു.

“ഇനി കുഴപ്പമൊന്നും ഉണ്ടാവാതെ നോക്കാം. തല്ക്കാലത്തേക്ക് ആ സാമിയോടു പറഞ്ഞ് സ്കൂളിൽ കയറ്റിയാൽ മതി.”

അച്ഛൻ കുറേ നേരം എന്തോ ആലോചിച്ചിരുന്നു. വീണ്ടും ഒരു വെറ്റിലയെടുത്തു നൂറുതേയ്ച്ച് വായ്ക്കകത്തിട്ടു. അടയ്ക്കാ തുണ്ടെടുത്ത് ഊതി അതും വായിലിട്ടു ചവയ്ക്കാൻ തുടങ്ങി.

"ശരി. ഞാൻ രാമയ്യരെ കാണട്ടെ. നാളെയേ തിരിച്ചു പോകുന്നുള്ളു. നീ വൈകിട്ടു മഠത്തിലേക്കു വാ."

അച്ഛൻ കൈ കുത്തി മെല്ലെയെണീറ്റു.

"എടാ" ഉറക്കെ വിളിച്ചു. വണ്ടിക്കാരനെയാണ്. അയാൾ ഓടിവന്നു. മുറുക്കാൻചെല്ലം ചൂണ്ടിക്കാട്ടി അയാളോടു പറഞ്ഞു.

"എടുത്തുവാ. പോകാം."

ഒന്നു രണ്ടടി മുന്നോട്ടു നടന്നിട്ടു തിരിഞ്ഞു നിന്നു.

"എടാ. കഴുവേറീ. നാളെ കാവിൽ പൂജയ്ക്കു പോണം. രാവിലെ തയ്യാറായി വാ."

അതെനിക്കുള്ള നിർദ്ദേശമാണ്. ഒന്നുമൂളി. പെരുംകുളത്തിനടുത്തു കാവാണ്. ഞങ്ങളുടെ വസ്തുവിനകത്തു പ്രത്യേകം സംരക്ഷിച്ചു വരുന്ന കാവ്. അതിനകത്ത് ശാസ്താവിന്റെ പ്രതിഷ്ഠയുണ്ട്. നിലവും പുരയിടവുമൊക്കെ പാട്ടത്തിനു കൊടുത്തിരിക്കുന്നു. അച്ഛൻ തിരുവനന്തപുരത്തു നിന്നും വരുമ്പോഴൊക്കെ അവിടെപോയി പൂജയും തേവാരവും പതിവാണ്. പാട്ടക്കാരൻ അവശ്യം വേണ്ട പാത്രങ്ങളും വിളക്കും എണ്ണയും അരിയും തേങ്ങയും എല്ലാം എത്തിക്കും. കത്തിക്കാനുള്ള വിറകും, അടുപ്പും എല്ലം ഒരുക്കിക്കൊടുക്കും. തൊട്ടുതാഴെ, നെൽപ്പാടങ്ങളുടെ തലപ്പത്തുള്ള കുളത്തിൽ ചെന്നുകുളിച്ച് അച്ഛൻ പൂജയ്ക്കും നിവേദ്യത്തിനും തയ്യാറാവും. കൈയാളായി ഞാനും. പച്ചരി കൊണ്ടുള്ള വറ്റിച്ച നിവേദ്യച്ചോറും ഇളം വഴുതനങ്ങയും പച്ചമുളകും ചുട്ടെടുത്ത് പുളിയും ഉപ്പും ചേർത്തുള്ള കറിയും. ഇത്ര സ്വാദിഷ്ഠമായ ആഹാരം വേറെ കണ്ടിട്ടുമില്ല. കഴിച്ചിട്ടുമില്ല.

അച്ഛൻ വണ്ടിയിൽ കയറി. അത് ഛട ഛടായെന്ന ശബ്ദത്തോടെ നീങ്ങി. എല്ലാവർക്കും ആശ്വാസമായി. അച്ഛന്റെ വരവു കണ്ടപ്പോൾ എന്തൊക്കെയോ സംഭവിക്കാൻ പോകുന്നുവെന്നു തോന്നിയിരുന്നു. ഒന്നുമുണ്ടായില്ല.

"എന്റെ തിരുവല്ലായപ്പാ, കൃഷ്ണാ, ഗോവിന്ദാ." അമ്മ വരാന്തയിലിറങ്ങി ദൈവത്തെ തൊഴുതു.

നാല്

പൊതുയോഗം കഴിഞ്ഞതോടെ നാട്ടിൽ ഒരു നേതാവിന്റെ പരിവേഷം. പിള്ളാരൊക്കെ ഒരുതരം ആരാധനയോടെയായി പെരുമാറ്റം. പ്രായമായവർക്ക് ഒപ്പമിരുത്താൻ കൊള്ളാമെന്ന ഭാവം. ഇതിനകം തന്നെ സ്കൂളിൽനിന്നും പുറത്താക്കിയെന്നും അച്ഛൻ തെരക്കു പിടിച്ചുവന്നു ശാസിച്ചെന്നും മറ്റും നാട്ടിൽ വാർത്തയായി. ഇനിയെന്താ പരിപാടിയെന്ന് എല്ലാവരും ഉറ്റുനോക്കി.

ഞായറാഴ്ച രാവിലെ തന്നെ ഗോപിയണ്ണൻ തെരക്കി വന്നു. അമ്മയുടെ മുഖത്ത് പതിവിൽ കവിഞ്ഞ ഗൗരവം.

"ഗോപിപ്പിള്ളേ. നിങ്ങളാണോ ഈ ചെറുക്കനെ വിളിച്ചുകൊണ്ടു പോയി ചീത്തയാക്കുന്നേ. ഇവനതിനൊക്കെ പ്രായമായില്ലല്ലോ. അവന്റെ അച്ഛന്റെ നിലയും വിലയും നിങ്ങൾക്കറിയില്ലേ. ഇതു വല്ലതും കൊട്ടാരത്തിലറിഞ്ഞാപ്പിന്നെ അദ്ദേഹത്തിന്റെ സ്ഥിതിയെന്താവും."

"അയ്യോ അക്കാ. ഞാനതിനൊന്നും വന്നതല്ല. കണ്ടിട്ട് ഒരുപാടു ദിവസമായി. അതുകൊണ്ടാ."

"ങാ ശരി ശരി. കണ്ടിട്ടു പൊയ്ക്കോ. നിങ്ങടെ സംഘത്തിലൊന്നും ഇനി ചേർക്കാൻ നില്ക്കണ്ട."

അമ്മ വെട്ടിത്തിരിഞ്ഞു പോയി.

"നീയിനി വരില്ലേടാ യോഗത്തിന്."

ഗോപിയണ്ണൻ ശബ്ദം താഴ്ത്തി ചോദിച്ചു.

"പിന്നെ വരാതെ. ഗോപിയണ്ണൻ പോ. ഞാൻ വൈകിട്ടെത്തും."

അന്നു യോഗത്തിൽ എന്റെ കാര്യമായി പ്രധാന ചർച്ചാ വിഷയം. പഠനം തുടരേണ്ടതാണ്. പക്ഷേ, ഒരു കാരണവശാലും മാപ്പെഴുതി കൊടു

ക്കരുത്. മാപ്പെഴുതിക്കൊടുക്കാതെ തിരിച്ചെടുത്തില്ലെങ്കിൽ പഠനം ബഹിഷ്കരിച്ചാലും തെറ്റില്ല. പക്ഷേ, ഒരു വിദ്യാർത്ഥി പ്രക്ഷോഭമോ മറ്റോ സംഘടിപ്പിക്കാനുള്ള ബലമില്ലായിരുന്നു താനും.

ഏതായാലും സ്കൂളിൽ പോയി ഭാഗ്യം പരീക്ഷിക്കാനുള്ള അവസരം കിട്ടുന്നതിനു മുൻപേ പട്ടണത്തിൽ ഒരു ജാഥയിൽ പങ്കെടുക്കാൻ പോയി. ഒരു വൻ പ്രകടനമായിരുന്നു. ജനനേതാക്കൾ നയിച്ച കൂറ്റൻ ജാഥ. റോഡു നിറഞ്ഞ് സെക്രട്ടേറിയേറ്റിലേക്കു നീങ്ങി. ത്രിവർണ്ണപതാകകൾ ഏന്തി നേതാക്കൾ മുൻനിരയിൽ തന്നെയുണ്ടായിരുന്നു. നേതാക്കൾക്ക് ജയ് വിളിച്ചുകൊണ്ടും ദിവാൻജിയെ പുലഭ്യം പറഞ്ഞും ജനസമുദ്രം. സെക്രട്ടേറിയേറ്റിൽ തള്ളിക്കയറാൻ ശ്രമിച്ച ജാഥയെ ഗേറ്റിൽ പൊലീസ് തടഞ്ഞുനിർത്തി. ഉന്തും തള്ളുമായി. നേതാക്കന്മാരെ അറസ്റ്റു ചെയ്ത് വാനിൽ കയറ്റി. ജനക്കൂട്ടത്തെ ലാത്തിച്ചാർജ്ജു ചെയ്തു. ധാരാളം പേർ അടികൊണ്ടു വീണു. അവരെ ചവിട്ടുകയും വീണ്ടും മർദ്ദിക്കയും ചെയ്തു. കൈയിൽ കിട്ടിയ ചിലരെക്കൂടെ നേതാക്കന്മാരോടൊത്ത് അറസ്റ്റ് ചെയ്ത് വാനിൽ കയറ്റി. അക്കൂട്ടത്തിൽ താനും പെട്ടുംപോയി. ഒരുപാടു സന്തോഷിച്ചു. നേതാക്കന്മാരോടൊത്തു അറസ്റ്റിൽപ്പെടുക. അതൊരു ഭാഗ്യം തന്നെ.

അട്ടക്കുളങ്ങര സബ്ജയിലിലേക്കാണു കൊണ്ടുപോയത്. കാര്യമായ ശിക്ഷയൊന്നുമില്ല. നേതാക്കന്മാരെ രണ്ടും മൂന്നും പേരെവീതം ഓരോ മുറിയിലാക്കി. ശേഷിച്ചവരെയെല്ലാം കൂടി ഒന്നു രണ്ടു വലിയ മുറികളിൽ അടച്ചു. നീണ്ടുനിവർന്നു കിടക്കാനുള്ള സ്ഥലംപോലും ഇല്ല. അന്നേദിവസം ആഹാരവും കിട്ടിയില്ല. വിശപ്പുമൂലം അടികൊണ്ട വേദന മറന്നു. രാത്രിയിലെപ്പോഴോ ചുമരിൽ ചാരി ഇരുന്നുറങ്ങി. വിവരം വീട്ടിലറിഞ്ഞോ ആവോ. എങ്കിൽ അമ്മ എന്തൊക്കെയാ കാട്ടുകയെന്നു പറയാൻ വയ്യ. കുട്ടമ്മാവന് സ്വൈരം കൊടുക്കില്ല. ഒരു കാര്യവുമില്ലാതെ ശേഖരൻകുട്ടിയെ ശകാരിക്കയും, പിച്ചുകയും ഒക്കെ ചെയ്തെന്നിരിക്കും. കോവിലിനകത്തിരിക്കുന്ന കൃഷ്ണനും ചെവികേൾക്കാനൊക്കില്ല. രാവിലെ ചില നേതാക്കൾ വരാന്തവഴി വന്നു അഴിക്കു മുന്നിൽക്കൂടി ക്ഷേമം അന്വേഷിച്ചു. “സുഖമാണോ. ഇന്നലെ ആഹാരമൊന്നും കിട്ടിയില്ലല്ലേ. ഉറങ്ങാനും കഴിഞ്ഞിട്ടുണ്ടാവില്ല. ഞങ്ങളുടെയും കഥയതു തന്നെ. സാരമില്ല. വലിയൊരു ലക്ഷ്യത്തിലേക്കാണല്ലോ നമ്മൾ പോകുന്നത്. സ്വാതന്ത്ര്യം കിട്ടണമെങ്കിൽ ഇതിനപ്പുറവും സഹിച്ചേതീരൂ. ഞങ്ങൾക്കിതു പുത്തരിയല്ല. നിങ്ങൾക്കു തുടക്കവും. നമുക്കു ചെയ്യാവുന്ന ത്യാഗമാണെന്നു കരുതിയാൽ മതി.”

കുറച്ചുകഴിഞ്ഞപ്പോൾ ഞങ്ങളെ തുറന്നുവിട്ടു. പ്രാഥമികാവശ്യങ്ങൾക്കായി നിർദ്ദേശിക്കപ്പെട്ട സ്ഥലം കാട്ടിത്തന്നു. ആ സ്ഥലം കണ്ടപ്പോൾത്തന്നെ ഛർദ്ദിക്കാൻ തോന്നി. ജയിലാണല്ലോ എന്ന ബോധം എല്ലാ

റ്റിനേയും നേരിടാൻ മനസ്സിനെ മെരുക്കി. കാലത്തേ മുതൽ ആഹാരം കിട്ടിത്തുടങ്ങി. കഴിക്കാവുന്ന ഒന്നുമില്ല, എങ്കിലും വിശപ്പ് അതിനെ സ്വാഗതം ചെയ്തു.

പത്തുദിവസം ജയിലിൽ കിടന്നു. കോടതിയിൽ കൊണ്ടുപോകുമെന്നും കേസു ചാർജു ചെയ്യുമെന്നുമൊക്കെ കേട്ടിരുന്നു. ഒന്നും ഉണ്ടായില്ല. പതിനൊന്നാം ദിവസം എല്ലാവരേയും മോചിപ്പിച്ചു. ഗേറ്റിനു മുന്നിൽ സ്വീകരിക്കാൻ ഒരു വലിയ ജനക്കൂട്ടം തന്നെയുണ്ടായിരുന്നു. ജയ്വിളികളോടെ നേതാക്കന്മാരെയും ഞങ്ങളെയും പ്രവർത്തകർ സ്വീകരിച്ചു. അങ്ങകലെ ആകാംക്ഷാപൂർവ്വം കാത്തുനില്ക്കുന്ന കുട്ടമ്മാവനെ കണ്ടപ്പോൾ സങ്കടം അണപൊട്ടിയൊഴുകി. എന്നെക്കാൾ അവശനെപ്പോലുണ്ട്. പാറിപ്പറന്ന മുടി, വളർന്ന താടിയും മീശയും മുഷിഞ്ഞവേഷം. ഞാനോടിയടുത്തെത്തിയപ്പോൾ വാരിപ്പുണർന്നു. കണ്ണിൽനിന്നും കണ്ണു നീരടർന്നു മുഖത്തുവീണു.

“എന്താ കുട്ടമ്മാവാ ഇത്. കരയുന്നതെന്തിന്. എനിക്കൊന്നും പറ്റിയില്ലല്ലോ.”

“ഒന്നുമില്ല. സന്തോഷം കൊണ്ടാ. വാ. വീട്ടീപ്പോവാം ചന്ത റോഡു വഴിപോയാ വേഗം ആര്യശാലയെത്താം. അവിടുന്നു ബസു കിട്ടും.”

എന്നെയും പിടിച്ചുകൊണ്ട് വേഗം നടന്നു. നടക്കുന്നതിനിടയിൽ പറഞ്ഞു. അമ്മ മിക്കവാറും കിടപ്പുതന്നെ. ശരിക്കാഹാരം കഴിക്കുന്നില്ല, കുളിക്കുന്നില്ല. എല്ലാവരോടും ദേഷ്യമാ.

“എന്നെക്കാണുമ്പോൾ ദേഷ്യപ്പെടും.”

കുട്ടമ്മാവൻ പറഞ്ഞു.

“നീയെന്തിനെടാ ഇവിടെ നില്ക്കുന്നത്, ആവുമെങ്കിപ്പോയി കൊച്ചിനെ കൊണ്ടുവാ. എനിക്കൊരാന്തൊണ ഇല്ലാഞ്ഞിട്ടല്ലേ. എന്നൊക്കെപ്പറയും. ഞാൻ മിക്കവാറും വരും. ഗേറ്റിൽ തെരക്കുമ്പം നാളെവിടും നാളെവിടുമെന്നു പറയും. വൈകുന്നേരം വരെ നിന്നിട്ടു തിരിച്ചുപോവും. നാലഞ്ചുവായെടുക്കാ പ്രാണികളവിടെ കെടക്കണില്ലേ. അതിന്റെ കാര്യവും നോക്കണമല്ല്.”

കുട്ടമ്മാവന്റെ പശുക്കളുടെ കാര്യമാണ്. ആകെയുള്ള ബന്ധുക്കൾ ആ പശുക്കളാണ്. സ്വത്തും. “ഞാൻ സാമിയെ ചെന്നു കണ്ടു കാര്യം പറഞ്ഞു. എന്നെ അടിച്ചില്ലെന്നേയുള്ളു. ആട്ടിയോടിച്ചു. സാമി പറയുന്നതു കേട്ടാൽ തോന്നും ഞാനാണു നിന്നെ കാൺഗ്രസാക്കിയെന്ന്.”

“സാരമില്ല കുട്ടമ്മാവാ. അച്ഛനു വിഷമം കാണും. അതുകൊണ്ടാണ്. അതു മനസ്സിൽ വയ്ക്കണ്ട.”

“ഉം. വിഷമം. വീട്ടിൽ വന്ന് ഇല്ലാത്ത പുക്കാറുണ്ടാക്കീറ്റുപോയി. നിന്നെയിനി വീട്ടിൽ കയറ്റരുതെന്നാണു കല്പന. ദാഹിക്കുന്ന പച്ചവെള്ളം തന്നുപോകരുതുപോലും. അങ്ങനെ ചെയ്താപ്പിന്നെ സാമിയൊണ്ടെന്നോ,

പാട്ടക്കാരിൽനിന്നും നെല്ലും പണവും കിട്ടുമെന്നോ കരുതണ്ടത്രേ. ദിവാൻ സാമി ചോദിച്ചുപോലും താണുവയ്യരുടെ മോനും കാഗ്രസാണോന്ന്, അതാണിത്ര ദേഷ്യവും. സാരമില്ലെടാ വീട്ടി കേറ്റില്ലെങ്കി എന്റെ ചായ്പില് നെനക്കൂടെ കെടക്കാൻ സ്ഥലമൊണ്ട്. നീ സങ്കടപ്പെടണ്ട."

ഏതാണ്ട് ഉച്ചയടുക്കാറായി വീട്ടിലെത്തുമ്പോൾ. നടന്നല്ല ഓടിയാണ് ചെന്നു കയറിയത്. വീട്ടിലാകെ ഒരു മൂകത. പടികയറുമ്പോൾ തന്നെ വിളിച്ചു. "അമ്മേ!"

"ഇങ്ങോട്ടു കേറണ്ടെന്നു പറയമ്മേ. അവന്റെ അമ്മ ചത്തു പോയെന്നു പറഞ്ഞാമതി."

"ഛീ. പോക്കണം കേടു പറയാതെടീ. മക്കളു കേറി വാ."

അമ്മൂമ്മ വെളിയിലേക്കിറങ്ങി വന്നു. കെട്ടിപ്പിടിച്ച് പുറത്തൊക്കെ തടവി.

"ഒരുപാടടിച്ചോടാ നിന്നെ."

"ഹേയ്. ആരു പറഞ്ഞടിച്ചെന്ന്. നേതാക്കന്മാരുടെ കൂടെയല്ലേ കൊണ്ടുപോയത്. സത്യംപറഞ്ഞാൽ സുഖമായിരുന്നമ്മച്ചീ."

"ഓ, ജയിലിലല്ലേ സുഖം"

അകത്തുനിന്നും അമ്മയുടെ പറച്ചിൽ.

"ങാ, വല്യമ്മാ. കാര്യങ്ങള് പിന്നേം പറയാം. കഞ്ഞിവച്ചതോ. പഴിഞ്ഞിയോ വല്ലതുമൊണ്ടോ ചെറുക്കനു കൊടുക്കാൻ. ഇതുവരെ ജലപാനം കഴിച്ചിട്ടില്ല."

കുട്ടമ്മാവൻ ഇടങ്കോലിട്ടു.

"അയ്യോ. ഞാനതു മറന്നു. കുട്ടാ, നീയുംവാ. നീയുമിതുവരെയൊന്നും കഴിച്ചു കാണൂല്ലല്ല്."

"എനിക്കൊള്ളതു വീട്ടിലിരിപ്പൊണ്ട്. എടാ വല്ലതും കഴിച്ചോണ്ട് അങ്ങോട്ടുവാ. അവിടെ കെടന്നുറങ്ങാം. വൈകിട്ട് ഒരുമിച്ച് കൊളത്തിപ്പോയി കുളിക്കാം."

"ഓ." ഞാൻ മൂളി.

അടുക്കളയിലേക്കു നടക്കുന്ന വഴി അമ്മയുടെ അടുത്തേക്കു ചെന്നു. അമ്മ മറുവശം തിരിഞ്ഞു കിടന്നുകളഞ്ഞു. അല്ലെങ്കിലും അമ്മയുടെ വാശി എനിക്കറിയാത്തതല്ലല്ലോ. അപ്പോഴാണ് ഒരു പഴയകഥ ഓർമ്മ വന്നത്. അന്നെനിക്കു രണ്ടോ മൂന്നോ വയസ്സേ പ്രായമുള്ളത്രേ. പിന്നീട് അമ്മൂമ്മയോ കുട്ടമ്മാവനോ പറഞ്ഞു കേട്ട കഥയാണ്. അച്ഛൻ സ്വത്തുക്കൾ ഇഷ്ടദാനം എഴുതാൻ തീരുമാനിച്ചു. അതനുസരിച്ച് രണ്ടു ഭാര്യമാർക്കുമായി ഇഷ്ടദാനം എഴുതി രജിസ്റ്റർ ചെയ്തു. ഒരു ദിവസം അമ്മയെ താഴത്തു മഠത്തിലേക്കു വിളിപ്പിച്ചു. പ്രമാണം എടുത്തുകൊടുത്തിട്ടു പറഞ്ഞു.

"ഇത് നിനക്കു കുറച്ച് നിലവും. പുരയിടവും ഇഷ്ടദാനമായി തരു

ന്നതിന്റെ ആധാരമാണ്. സൂക്ഷിച്ചുവയ്ക്ക്. ഇനി മുതൽ നിനക്കുള്ള പാട്ട നെല്ലും പണവും വീട്ടിലെത്തിക്കോളും."

കൂടുതലൊന്നും ചോദിക്കാതെ അമ്മ പ്രമാണവുമായി തിരിച്ചു പോണു. പിറ്റേദിവസം തന്നെ കുട്ടമ്മാവനെ പറഞ്ഞയച്ചത് കിഴക്കേവിളാകം രാമൻപിള്ളയമ്മാവനെ വിളിപ്പിച്ചു. ആധാരം വിശദമായി വായിപ്പിച്ചു. വസ്തു സംബന്ധമായ ഏതു കാര്യത്തിനും രാമൻപിള്ളയമ്മാവനാണ് അവസാന വാക്ക്. മുഴുവൻ വായിച്ചു കേട്ടപ്പോൾ അമ്മയ്ക്കു മനസ്സിലായി പെരുംകുളത്തുള്ള പതിനഞ്ചേക്കർ വസ്തുവിൽ കാവിരിക്കുന്ന ഒരേക്കർ നീക്കി ബാക്കി പുരയിടവും ഏഴേക്കറോളം വരുന്ന നിലവും അമ്മയുടെ പേർക്ക് ഇഷ്ടദാനമായി നല്കിയിരുന്നു. നാട്ടിൽ മഠവും ചുറ്റുമുള്ള വസ്തുക്കളും മുൻവശത്തെ ഏലായിലുള്ള നിലവും മാമ്പറക്കോണത്തുള്ള പുരയിടവും നിലങ്ങളും മഠത്തിലെ അമ്മയ്ക്കും കൊടുത്തു. പെരുംകുളത്തേക്ക് നാലഞ്ചുനാഴിക ദൂരമുണ്ട്. നാട്ടിൽ മാമ്പറക്കോണത്തുള്ള അഞ്ചേക്കർ പുരയിടവും മൂന്നേക്കറോളം വരുന്ന നിലവും അമ്മയെ മുൻപേ മോഹിപ്പിച്ചിരുന്നു. അതുകിട്ടിയാൽ കുട്ടമ്മാവനെക്കൊണ്ട് നേരിട്ടുകൃഷി ചെയ്യിക്കുന്ന കാര്യം ആലോചിച്ചുറപ്പിച്ചതാണ്. അപ്പോഴാണ് ഉദ്ദേശിച്ചതിലേറെയുണ്ടെങ്കിലും അങ്ങു കാണാമയറത്തുള്ള വസ്തു ചാർത്തിക്കിട്ടിയത്. വല്ലാത്ത വിഷമമായി. പിറ്റേദിവസം തന്നെ ചെല്ലൻ പണിക്കരുടെ വില്ലുവണ്ടി വരുത്തി രാമൻപിള്ള അമ്മാവനേം കൂട്ടി രജിസ്റ്റർ കച്ചേരിയിൽ പോയി, കിട്ടിയ വസ്തുക്കൾ അച്ഛന്റെ പേരിൽ തിരിച്ചു പതിപ്പിച്ചു. ആ ആധാരം അച്ഛന്റെ മുൻപിൽ കൊണ്ടിട്ടു.

"നടയിൽ കിടക്കുന്ന ഒരു പിടി മണ്ണോ ഒരു പറനിലമോ തരാൻ തോന്നിയില്ലല്ല്. ഒരാൺ തുണയില്ലാത്ത എനിക്ക് അങ്ങ് ഐസ്രാങ്കോണത്തുള്ള വസ്തു വേണ്ട. അതിവിടെത്തന്നെ ഇരിക്കട്ട്." എന്നു പറഞ്ഞ് തിരിച്ചു പോന്നു. അതിനുശേഷം എത്രയോ കൊല്ലം പരസ്പരം കാണുകയോ സംസാരിക്കയോ ഉണ്ടായില്ല. പിന്നെപ്പോഴോ പിണക്കം തീർന്നു. അതിനുശേഷമാണ് അനിയന്റെ ജനനം. അച്ഛനാ വസ്തുവിന്റെ കാര്യം പിന്നീടൊരിക്കലും സംസാരിക്കയേ ചെയ്തിട്ടില്ലെന്നാണ് അമ്മൂമ്മ പറഞ്ഞത്. അമ്മയും അതു സൂചിപ്പിച്ചിട്ടു പോലുമില്ല. ഒരുപക്ഷേ, പഴയ തറവാട്ടു പാരമ്പര്യമായിരിക്കാമെന്നു അമ്മ സമാധാനിക്കും. അമ്മൂമ്മയ്ക്ക് അതൊക്കെ പറയാൻ ആവേശമാണ്.

ഒരുകാലത്ത് നാട്ടിലെ പ്രമാണിമാരായിരുന്നു മണ്ണിശ്ശേരി കാരണവന്മാർ. കളരിയും ആനപ്പന്തിയും തെക്കതും ഒക്കെയുണ്ടായിരുന്നു. കൊല്ലിനും കൊലയ്ക്കും അധികാരമുള്ള മാടമ്പിമാർ. ഏതോ കാരണവർക്ക് കൊട്ടാരത്തിൽനിന്നും പട്ടും വളയും കിട്ടിയിട്ടുണ്ടത്രേ. ചെമ്പുപട്ടയത്തിൽ വസ്തുക്കളും. ആണ്ടുതോറും തെക്കതിൽ കൊടുതിയും പാട്ടും നടത്തും. ഏതാണ്ട് ഒരു മാസത്തോളം നീളുന്ന പരിപാടി. അതു

കഴിഞ്ഞാൽ പേരുകേട്ട തിരുവാതിരക്കളിക്കാരെ വരുത്തി പടിപ്പുരയിൽ പരിശീലനം. വിദഗ്ദ്ധരായ കായികാഭ്യാസികളെ പങ്കെടുപ്പിച്ച് തെക്കൻ, വടക്കൻ മുറകളിലുള്ള അഭ്യാസവും പരിശീലനവും. ഓണത്തിനും ശിവ രാത്രിക്കും കഥകളിയും ഓട്ടൻതുള്ളലും ചാക്യാർകൂത്തും മറ്റും. ആ ദിവ സങ്ങളിൽ കാഴ്ചക്കാരുൾപ്പെടെ ഏവർക്കും ആഹാരം. പങ്കെടുക്കുന്ന വർക്ക് പണവും പാരിതോഷികവും. നാലുകെട്ടിലും പടിപ്പുരയിലും വട ക്കേതിലും വയ്പുപുരയിലും എപ്പോഴും ആൾത്തിരക്കാണ്. ഉച്ചയ്ക്ക് ഒന്നോ രണ്ടോ മണിക്കൂർ വലിയ ബഹളം കാണില്ല. ഏതാണ്ടെല്ലാവരും മയക്കത്തിലായിരിക്കും. അപ്പോഴാണ് അടുക്കളയിലും പുറത്തും ജോലി ചെയ്യുന്ന പെണ്ണുങ്ങൾ നടുനീർക്കുന്ന ഭാവത്തിൽ നാട്ടുവർത്തമാനവും കൊച്ചുവർത്തമാനവും നുണയും പറയാനുള്ള അവസരം.

ആണുങ്ങൾക്കും പെണ്ണുങ്ങൾക്കും കുളിക്കാൻ വെവ്വേറെ കുളങ്ങൾ. കാരണവന്മാർക്ക് ഇരിക്കാൻ പ്രത്യേകം കസേര. കിടക്കാൻ കട്ടിലും മെത്തയും. ആഹാരം കഴിക്കാൻ പാത്രങ്ങൾ.

മരുമക്കത്തായമായിരുന്നതുകൊണ്ട് കുടുംബത്തിലെ മൂത്ത പുരു ഷൻ കാരണവരാകുന്നു. ഭരണം അദ്ദേഹത്തിന്റെ കൈകളിലാണ്. ഏതു കാര്യവും നടത്തുന്നതും നടത്തിക്കുന്നതും അദ്ദേഹം തന്നെ. പാട്ടക്കാർ എത്തിക്കുന്ന നെല്ല് അറകളിലാക്കി സൂക്ഷിക്കും. പാട്ടം കിട്ടുന്ന പണം ഉറപ്പുള്ള കാൽപ്പെട്ടികളിൽ ശേഖരിക്കും. അതൊക്കെ ആവശ്യാനുസരണം എടുക്കുന്നതും ചെലവഴിക്കുന്നതും കാരണവരാണ്. മറ്റു പുരുഷന്മാർക്ക് പണിയൊന്നുമില്ല. വേണമെങ്കിൽ ഊരുചുറ്റി നടക്കാം, അല്ലെങ്കിൽ കൂടി യിരുന്നു വട്ടുകളിക്കയോ ചൂതുക്കളിക്കയോ ആകാം. കാരണവർ എന്തെ ങ്കിലും നിർദ്ദേശിച്ചാൽ അതനുസരിക്കുക, സമയാസമയം തറവാട്ടിലെത്തി ഉണ്ട്, ഉറങ്ങി, വേണമെങ്കിലല്പം വ്യായാമം ചെയ്ത് സമയം കളയാം. രാത്രി ആഹാരം കഴിഞ്ഞ് കാരണവരും പുറകേ പ്രായപൂർത്തിയായ മറ്റാ ണുങ്ങളും ചൂട്ടുകറ്റ കത്തിച്ച് ഭാര്യാഗൃഹത്തിലേക്കു പോകും. അപ്പോ ഴേക്കും സ്ത്രീകളുടെ സംബന്ധക്കാർ ചൂട്ടുകറ്റകളുമായി വന്നു തുടങ്ങിയിരിക്കും. അമ്മ വീട്ടിൽ ഊണ് അച്ഛി വീട്ടിൽ ഉറക്കമെന്നാണ ന്നത്തെ രീതി. സ്ത്രീകൾ കുളിച്ചു വേഷം മാറി. തലയിൽ പൂ ചൂടി, ഭർത്താ വിനു കൊടുക്കാൻ പാലെടുത്തുവച്ച്, മുറുക്കാൻ തെറുത്തുവച്ച് കാത്തി രിക്കുന്നുണ്ടാവും. അതാണു ചിട്ട. പകൽ സ്ത്രീകൾ നാലുകെട്ടിന്റെ വരാ ന്തകളിൽ പരസ്പരം വഴക്കടിച്ചും, തലയിലെ പേൻ കൊന്നും ചിലപ്പോൾ പിന്നാമ്പുറത്ത് ജോലിക്കാരികളുമായി പരദൂഷണം പറഞ്ഞും, കുഞ്ഞു ങ്ങളെ പ്രസവിച്ചും വളർത്തിയും കഴിയും. പ്രായമായ സ്ത്രീകൾ രാവി ലെയും സന്ധ്യക്കും കീർത്തനങ്ങൾ ആലപിക്കും. ബാക്കി സമയം ഉറ ങ്ങിത്തീർക്കും. സ്വന്തം സഹോദരന്മാരുടെ മുന്നിൽപ്പോലും സ്ത്രീകൾ മുഖാമുഖം നില്ക്കാറില്ല. വിശേഷദിവസങ്ങളൊഴിച്ച് നാലുകെട്ടു വിട്ടിറ ങ്ങാറുമില്ല. നാലുകെട്ടിനോടു ചേർന്നു തന്നെയാണ് സ്ത്രീകളുടെ

കുളവും പടവുമൊക്കെ. ജോലിക്കാരുമായുള്ള സംവാദങ്ങൾക്ക് കുളക്കടവാണ് പ്രധാനവേദിയാകുക.

കുടുംബത്തിൽ മൂത്ത സ്ത്രീകൾക്ക് മുന്തിയ പരിഗണനയാണ്. ആ സ്ത്രീയുടെ മൂത്തമകനായിരിക്കും അടുത്ത കാരണവരാകുക എന്നാണു നിയമം. അതുകൊണ്ട് മൂത്ത സ്ത്രീകളെ ബ്രാഹ്മണരെ കൊണ്ടുതന്നെ കെട്ടിക്കുക എന്നത് തലമുറകളായി അനുഷ്ഠിക്കുന്ന ആചാരമാണ്. മറ്റു സ്ത്രീകളെ സംബന്ധിച്ച് അങ്ങനെ നിർബ്ബന്ധമില്ല. അതു ബ്രാഹ്മണനുമാകാം. നായരുമാകാം. സ്ത്രീകൾക്ക് കാര്യമായ വിദ്യാഭ്യാസമൊന്നും കിട്ടാറില്ല. സ്കൂളുകളിൽ അയച്ചു പഠിപ്പിക്കുന്ന രീതിയില്ല, മറിച്ച് നാട്ടാശാന്മാരെ വരുത്തി കുടുംബത്തിലിരുത്തിയുള്ള വിദ്യാഭ്യാസമാണു പതിവ്. അതും ഋതുമതിയാകുന്നതുവരേയുള്ളൂ. മലയാളവും സംസ്കൃതവും പഠിപ്പിക്കും. ആൺകുട്ടികളുടെ പഠിത്തവും അധികം നീളാറില്ല. സ്കൂളിലെ പ്രാഥമിക വിദ്യാഭ്യാസം, നാട്ടിലെ മികച്ച ആശാനു പഠിപ്പിക്കാൻ കഴിയുന്നതുവരെ എന്നതാണു പരിധി. പുറത്തുപോയുള്ള പഠനരീതിയൊന്നും നടപ്പിലായിരുന്നില്ല. സംബന്ധക്കാരായ ബ്രാഹ്മണർ വിദ്വാന്മാരായിരുന്നെങ്കിൽ അവരുടെ മക്കൾക്ക് കുറച്ചുകൂടെ മെച്ചപ്പെട്ട അറിവു ലഭിച്ചിരുന്നു. തറവാട്ടിൽ നിന്നാരും സർക്കാർ ഉദ്യോഗത്തിനു പോയിട്ടുമില്ല.

ചിലപ്പോഴൊക്കെ ചില ഇളമുറക്കാരണവന്മാർ പുറപ്പെട്ടു പോകുക പതിവുണ്ട്. തേങ്ങാ മേടിക്കുന്ന ചെട്ടിയാരോടോ, പാട്ടക്കാരോടോ കാരണവരറിയാതെ കുറേ പണവും മേടിച്ചു സ്ഥലംവിടും. അന്നൊക്കെ ഏതു ക്ഷേത്രത്തിൽ പോയാലും ഭക്ഷണം കിട്ടും. രാത്രിയിൽ നാലമ്പലത്തിനു വെളിയിൽ ഗോപുരത്തിലോ ഊട്ടുപുരയിലോ കിടന്നുറങ്ങും. കൈയിലെ പണം തീരുമ്പോൾ ഭജനക്കാരന്റെ വേഷമണിഞ്ഞ് ഭക്തരിൽനിന്നും ചെറിയതോതിൽ ദക്ഷിണ സ്വീകരിക്കാനാവും. ആ സമയം കൊണ്ട് ശ്മശ്രുക്കൾ വളർന്ന് ഒരു സന്ന്യാസിയുടെ പരിവേഷം കിട്ടിയിട്ടുണ്ടാവും. മണ്ണിശ്ശേരിയിലെ ഇളംമുറക്കാരനെന്ന ഭാവം കൈക്കൊണ്ട് നാടായ നാടൊക്കെ ചുറ്റിനടന്ന് മാസങ്ങൾക്കുശേഷം അല്ലെങ്കിൽ വർഷങ്ങൾക്കുശേഷം തിരിച്ചെത്തുന്നു. എവിടെനിന്നോ കേട്ടുപഠിച്ച ചില ഗോസായി വാക്കുകൾ വായിൽ തിരുകി, മുടിയും താടിയും വളർത്തി, കാവി വസ്ത്രാഡംബരനായെത്തുന്ന സ്വാമിമാർക്ക് കുറച്ചുനാൾ മുന്തിയ പരിഗണന ലഭിച്ചേക്കും. നാളുകൾക്കകം കാവിയുപേക്ഷിച്ച് മുടിയും താടിയും മുറിച്ച് പഴയതുപോലെ അച്ചിവീടുകളിൽ പോയുറങ്ങി, സന്താനോല്പാദനപ്രക്രിയ പുനരാരംഭിക്കുകയായി. സുഹൃത്തുക്കളോടും അടുപ്പമുള്ള ജോലിക്കാരോടും കുറെനാൾ യാത്രാനുഭവങ്ങളിലെ വീരശൂരപരാക്രമങ്ങൾ വർണ്ണിക്കുക പതിവാണ്.

കെട്ടുകല്യാണമായിരുന്നു തറവാട്ടിലെ മികച്ച ആഘോഷം. ഓരോ അഞ്ചുകൊല്ലത്തിലൊരിക്കലെങ്കിലും ഒരു കെട്ടുകല്യാണം നടക്കും. എട്ടും പത്തും വയസ്സുള്ള പെൺകുട്ടികളെ അണിയിച്ചൊരുക്കി മുറച്ചെറുക്കന്മാ

രായ ബാലന്മാരെക്കൊണ്ടു താലികെട്ടിക്കുകയെന്ന ലളിതമായ ചടങ്ങ്. കുടുംബത്തിലേയും സംബന്ധവീടുകളിലേയും പെൺകുട്ടികളും ബാലന്മാരും ഇതിൽപെടും. ഏതാണ്ട് ഒരുമാസം മുൻപു മുതൽ അതിന്റെ തയ്യാറെടുപ്പുകൾ ആരംഭിക്കുന്നു. കല്യാണത്തിന് വളരെ വിസ്തൃതമായ നെടുനെടുങ്കൻ പുര വേണം. ആയത് കെട്ടി അലങ്കരിച്ച് പട്ടുവിതാനം നടത്തി ക്ഷേമമാക്കണം. ഊണുപുരയും വയ്പുപുരയും അതിഥികൾക്ക് തങ്ങാനും വിശ്രമിക്കാനും വേണ്ട ഇടങ്ങൾ ഒക്കെ ഉണ്ടാക്കിയിട്ടുണ്ടാവും. നെല്ലറയുടെ വാതിൽ തുറന്നിട്ടു കൊടുക്കും. ആവശ്യമുള്ള നെല്ലെടുക്കാം. ചെമ്പുപാത്രങ്ങളിൽ കിടന്നു തിളയ്ക്കുന്ന നെല്ലിന്റെ വാസന നാടാകെ പടരുന്നു. ഉരപ്പുരയിൽ നെല്ലുകുത്തുകയും അരി ഇടിക്കുകയും ചെയ്യുന്ന ശബ്ദം ഏതാണ്ട് അർദ്ധരാത്രിവരെ കേൾക്കും. അവിടെ ജോലിക്കാരികളുടെ കലപില ശബ്ദം. പുറത്ത് പുരകെട്ടുകാരുടെ ഫലിതഭാഷണവും പൊട്ടിച്ചിരിയും.

തെക്കതിലെ പൂജ. നാട്ടിലെ തന്നെ ഉത്സവമാണ്. പൂജയും യാഗങ്ങളും കുരുതിയുമൊക്കെയുണ്ടാവും. അതിനു ദൂരെ സ്ഥലങ്ങളിൽ നിന്നുപോലും പേരുകേട്ട തന്ത്രിമാരെ ക്ഷണിച്ചുകൊണ്ടുവരും. മൂന്നുദിവസത്തെ ഹോമം. നാലാം ദിവസമാണു കെട്ട്. വലിയ ആഘോഷമായ ചടങ്ങ്. വധൂവരന്മാരെ കൊട്ടുംവാദ്യവുമായി ആനയിച്ച് പന്തലിൽ വച്ചാണ് കെട്ടു നടത്തുക. പെണ്ണുങ്ങളുടെ ശബ്ദമുഖരിതമായ കുരവ, പ്രായമായ സ്ത്രീകളുടെ ഭഗവത് പ്രാർത്ഥന, തന്ത്രിമാരുടെ ഉച്ചത്തിലുള്ള മന്ത്രോച്ചാരണം, വാദ്യഘോഷം. അതുചിലപ്പോൾ മണിക്കൂറുകളോളം നീണ്ടുനിന്നെന്നുവരും. അതുകഴിഞ്ഞ് നാലുപ്രഥമനും കൂട്ടി ഊണ്. അതോടെ ചടങ്ങുകൾ തീർന്നു. ക്ഷണിക്കപ്പെട്ടവർക്കു വേണ്ട പാരിതോഷികങ്ങൾ നല്കി യാത്രയാക്കിയാൽ കാരണവർക്കു വിശ്രമിക്കാം. ദൂരെനിന്നൊക്കെ വന്നു ചേർന്ന ബന്ധുക്കൾ എല്ലാം പോയിത്തീരാൻ പിന്നെയും ദിവസങ്ങളെടുക്കും. ഓരോ കെട്ടുകല്യാണം കഴിയുമ്പോഴും പാട്ടക്കാരുടെ എണ്ണത്തിൽ കുറവുണ്ടാകുന്നു. പാട്ടനെല്ലിന്റെ അളവും കുറയും. അതിനപ്പുറമൊന്നും കാരണവർക്കൊഴികെ മറ്റാർക്കും അറിവുണ്ടാകുകയില്ല. അന്വേഷിക്കാനവകാശവുമില്ല. അപ്പോഴും കുടുംബത്തിന്റെ യശസ്സും അന്തസ്സും ഉയർന്നു നില്ക്കുന്നുവെന്നതിൽ അഭിമാനിക്കാം. ഇങ്ങനെ കെട്ടിപ്പോയ ആരും പിന്നീടുള്ള ജീവിതത്തിൽ പങ്കാളികളാവുന്നില്ല. പ്രായമായികഴിഞ്ഞാൽ ആര്, ആരെ കെട്ടണമെന്നു തീരുമാനിക്കുന്നതു കാരണവന്മാരാണ്. അതിൽ കെട്ടുകല്യാണം കഴിക്കപ്പെടുന്നവർക്കോ അവരുടെ മാതാപിതാക്കൾക്കോ അഭിപ്രായം പറയാനാവില്ല. ഒരു നല്ല നമ്പൂതിരിയെയോ പോറ്റിയെയോ ഒത്തുകിട്ടിയാൽ അയാളെ കൂട്ടിവരും. അദ്ദേഹത്തെ സല്ക്കരിച്ചിരുത്തുന്നതിനിടെ വിളിച്ചു പറയും.

“ആ പെണ്ണിനെ കുളിച്ച് നല്ലവേഷം ധരിച്ച് ഇറങ്ങിവരാൻ പറ.”

അത്ര തന്നെ. അപ്പോൾ വീട്ടിലുള്ളവർക്കു മസ്സിലാവും തറവാട്ടിലെ ഒരു പെൺകുട്ടിയുടെ സംബന്ധം നടക്കുന്നുവെന്ന്. പെൺകുട്ടി തയ്യാറായി ഉമ്മറത്തേക്കിറങ്ങി വരുമ്പോൾ നേരിയതു വിരിച്ച പലകയിൽ കാലു മടക്കി ഇരിക്കുന്ന ആളിനെ കാണാം. മുൻവശത്ത് വെള്ളിത്തളികയിൽ മുണ്ടും നേരിയതുമൊക്കെ മടക്കിവച്ചിരിക്കും.

"ങാ ചെന്ന് ആ മുണ്ട് തൊഴുതു മേടിച്ചോ."

കാരണവരുടെ നിർദ്ദേശം കേട്ട് മുന്നിൽ ചെന്നു താണു തൊഴുതു. എടുത്തു നീട്ടുന്ന തളിക രണ്ടു കൈകൊണ്ടും മേടിക്കുക. തീർന്നു. അത്രേയുള്ളു ചടങ്ങ്. അകത്തെവിടെയോ നിന്ന് പ്രായമായ സ്ത്രീകൾ കുരവയിടും. അപ്പോൾ സമീപവാസികളും അറിയും ഒരു സംബന്ധം നടന്നുവെന്ന്. പിന്നെ സ്ത്രീകളെല്ലാവരും കൂടെ ധൃതിപിടിച്ച് അറയൊരുക്കലായി. അതുകഴിഞ്ഞാൽ മണവാളനെ മണിയറയിലേക്കു നയിക്കണം. അതൊക്കെ പെണ്ണുങ്ങളുടെ പണി. അതോടെ ചടങ്ങുകൾ അവസാനിക്കുന്നു. തലേന്നു വരെ നോക്കിയും ചിരിച്ചും മണത്തും നടന്ന മുറചെറുക്കന്മാർ നിരാശപ്പെട്ടു പിൻവാങ്ങുന്നു. അടുത്ത ദിവസം മുതൽ സന്ധ്യ കഴിഞ്ഞാൽ കൊട്ടിയമ്പലത്തിനുപുറത്ത് ഒരു ചൂട്ടുകറ്റക്കൂടി വന്നുവീഴും.

അമ്മൂമ്മയുടെ കാലമായപ്പോൾ തറവാട് ഒരുപാടു ക്ഷയിച്ചു. പുരയിടങ്ങളും നിലങ്ങളും ഏതാണ്ട് നഷ്ടപ്പെട്ടു കഴിഞ്ഞു. എങ്കിലും പ്രൗഢി കുറഞ്ഞില്ല. അപ്പോഴത്തെ കാരണവരും അന്തസ്സു കാത്തുസൂക്ഷിച്ചു. അപ്പോഴേക്കും അനുജന്മാരും അനന്തരവരും കുറേശ്ശെ മുറുമുറുത്തു തുടങ്ങിയിരുന്നു. മുഖദാവിൽ പറയാൻ മടി. അതോ ഭയമോ.

"ഹേയ് ഭയമോ. എന്നും മുഖത്തുനോക്കി എങ്ങനാ എന്ന ശങ്ക." അത്രേ ഉണ്ടായിരുന്നുള്ളൂ. സ്വന്തം ചെലവുകൾക്ക് കൈയിൽ കിട്ടുന്നതൊക്കെ എടുക്കുക എന്ന രീതി അവലംബിച്ചു. കാരണവർ ഒന്നും അറിഞ്ഞതായി ഭാവിച്ചുമില്ല.

അമ്മൂമ്മയുടെ മകനാണ് അവസാനത്തെ കാരണവർ അപ്പോഴേക്കും മരുമക്കത്തായം മാറി മക്കത്തായം വന്നു. ആളോഹരി വിഹിതം വന്നു. അളക്കാനും തിരിക്കാനും അധികമൊന്നും ശേഷിച്ചിരുന്നില്ല. ഉള്ളതു അളന്നു തിട്ടപ്പെടുത്തി പങ്കുവച്ചു. അമ്മയ്ക്ക് മൂത്തസന്തതിയെന്ന നിലയിൽ കിട്ടിയതാണീ വീടും ഒരേക്കറോളം വരുന്ന പറമ്പും നാലു പറ നിലവും. കുഞ്ഞമ്മയ്ക്കു കിട്ടിയ വിഹിതം വിറ്റിട്ട് ചിറ്റപ്പനോടൊത്തു തിരുവല്ലത്തുപോയി. അമ്മാവന്റെ ഓഹരിയും വിറ്റ് അമ്മായിയുടെ വീട്ടിൽ ചേക്കേറി. അമ്മയ്ക്ക് ഇതെല്ലാം അന്യാധീനപ്പെട്ടു പോകുന്നതിൽ വല്ലാത്ത വിഷമം ഉണ്ട്. കൊടുക്കാൻ കൈയിൽ കാശില്ല. ഒരുപക്ഷേ, അച്ഛനോടു പറഞ്ഞാൽ മേടിച്ചു തന്നേനെ. ചോദിച്ചില്ല. എല്ലാം അറിയുന്നുണ്ടല്ലോ. ചെയ്യുന്നെങ്കിൽ ആട്ടേ എന്നുവച്ചു. ഏതായാലും കൂടെക്കൂടെ വരാനും പോകാനും പറ്റാത്തതുകൊണ്ട് കുഞ്ഞമ്മ കിട്ടിയ വിലയ്ക്കു

വിറ്റിട്ടുപോയി. അതിലത്ര വിഷമം തോന്നിയില്ല. പക്ഷേ, അമ്മാവനോടു ഉടനെ വില്ക്കണ്ട. സാവധാനം പൈസയുണ്ടാക്കിത്തരാം. തനിക്കുതന്നെ തരണമെന്നു പറഞ്ഞതാണ്. അമ്മാവനതു കേട്ടില്ല. വീടിനോടു ചേർന്നു കിടന്ന പുരയിടമാണ്. കായ്ക്കുന്ന കുറേ തെങ്ങുമുണ്ട്. അമ്മ വല്ലാതെ ആഗ്രഹിച്ചുപോയി. അമ്മൂമ്മയും പറഞ്ഞു. കേട്ടില്ല. അമ്മാവിക്കു മുൻപേ അമ്മയോടത്ര കൂറല്ല. കാരണം അമ്മയുടെ തൻപോരിമ തന്നെ. അമ്മ പറയുന്നതും ചെയ്യുന്നതുമാണ് ശരിയെന്ന ഭാവം. അമ്മാവൻ അമ്മയുടെ ഇളയതാണ്. അതുകൊണ്ട് ശാസിക്കാനും കുറ്റം പറയാനും അധികാര മുണ്ടത്രേ. അതൊക്കെ അനിയന്റെ ഭാര്യയും ഉൾക്കൊള്ളണം. മരുമക്ക ത്തായം മാറാതിരുന്നെങ്കിൽ ചേച്ചിക്കിങ്ങനെ പറയാനും ചെയ്യാനും ഒക്കു മോ. താനായിരിക്കുമല്ലോ കാരണവർ. തനിക്കാരേയും ശാസിക്കാം. ശിക്ഷി ക്കാം. ഇതൊന്നുമോർക്കാതെ അക്കൻ മേക്കിട്ടുകയറിയാൽ ക്ഷമിക്കേ ണ്ടതില്ലെന്ന് അമ്മായിയും എരിവുകൂട്ടി. അങ്ങനെ ആങ്ങളെയും പെങ്ങളും ഒന്നും രണ്ടും പറഞ്ഞു തെറ്റി. അമ്മാവൻ വസ്തു കണ്ടവർക്കു കൊടുത്തു കാശുമാറി. അതിനുശേഷം തമ്മിൽ മുഖാമുഖം കാണാൻ അവസരമു ണ്ടാക്കിയില്ല. വല്ലപ്പോഴും അമ്മാവൻ അമ്മൂമ്മയെ കാണാൻ പാത്തും പതുങ്ങിയും വന്നു കയറിയാൽ ഒന്നുമറിയാത്തതുപോലെ അമ്മ വടക്കേ പ്പുറത്തുകൂടി ഇറങ്ങിമറയും.

അഞ്ച്

ആദ്യത്തെ ജയിൽവാസം. നല്ല അനുഭവമായിരുന്നു. രാഷ്ട്രീയ പ്രവർത്തനം എന്തെന്നറിയാനായി പരിചയപ്പെട്ട നേതാക്കന്മാർ പകർന്നു തന്ന സ്നേഹവും ഉപദേശങ്ങളും ഹൃദയത്തിലേറ്റു വാങ്ങി ഒരമൂല്യ സമ്പത്തുപോലെ സൂക്ഷിച്ചുവച്ചു. ജീവിതത്തിന് ഒരു ലക്ഷ്യമുണ്ടെന്നു വന്നു. ഇനി തിരിച്ചില്ല. മുന്നോട്ടുതന്നെ. മുന്നോട്ട്-മുന്നോട്ട്.

സ്കൂളിൽ പോകാനാവില്ലെന്നു വന്നപ്പോൾ സമയം ഏറെ ബാക്കി. കുട്ടമ്മാവന്റ കൂടെ കൃഷിക്കും മറ്റും കൂടും. വീട്ടിൽ പോക്കു കുറഞ്ഞു. അച്ഛന്റെ ഭീഷണി നിലവിലുണ്ടല്ലോ. ഇപ്പോൾ പഴയതുപോലെ കൂട്ടുകാരൊന്നും അടുത്തുകൂടാറില്ല. അവർക്ക് ഒരുതരം ആരാധനാഭാവം. അതോ ഭയമോ കണ്ടാലൊന്നു ചിരിക്കും. ധൃതി ഭാവിച്ചു നടന്നുമറയും. അത്ര തന്നെ. ചിലർ രഹസ്യമായി നേതാക്കന്മാരെക്കുറിച്ചു ചോദിക്കും. അവരെയൊക്കെ കണ്ടിട്ടുണ്ടോ, തൊട്ടിട്ടുണ്ടോ എന്നൊക്കെ അറിഞ്ഞാൽ മതി. കൂടുതൽ അടുക്കാൻ കൊള്ളില്ല. കോൺഗ്രസുകാരനാണ്. എപ്പോഴാണ് പൊലീസ് പൊക്കുന്നതെന്നറിയില്ല. കൂട്ടുകൂടിയെന്നു വീട്ടിലറിഞ്ഞാൽ അടി ഉറപ്പ്. കുട്ടി നേതാവിന്റെ ചലനങ്ങൾ പൊലീസ് വേഷം മാറിനടന്ന് അന്വേഷിക്കുന്നുണ്ടുപോലും.

ഒരുദിവസം ഞായറാഴ്ച യോഗം കഴിഞ്ഞിറങ്ങവേ ഗോപിയണ്ണൻ പറഞ്ഞു.

"നിന്നെ കൂട്ടിക്കൊണ്ടു ചെല്ലാൻ വക്കീൽ പറഞ്ഞു. പ്രത്യേകമായെന്തോ പറയാനുണ്ടത്രേ."

കേട്ടപ്പോൾ വലിയ സന്തോഷമായി. എന്നെ ഒരു നേതാവു കാണാനാഗ്രഹിക്കുന്നു. അപ്പോഴോർത്തു ജയിലിൽവച്ച് വിശദമായി സംസാരി

ക്കയും, വിശദമായെല്ലാം ചോദിച്ചറിയുകയും ചെയ്ത ആ പൊക്കമുള്ള ആളാണീ വക്കീൽ. അദ്ദേഹം അന്നു പറഞ്ഞു.

"തന്നെപ്പറ്റി ഗോപിപ്പിള്ള പറഞ്ഞിട്ടുണ്ട്. കുറച്ചുകൂടി പഠിച്ചിട്ടൊക്കെ പോരായിരുന്നോ. കുരുന്നിലേ വാടിപ്പോയാലോ. ങും. ഏതായാലും പെട്ടു. മടിച്ചു നില്ക്കണ്ട."

അടുത്തദിവസം തന്നെ തിരുവനന്തപുരത്തു പോയി. പുളിമൂട്ടിലുള്ള ആഫീസിൽ ചെല്ലാനാണു പറഞ്ഞത്. ഉച്ചയ്ക്കുശേഷം ഗോപിയണ്ണനും വരും. വക്കീലവിടെയുണ്ടാവും. കുട്ടമ്മാവന്റെ സൈക്കിളെടുത്തുപോയാലോ എന്നാണാലോചിച്ചത്. ഒരുപക്ഷേ, തിരിച്ചുവരാൻ താമസിച്ചാൽ സൈക്കിളിൽ ലൈറ്റില്ല. ഇരുട്ടായാൽ പൊലീസ് പിടിക്കും. അതേതായാലും വേണ്ട. ബസിൽ തന്നെ പോകാൻ തീരുമാനിച്ചു. വണ്ടിക്കൂലി കുട്ടമ്മാവനോടു ചോദിച്ചു മേടിച്ചു. അങ്ങോട്ടുമിങ്ങോട്ടും കൂടി ആറുചക്രം. കുട്ടമ്മാവൻ പതിനാലു ചക്രം തന്നു.

"കൈയിൽ വച്ചോടാ. ഒരു ചായ കുടിക്കണമെന്നു തോന്നിയാലോ, വിശന്നാലോ. പൈപ്പിലെ പച്ചവെള്ളം കിട്ടും. അതു പോരല്ലോ."

ഗോപിയണ്ണൻ കാത്തു നില്ക്കുകയായിരുന്നു. എന്നെയും കൂട്ടി ആഫീസിലേക്കു കടന്നു. ഒരു തകര ഗേറ്റ്. ചെന്നു കയറുന്നത് ഒരു നീണ്ട വരാന്തയിലേക്കാണ്. അകത്ത് വിസ്തൃതമായ മുറി. അവിടവിടെയായി തലങ്ങും വിലങ്ങും കിടക്കുന്ന ഏഴെട്ടു ബഞ്ചുകൾ. മുറിയുടെ മൂലകളിൽ ചുരുട്ടികൂട്ടി വച്ചിരിക്കുന്ന ബാനറുകളും കൊടികളും. അങ്ങേ അറ്റത്ത് ഒരു വലിയ മേശ. ചുറ്റും അഞ്ചോ ആറോ കസാലകൾ. തുറന്നു കിടക്കുന്ന കതകു കഴിഞ്ഞപ്പുറത്ത് ഒരു ചെറിയ മുറി. ഒരറ്റത്ത് ഒരു ചെറിയ മേശ. മൂന്നു കസേര. മറ്റേ അറ്റത്ത് ഒരു തടിക്കട്ടിൽ. അതിൽ തെറുത്തുവച്ചിരിക്കുന്ന പുൽപ്പായ. മൂലയ്ക്കൊരു മൺകൂജ. രണ്ടു സ്റ്റീൽ ടംബ്ലർ. ജനാലയോടുചേർന്ന് ഒരു തടി ഷെൽഫ്. അതിൽ അടുക്കിവച്ചിരിക്കുന്ന കുറെ പുസ്തകങ്ങൾ. ഒരറ്റത്ത് അട്ടിയിട്ടുവച്ചിരിക്കുന്ന പഴയപത്രങ്ങൾ. ഇടതുവശത്തെ കതകു തുറന്നിറങ്ങിയാൽ വരാന്തയായി, അതിന്റെയറ്റത്ത് കുളിമുറിയും കക്കൂസും.

ഞങ്ങൾ കയറിച്ചെല്ലുമ്പോൾ ഹാളിൽ രണ്ടു പേരിരുന്നു സംസാരിക്കുന്നു. ഞങ്ങളെ സൂക്ഷിച്ചു നോക്കി ചെറുതായൊന്നു ചിരിച്ചു.

"ഇതാരാ ഗോപിപ്പിള്ളേ. പുതിയൊരു പയ്യൻ" ഒരാൾ ചോദിച്ചു.

"എന്റെ നാട്ടുകാരനാണ്. പയ്യനല്ല. കുട്ടിനേതാവ്. വക്കീലദ്ദ്യേം–"

"എത്തിയില്ല. വരാറാകുന്നതേയുള്ളൂ." മറ്റേയാൾ മറുപടി പറഞ്ഞു.

"നീ വാ. നമുക്കൊരു ചായ കുടിച്ചുവരാം."

ഗോപിയണ്ണൻ എന്നേം പിടിച്ച് വെളിയിലേക്കിറങ്ങി. പുതിയ സ്ഥലം. ഒട്ടും പരിചയമില്ലാത്ത ആളുകൾ. എന്തോ ഒരു വല്ലായ്ക. ഏതായാലും പാർട്ടി ആഫീസല്ലേ. അടുത്തുതന്നെയുള്ള ഒരു ഹോട്ടലിലേക്കു പോയി. നടയിൽ തൂങ്ങുന്ന ഒരു ബോർഡു ശ്രദ്ധയിൽപ്പെട്ടു.

"രാഷ്ട്രീയ ഹോട്ടൽ."

കൊള്ളാമല്ലോ. ഹോട്ടലിലും രാഷ്ട്രീയമോ. എന്റെ സംശയം ഗോപി യണ്ണന്റെ ശ്രദ്ധയിൽ പെട്ടെന്നു തോന്നുന്നു.

"ഇതു നമ്മുടെ ഒരു ചെറിയ നേതാവിന്റെ ഹോട്ടലാ. കോൺഗ്രസു കാരാണിവിടത്തെ പതിവുകാരും പറ്റുകാരും. കയറിവാ."

അകത്തു സാമാന്യം നല്ല തെരക്കാണ്. ഒരൊഴിഞ്ഞ മേശയ്ക്കരു കിൽ ഞങ്ങളിരുന്നു.

"ആരാ ഗോപിപ്പിള്ളേ പുതിയപാർട്ടി?"

വെളുത്തു മെലിഞ്ഞ ഒരു മദ്ധ്യവയസ്കൻ അടുത്തുവന്നു.

"ഞങ്ങടെ നാട്ടിലെ കുട്ടിനേതാവാ."

ഗോപിയണ്ണൻ അഭിമാനത്തോടെ പറഞ്ഞു.

"അതിനിയാൾക്ക് മൊലകുടി മാറിയ പ്രായമല്ലേ ആയുള്ളു."

"മതിയല്ലോ. വട്ടിയൂർക്കാവു സമ്മേളനത്തിൽ സജീവമായിരുന്നു. അത്യാവശ്യം എട്ടു പത്തു ദിവസം ജയിലിലും കിടന്നു."

"ഓഹോ. കൊള്ളാമല്ലോ. അപ്പോ പഠിത്തമൊക്കെ."

"ഓ. അതൊക്കെപ്പോയി. സ്കൂളീന്നു വെളിയിലാക്കി."

"അതു കഷ്ടമായി. പഠിത്തം കളയണ്ടായിരുന്നു."

"പറ്റിപ്പോയില്ലേ. ഇനി പറഞ്ഞിട്ടെന്തു കാര്യം."

ഗോപിയണ്ണന്റെ ശബ്ദത്തിലും നിരാശാബോധം.

"നിന്റെ പേരെന്താ?"

ചോദ്യം നേരിട്ടായി.

"മാധവൻ നായർ" മറുപടി കൊടുത്തു.

"അപ്പോൾ നമുക്കു കൂടെക്കൂടെ കാണാമല്ലേ."

അദ്ദേഹം ചിരിച്ചുകൊണ്ടു കടന്നുപോയി.

"ഇദ്ദേഹത്തിന്റേയാ ഈ ഹോട്ടൽ."

ഗോപിയണ്ണൻ ചെവിയിൽ പറഞ്ഞു.

"എല്ലാവരും അണ്ണനെന്നാ വിളിക്കുന്നത്. നീയും അങ്ങനെ മതി."

ഇതിനിടെ ചായയും സുഖിയനും മുന്നിലെത്തി. ആദ്യമായാണ് ഈ പലഹാരം തിന്നുന്നത്. നല്ല രുചി. പയറും ശർക്കരയുമൊക്കെ കൊണ്ടു ണ്ടാക്കിയ സാധനം. നാട്ടിൽ പപ്പുമാമന്റെ ചായക്കടയിൽ ചില്ലലമാരയിൽ ഇരിക്കുന്നതു കണ്ടിട്ടുണ്ട്. ഇതുവരെ തിന്നിട്ടില്ല. തിരിച്ചുചെല്ലുമ്പോൾ വക്കീലദ്യേം വന്നിട്ടുണ്ടായിരുന്നു.

"വാ. കണ്ടാലുടനെ ഒന്നു തൊഴുതോണം. നല്ല മനുഷ്യനാ."

ഗോപിയണ്ണൻ നിർദ്ദേശിച്ചു. ഹാളിനടുത്ത ചെറിയ മുറിയിൽ മേശ യ്ക്കടുത്ത് ഒരു കസേരയിൽ അദ്ദേഹം ഇരിക്കുന്നതു കണ്ടു. കതകിന ടുത്തു ചെന്നപ്പോൾ തലയുയർത്തിനോക്കി. ഞാൻ രണ്ടു കൈയുമെടുത്തു തൊഴുതു. അദ്ദേഹം ഒരു കൈയുയർത്തി അതു സ്വീകരിച്ചതായി ഭാവിച്ചു. എന്നെ ആകെയൊന്നുഴിഞ്ഞു നോക്കി.

"വാ. വാ. ഇതാണു താൻ പറഞ്ഞ പയ്യൻ അല്ലേ ഗോപിപ്പിള്ളേ."

"അതേ" ഗോപിയണ്ണൻ വിനയപൂർവ്വം പറഞ്ഞു.

"തീരെ കൊച്ചനാണല്ലോടോ. എന്താ നിന്റെ പേര്?"

ഞാൻ പേരു പറഞ്ഞു.

"നിനക്കു പഠിക്കണമെന്നുണ്ടോ. ഇവിടെ ഏർപ്പാടുണ്ടാക്കാം."

"വേണ്ട. ഇനി ഞാൻ പഠിക്കുന്നില്ല."

അദ്ദേഹം മറുപടിയൊന്നും പറഞ്ഞില്ല. ശകലം നേരം എന്തോ ആലോചിക്കുന്നതു പോലെയിരുന്നു.

"ഒരു പ്രത്യേക ജോലി നിന്നെ ഏല്പിക്കാനാണു വിളിപ്പിച്ചത്. അതിനു പയ്യന്മാരാണു നല്ലത്. നിനക്കതു ചെയ്യാമോ."

"എന്താന്നു പറഞ്ഞാൽ"

"പാർട്ടിയുടെ ചില രഹസ്യക്കത്തുകൾ, ലഘുലേഖകൾ എല്ലാം ചില ആൾക്കാർക്ക് എത്തിച്ചു കൊടുക്കണം. പൊലീസിന്റെ കണ്ണിൽപ്പെടാതെ, പിടിയിലാകാതെ സൂക്ഷിച്ചുവേണം ചെയ്യാൻ, കുറച്ചപകടകരമെന്നു പറയാം."

"ആളുകളുടെ വിവരമൊക്കെ തന്നാൽ ശ്രമിക്കാം."

"അതിനൊക്കെയുള്ള ഏർപ്പാടുണ്ടാക്കാം. നിനക്കു സൈക്കിൾ ചവിട്ടാനറിയാമോ."

"അറിയാം."

"അതു നന്നായി. ഒരു പത്രവിതരണക്കാരന്റെ രീതിയിൽ ആകുന്നതാണു നല്ലത്. കുറുപ്പു സാറുമായിട്ടാലോചിക്കട്ടെ. ആലോചിക്കാനൊന്നുമില്ല, പറഞ്ഞുവച്ചിട്ടുള്ള കാര്യംതന്നെ."

അദ്ദേഹം വീണ്ടും നിശ്ശബ്ദതയിലാഴ്ന്നു.

"നിനക്കെന്നും വീട്ടിൽ പോയേ തീരു എന്നുണ്ടോ."

"നിർബ്ബന്ധമില്ല."

"എന്നാൽ ഇവിടെ കൂടാം. ഉള്ള സൗകര്യത്തിലൊക്കെ. കഷ്ടപ്പെടാതെ ഒന്നും നടക്കില്ലല്ലോ. ഈ ആഫീസിന്റെ നടത്തിപ്പുകാരനായി നില്ക്ക്. ഒരു സൈക്കിൾ ഏർപ്പാടാക്കാം. ആഹാരം ഇവിടത്തെ ഹോട്ടലിൽ കഴിക്കാം. വീട്ടിൽ പോകണമെന്നുള്ളപ്പോൾ ബസിനു വേണ്ട ചക്രവും തരാൻ ഏർപ്പാടു ചെയ്യുന്നുണ്ട്. എന്തു പറയുന്നു."

"പറയുന്നതുപോലെ ചെയ്യാം. വീട്ടിലൊന്നു പറഞ്ഞിട്ടുവരണമെന്നേയുള്ളു."

"അതിനെന്താ. പോയിട്ട് രണ്ടോ മൂന്നോ ദിവസം കഴിഞ്ഞിട്ടു വന്നോളൂ. അതിനിടെ വേണ്ട ഏർപ്പാടുകൾ ഞാൻ ചെയ്തുവയ്ക്കാം. ഗോപിപ്പിള്ളയെ പറഞ്ഞുവിടാം. ഒരുമിച്ചു വന്നാൽ മതി. വിഷമിക്കണ്ട."

അദ്ദേഹത്തോടു യാത്ര പറഞ്ഞിറങ്ങുമ്പോൾ ഞാൻ എന്തൊക്കെയോ ആകുന്നുവെന്ന തോന്നൽ. സജീവമായി പാർട്ടിക്കുവേണ്ടി പ്രവർത്തിക്കേണ്ടി വരുന്നുവെന്നതുതന്നെ വലിയൊരു കാര്യമാണ്. ആദ്യമായി കുട്ടമ്മാവനോടാണു കാര്യം പറഞ്ഞത്. അമ്മയെക്കൊണ്ടു സമ്മതിപ്പിക്കാൻ കുട്ടമ്മാവനേ കഴിയൂ. വീട്ടിൽ കയററുതെന്ന അച്ഛന്റെ ശാസന. നിലനില്ക്കേ അമ്മയെ ഒരു പരിധിവരെ സമ്മതിപ്പിക്കാനാവുമെന്നു

തോന്നി. പാർട്ടിപ്രവർത്തനമെന്ന നിലയിലല്ല. ആഫീസിൽ ജോലിയെന്ന നിലയിലാണി പോകുന്നതെന്നു ഗോപിയണ്ണൻ കുട്ടമ്മാവനോടു പറഞ്ഞു. വീടും നാടും വിട്ടുപോകുന്ന കാര്യത്തിൽ കുട്ടമ്മാവനും തൃപ്തിപോര. ഏതായാലും ശ്രമിക്കാമെന്നേറ്റു. ഗൃഹാതുരത്വം എന്നെയും ചകിതനാക്കിയെന്നതു വാസ്തവം. എന്നാലും പ്രസ്ഥാനത്തിനുവേണ്ടി അനുഷ്ഠിക്കേണ്ടി വരാവുന്ന ത്യാഗങ്ങളിലൊന്നാണിതെന്നു മനസ്സിൽ കരുതി.

മൂന്നാം ദിവസം ഗോപിയണ്ണനെത്തി.

"എല്ലാം ശരിയായോ. അമ്മ സമ്മതിച്ചോ."

"അമ്മ ഒന്നും പറയുന്നില്ല. സങ്കടം തന്നെ."

"സാരമില്ല. അതു കുറേശ്ശെ മാറും. എല്ലാവരുടെയും അനുവാദത്തോടെ ഒന്നും നടക്കില്ല. ക്രമേണ ശരിയാകും. നാളെ ഉച്ചയ്ക്കു ഞാനെത്തും. വീട്ടിൽ വരുന്നില്ല, ജങ്ഷനിൽ നില്ക്കാം. എന്നിട്ടൊരുമിച്ചുപോകാം. അവിടെ എല്ലാം ഏർപ്പാടാക്കിയിട്ട് ഒന്നോ രണ്ടോ ദിവസം കഴിഞ്ഞു തിരിച്ചുവരാമല്ലോ. തയ്യാറായി ഇരുന്നോണം."

അടുത്തദിവസം ഗോപിയണ്ണനുമൊത്ത് പുളിമൂട്ടിലുള്ള ആഫീസിലെത്തി. ആകെയുള്ള രണ്ടു ഖദർ മുണ്ടും ജുബ്ബായും രണ്ടു നിക്കറും ഷർട്ടും കുളിക്കാൻ ഒരു തോർത്ത്. അത്രയേ കൊണ്ടുവരാൻ പറ്റിയുള്ളൂ. ബാഗെടുത്തു ചെറിയമുറിയിൽ കൊണ്ടുവച്ചു. കിടക്കാൻ കട്ടിലും പായുമുണ്ട്. കൂടെ ഒരു പഴയ തലയിണയും. കുളിമുറിയും കക്കൂസുമുണ്ട്. വെള്ളം പിടിക്കാൻ ബക്കറ്റ്. കോരി ഒഴിക്കാൻ ഒരലൂമിനിയം കോപ്പ. അത്രയൊക്കെ ഉള്ളൂ. ചുവരിൽ തൂക്കിയിട്ടിരിക്കുന്ന ഒരു കണ്ണാടി. മതി ധാരാളം. ദേഹം തേയ്ക്കാനും തുണി കഴുകാനും വേണ്ട സോപ്പ്, ഒരു ചീപ്പ്, ഇത്രയേ വേണ്ടൂ. വീട്ടിലും പൗഡറൊന്നും ഉപയോഗിക്കാറില്ല. തലയിൽ തേയ്ക്കാൻ ഒരല്പം എണ്ണ അടുത്ത തവണ പോയിട്ടുവരുമ്പോൾ വീട്ടിൽനിന്നും കൊണ്ടുവരാം.

ഒരു പത്രവിതരണക്കാരന്റെ ജോലി ഏറ്റെടുത്തു. ആദ്യം അമ്പതു പത്രം. സ്ഥിരം ആളുകൾക്കെത്തിച്ചു കൊടുക്കണം. രഹസ്യമായി പാർട്ടി കത്തുകളോ ലഘുലേഖകളോ പാർട്ടി പ്രവർത്തകർക്കു കൈമാറണം. അതേറെ ഗോപ്യമായും ശ്രദ്ധിച്ചും ചെയ്യേണ്ട കാര്യം. പൊലീസുകാർക്കോ ഒറ്റുകാർക്കോ സംശയമുണ്ടായാൽ ജയിൽവാസമായിരിക്കും ഫലം. ആദ്യത്തെ കുറെ ദിവസം വെറും പത്രവിതരണം മാത്രം മതിയെന്നായിരുന്നു നിർദ്ദേശം. പുതിയ ആളായതുകൊണ്ട് ആരെങ്കിലും സംശയിക്കയോ പരിശോധിക്കയോ ചെയ്താൽ പിടിക്കപ്പെടരുതല്ലോ. ഒന്നു രണ്ടുതവണ ബീറ്റു പൊലീസുകാർ ചോദ്യം ചെയ്യാതെയുമിരുന്നില്ല. എനിക്ക് സന്തോഷമായിരുന്നു. ഒന്നാമത് പറയത്തക്ക ജോലിയൊന്നുമില്ല. അതിനെക്കാളേറെ ഇഷ്ടംപോലെ സൈക്കിൾ ചവിട്ടാമല്ലോ എന്ന കാര്യം. കാലത്ത് ഒന്നോ രണ്ടോ മണിക്കൂർകൊണ്ടു പണി കഴിയും. അതുകഴിഞ്ഞാൽ പാർട്ടി ആഫീസിൽ വന്നു കുളിച്ച് വേഷം മാറി, ആഫീസെല്ലാം തുറന്ന് ചിട്ടപ്പെടുത്തിവയ്ക്കും. താറുമാറായി കിടക്കുന്ന ബഞ്ചുകളും കസേര

കളും യഥാസ്ഥലത്തു പിടിച്ചിടും. മേശപ്പുറം തുടച്ചുമിനുക്കും. ഒരു പ്രായമായ സ്ത്രീ വന്നു തറയും മുറ്റവുമെല്ലാം തൂത്തുവാരുകയും ആവശ്യത്തിനുള്ള വെള്ളം പിടിച്ചുവയ്ക്കുകയും ചെയ്തിട്ടു പോകും. ചിലപ്പോൾ അത്യാവശ്യമായി ചില കത്തുകൾ പലർക്കും എത്തിച്ചുകൊടുക്കേണ്ടിവരും. പത്രം ആഫീസിലും പോകും. അല്ലാത്ത സമയം ആഫീസിൽ തന്നെയുണ്ടാകും.

ക്രമേണ പത്രവിതരണം വിപുലമായി. സിറ്റി വിട്ട് ഗ്രാമപ്രദേശങ്ങളിലും പത്രമെത്തിക്കണമെന്നു വന്നു. ആദ്യമൊക്കെ *മലയാളി*യും *കേരളകൗമുദി*യും മാത്രമായിരുന്നു വിതരണത്തിനെടുത്തത്. കൊല്ലത്തുനിന്നും *മലയാളരാജ്യ*വും *പ്രഭാത*വും രാവിലെതന്നെ എത്തിത്തുടങ്ങി. നായന്മാർക്ക് *മലയാളരാജ്യ*വും മുസ്ലീങ്ങൾക്ക് *പ്രഭാത*വും ഈഴവർക്ക് *കേരളകൗമുദി*യും. *മലയാളി*പത്രത്തിന് ജാതി തിരിവൊന്നും ഇല്ല. ക്രിസ്ത്യാനികൾക്കും വടക്കൻ അച്ചായന്മാർക്കും പത്രം കിട്ടുന്നില്ലെന്ന പരാതി . കോട്ടയത്തുനിന്നും *മനോരമ, പൗരദ്ധ്വനി, ദേശബന്ധു* പത്രങ്ങൾ ഉച്ചകഴിഞ്ഞേ എത്തു. അതൊക്കെ അടുത്തദിവസം രാവിലെയായാലും മതിയെന്നവർ ശഠിച്ചു. അതിനും ഏർപ്പാടുണ്ടാക്കി. കൂട്ടത്തിൽ വിദ്യാർത്ഥികളായ കോളേജ് കുമാരന്മാർക്കുവേണ്ടി ഇംഗ്ലീഷ് പത്രങ്ങളായ *ഇന്ത്യൻ എക്സ്പ്രസോ ഹിന്ദുവോ* കൂടി ലഭ്യമാക്കി. പത്രക്കെട്ടുകൾ ട്രാൻസ്പോർട്ടു ബസുകളിൽ വരും. ഇംഗ്ലീഷ് പത്രങ്ങൾ ട്രെയിനിലും *മലയാളിയും കേരളകൗമുദി*യും വാനുകളിലും. തമ്പാനൂരിൽ ഒരാഫീസെടുത്തു. മേഖല തിരിച്ച് വിതരണത്തിന് സബ് ഏജന്റുമാരെ വച്ചു. ഒരുതരം ലാഭകരമായ പരിപാടിതന്നെ. ഉച്ചയ്ക്കുശേഷം പാർട്ടി ആഫീസിലെത്തും. പാർട്ടി നിർദ്ദേശിക്കുന്നവർക്ക് പത്രവും പാർട്ടിക്കത്തുകളും എത്തിക്കുക എന്ന ചെറിയ ജോലി ഇപ്പോൾ വളർന്നു പന്തലിച്ചിരുന്നു. നാട്ടിൻ പുറത്ത് ചായക്കടകളിലും ബാബർഷാപ്പുകളിലും മാത്രം പത്രം മേടിച്ചിരുന്നുള്ളു. കാലത്തേ ചായക്കടയിൽ വന്നിരുന്ന് ഓരോ ചായ കുടിച്ച്, ആരെക്കൊണ്ടെങ്കിലും വായിപ്പിച്ച് നാട്ടുവിശേഷങ്ങൾ അറിഞ്ഞിരുന്ന ജനം വീട്ടിലിരുന്നുതന്നെ പത്രം വായിച്ചാലെന്ത് എന്നു ചിന്തിച്ചുതുടങ്ങി. ആവശ്യക്കാർ വർദ്ധിച്ചു. പലരും മുൻകൂർ പണം തരാൻ തയ്യാർ. ഇപ്പോൾ പൊലീസിനെ ഭയക്കണ്ട. മിക്കവാറും പത്രങ്ങൾ സർക്കാർ പക്ഷത്താണ്. അതുകൊണ്ടു പരിശോധന കുറഞ്ഞു. *മലയാളിയും യുവരാജ്യവും* മാത്രമായാൽ പാർട്ടി സാഹിത്യവിതരണം അവതാളത്തിലാവും. ഇപ്പോൾ ആ പേടി മാറി.

പത്രത്തിന് ആവശ്യക്കാർ കൂടിവന്നപ്പോൾ വിതരണത്തിന് സബ് ഏജന്റുമാരുടെ എണ്ണവും കൂട്ടി. നഗരാതിർത്തി മുഴുവനേയും പ്രധാന ഗ്രാമപ്രദേശങ്ങളെ പ്രത്യേകിച്ചും ഉൾക്കൊള്ളിച്ചുകൊണ്ട് അതിർത്തിതിരിച്ച് ഓരോരുത്തരെ ഏല്പിച്ചു. സ്കൂളിൽ പഠിക്കുന്ന പയ്യന്മാർ തന്നെ ധാരാളം. വിതരണം കഴിഞ്ഞ് കൃത്യമായി സ്കൂളിൽ പോകാനാവും. ചില്ലറ ചെലവുകൾക്ക് കാശും കിട്ടും. ജനത്തിന് പത്രം ഒരത്യാവശ്യമായി മാറിക്കഴിഞ്ഞു. പൊന്നുതമ്പുരാന്റെ കൃപാകടാക്ഷംകൊണ്ട് മൂന്നുനേരവും

ആഹാരം കഴിച്ച് സുഖമായുറങ്ങിയിരുന്നവർക്ക് ഇപ്പോൾ നാട്ടിലെ വിശേഷങ്ങളെക്കാളേറെ ആഗോളവാർത്തകൾ അറിയാനുള്ള അഭിവാഞ്ഛയാണു മുന്നിൽ. രണ്ടാം ലോകമഹായുദ്ധം കൊടുംബിരിക്കൊണ്ടിരിക്കുന്നു. ജർമ്മനിയിലെ ഹിറ്റ്ലർ ആണ് ഇന്ത്യൻ ജനതയുടെ സമുന്നതനായ രാഷ്ട്രനായകൻ. ഇംഗ്ലണ്ടിലെ ചർച്ചിലോ അമേരിക്കയുടെ ഐസൻഹോവറോ റഷ്യയുടെ സ്റ്റാലിനോ ഹിറ്റ്ലർക്കു മുന്നിൽ ഒന്നുമല്ലെന്നൊരു തോന്നൽ. മുസ്സോളിനിക്കും അത്ര ആദരം ലഭിച്ചില്ല. തീർച്ചയായും സഖ്യകക്ഷികളെ തോല്പിച്ച് ഹിറ്റ്ലർ ലോകരാഷ്ട്രത്തലവനാകുമെന്നു വിശ്വസിക്കാനാണ് ഇന്ത്യൻ ജനതയ്ക്കിഷ്ടം. അപ്പോൾ ഇംഗ്ലീഷുകാരുടെ കാരുണ്യലേശമില്ലാതെ ഇന്ത്യക്കു സ്വാതന്ത്ര്യം ലഭിക്കും. മഹാത്മാഗാന്ധിയുടെയും കൂട്ടരുടെയും നിരാഹാരവും ശാന്തിസമരവുമൊന്നും ലക്ഷ്യം കാണില്ലെന്നു തീർച്ച. സായുധവിപ്ലവം തന്നെയാവണം സ്വാതന്ത്ര്യ സമരരീതിയെന്നു വിശ്വസിച്ച, പ്രവർത്തിച്ച ഭഗത്സിംഗിനെയും കൂട്ടരേയും ബ്രിട്ടീഷുകാർ തൂക്കിക്കൊന്നു. കലാപമുണ്ടാക്കിയ ആയിരങ്ങളെ വെടിവച്ചു കൊന്നു. എന്നിട്ടും യുദ്ധഭൂമിയിൽ സഖ്യകക്ഷികളെ തുണയ്ക്കാനാണ് ഗാന്ധിയും നെഹ്റുവും ജിന്നയും പട്ടേലുമൊക്കെ നയിച്ച ഇന്ത്യൻ നാഷണൽ കോൺഗ്രസ് തയ്യാറായത്. ഈ തണുത്ത സമരരീതിയോട് തോന്നിയ അമർഷംമൂലം നേതാജി സുഭാഷ് ചന്ദ്രബോസ് ഒളിച്ച് അതിർത്തികടന്ന് മലയിൽ എത്തി ഇന്ത്യൻ സ്വാതന്ത്ര്യത്തിനു വേണ്ടി പൊരുതുവാൻ സൈന്യ സജ്ജീകരണം നടത്തി. ജർമ്മനിയുടെ സഖ്യകക്ഷിയായ ജപ്പാനുമായി സഖ്യത്തിലേർപ്പെടുകയും പരസ്പരം സഹകരണ കരാറുണ്ടാക്കുകയും ചെയ്തു. ആ സൗഹൃദം ജർമ്മനിയുമായും പങ്കുവയ്ക്കാനായി.

യുദ്ധത്തിന്റെ നിലവാരമറിയാൻ ജനം ആകാംക്ഷാപൂർവ്വം കാത്തിരുന്നു. ബോംബുകളുമായി ചീറിപ്പാഞ്ഞു നടക്കുന്ന വിമാനങ്ങൾ, കൂറ്റൻ പീരങ്കികളുമായി കപ്പൽ വ്യൂഹം അന്തർവാഹിനികൾ, ടാങ്കുകളുമായി മുന്നേറുന്ന കാലാൾപ്പട. അതൊക്കെ പലയാവർത്തി വായിക്കാൻ ജനം ആഗ്രഹിച്ചു. അതിനു സ്വന്തമായി പത്രം വരുത്തണം. അതൊരത്യാവശ്യമായി മാറി. നാട്ടിലെ രാഷ്ട്രീയ പ്രവർത്തനം മാത്രമല്ല, ഇന്ത്യയാകമാനമുള്ള വിശേഷങ്ങളും ഇക്കൂട്ടത്തിൽ അറിയാനാകും. ആളുകൾ കാലത്തേ പത്രവിതരണക്കാരനെ കാത്തിരിക്കുന്ന അവസ്ഥയായി. യുദ്ധം മൂർദ്ധന്യാവസ്ഥയിലാണ്. ആദ്യമൊക്കെ വിജയപ്രതീക്ഷയോടെ ഉഗ്രസമരം സമന്വയിപ്പിച്ച ജർമ്മനി തളർന്നു തുടങ്ങി. ഒരു വശത്തുകൂടി ഇംഗ്ലണ്ടിന്റെ കപ്പൽപ്പട, മറുവശത്ത് റഷ്യയുടെ ടാങ്കറുകളുടെ നിര, അമേരിക്കയുടെ മാരകമായ ബോംബും സൈന്യവുമായെത്തുന്ന വിമാനപ്പട. പെട്ടെന്ന് ജപ്പാനിലെ ഹിരോഷിമയിലും നാഗസാക്കയിലുമൊക്കെയുണ്ടായ ആറ്റംബോംബുവർഷം ജപ്പാനെ ഏതാണ്ട് മുഴുവനെ തന്നെ തകർത്തു കളഞ്ഞു. അതുംകൂടി ആയപ്പോൾ പിടിച്ചുനില്ക്കാനാവാതെ

പരാജയം സമ്മതിച്ച ഹിറ്റ്ലർ ആത്മഹത്യ ചെയ്തു. ഇതൊക്കെ സമയാ സമയം പത്രം മുഖേന വായിച്ചറിയാനായി.

ലോകമഹായുദ്ധത്തിന്റെ കെടുതികൾ ഇന്ത്യയെ നന്നേ ബാധിച്ചിരുന്നു. സാമ്പത്തിക മാന്ദ്യമായിരുന്നു പ്രധാനം. യുദ്ധത്തിൽ നേടിയത് വിജയമായിരുന്നെങ്കിലും ഇംഗ്ലണ്ടിനെയും സാമ്പത്തികമായി ബാധിച്ചു. ക്രമേണ ചർച്ചിലിനു പ്രധാനമന്ത്രി സ്ഥാനം നഷ്ടപ്പെടുകയും പകരം ലേബർ പാർട്ടി നേതാവായ ആറ്റ്ലിപ്രഭു പ്രധാനമന്ത്രിയായിത്തീരുകയും ചെയ്തു. യുദ്ധത്തിൽ സഹകരിച്ചതിനുള്ള പ്രതിഫലമായിട്ടോ, ഇന്ത്യൻ സമരരീതിയോടുള്ള അനുകമ്പ കൊണ്ടോ, ഇന്ത്യയെ സ്വതന്ത്രമാക്കാമെന്ന് തീരുമാനിച്ച് അതിനു കളമൊരുക്കുവാൻ മൗണ്ട്ബാറ്റൻ പ്രഭുവിനെ ചുമതലപ്പെടുത്തുകയും ചെയ്തു. അദ്ദേഹം ഇന്ത്യൻ നാഷണൽ കോൺഗ്രസ് നേതാക്കളേയും പിന്നീട് രൂപംകൊണ്ട മുസ്ലീംലീഗ് നേതാക്കളേയും പ്രത്യേകം പ്രത്യേകമായും ഒന്നായും കണ്ടു ചർച്ച നടത്തി. ഏവർക്കും സമ്മതനായ ഒരു നേതാവിനെത്തന്നെ കണ്ടെത്തി ഭരണമേല്പിക്കാനായാൽ തന്റെ ശ്രമം വിജയം കണ്ടുവെന്നു കരുതാം. പക്ഷേ, കാര്യത്തോടടുത്തപ്പോൾ അത്ര സുഖപ്രദമാവുമെന്നു തോന്നിയില്ല. ജവാഹർലാൽ നെഹ്രു പ്രധാനമന്ത്രിയാകാനുള്ള തയ്യാറെടുപ്പിൽ തന്നെ. കൈമുതലായി ഭൂരിപക്ഷം വരുന്ന നേതാക്കളുടെ പിന്തുണ, മൗണ്ട് ബാറ്റന്റെ സൗഹൃദം, ലേഡീമൗണ്ട് ബാറ്റന്റെ താല്പര്യം എന്നീ പ്രധാന ഘടകങ്ങൾ. എന്നാൽ നെഹ്റുവിനെക്കാൾ പ്രായവും പക്വതയുമുള്ള, ബോംബേയിലെ അതുല്യനായ ബാരിസ്റ്റർ, കോടീശ്വരൻ, മുസ്ലീം ജനതയുടെ സമുന്നതനായ നേതാവ് എന്നീ നിലകളിൽ പ്രധാനമന്ത്രി താൻ തന്നെയാകണമെന്നു മുഹമ്മദലി ജിന്ന ശഠിച്ചു. രാജ്യമാകെ പരന്നു കിടക്കുന്ന മുസ്ലീം സമുദായം ഒന്നാകെ കൂടെയുണ്ടെന്ന് അവകാശപ്പെട്ടു. ഏവരും ഉറ്റുനോക്കിയത് മഹാത്മാഗാന്ധിയെയാണ്. അദ്ദേഹം നിശ്ശബ്ദനായിരുന്നു. താൻ പുത്രനെപ്പോലെ കരുതുന്ന നെഹ്രുവിനെ തള്ളിപ്പറയുന്നതെങ്ങനെ. ജിന്നയെപ്പോലൊരു സമുന്നതനായ നേതാവിനെ, മുസ്ലീം സമുദായം ഒന്നാകെപ്പിന്തുണയ്ക്കുമ്പോൾ തിരസ്കരിക്കുന്നതെങ്ങനെ, ജിന്നയെ പ്രധാനമന്ത്രിയാക്കുന്നില്ലെങ്കിൽ ഇന്ത്യയെ പകുത്ത് പാകിസ്ഥാൻ രൂപീകരിച്ച് മുസ്ലീം സാമ്രാജ്യത്തിനു രൂപം നല്കണമെന്നു ജിന്നയും ഷൗക്കത്തലിഖാനുമൊക്കെ വാദിച്ചു. അങ്ങനെ വന്നാൽ സമുദായ മൈത്രി തകരുമെന്നു മാത്രമല്ല വലിയൊരു ലഹളയ്ക്കും കൊള്ളയ്ക്കും കൊലപാതകത്തിനും കളമൊരുക്കുമെന്ന് അദ്ദേഹത്തിന് ഊഹിക്കാനായി. നെഹ്രുവിനെക്കാൾ പ്രായമുള്ള അനാരോഗ്യവാനായ ജിന്നയെ തല്ക്കാലം പ്രധാനമന്ത്രിയാക്കി ഈ വൈതരണി തരണം ചെയ്യുകയല്ലേ നല്ലതെന്നു നെഹ്രു പക്ഷവാദികളോടു പറഞ്ഞെങ്കിലും തരിമ്പെങ്കിലും അതിനു വഴങ്ങാൻ നെഹ്രു കൂട്ടാക്കിയില്ല. ആരെയും തള്ളാനും കൊള്ളാനും വയ്യാതെ മൗണ്ട്ബാറ്റൻ പ്രഭുവും.

ജനം ആകാംക്ഷാപൂർവ്വം കാത്തിരുന്നു; എന്താണുണ്ടാവുക എന്ന

റിയാൻ പത്രങ്ങൾ മാത്രമേയുള്ളു ശരണം. ഇന്നത്തെപ്പോലെ വാർത്താവിനിമയമൊന്നു വികസിച്ചിട്ടില്ലായിരുന്നു. ജിന്നയെ പിണക്കുന്നത് ആശ്വാസ്യമല്ലെന്നു പൊതുവേ തോന്നി. ഇന്ത്യയിലെ ഏറ്റവും വലിയ സമ്പന്നർ ഹൈദരാബാദിലെ നൈസാമാണ്. അത്രയല്ലെങ്കിലും പ്രബലരായ ഏറെ നവാബുമാർ വേറെ. ധനം മാത്രമല്ല, സൈനികശക്തിയും ഏറും. ഹിന്ദുക്കളോളമില്ലെങ്കിലും ഇന്ത്യയിൽ മുസ്ലീം നിർണ്ണായകശക്തി തന്നെ. തല്ക്കാലം നെഹ്റു വഴങ്ങിക്കൊടുത്താലേ സമാധാനപരമായി ഭരണം ഏറ്റെടുക്കാനാവു എന്നു ജനം വിശ്വസിച്ചു. എന്നാൽ പ്രധാനമന്ത്രി സ്ഥാനത്തിൽ കുറഞ്ഞൊന്നിനും അദ്ദേഹം വഴങ്ങിയുമില്ല. അവസാനം ഇന്ത്യയെ വിഭജിക്കാനും പാകിസ്ഥാൻ രൂപവല്ക്കരിക്കാനും മൗണ്ട് ബാറ്റൻ പ്രഭു ബാദ്ധ്യസ്ഥനായി. തുടർന്ന് വടക്കേ ഇന്ത്യ കണ്ടത് ഇരുരാഷ്ട്രങ്ങളിലേക്കുമുള്ള ഹിന്ദു മുസ്ലീം ജനതയുടെ പലായനങ്ങൾ, വർഗ്ഗീയ ലഹളയും കൊള്ളയും കൊലപാതകവുമൊക്കെത്തന്നെ. അഭയാർത്ഥികൾ പൊതുനിരത്തുപോലും കീഴടക്കി എങ്ങും എവിടെയും പട്ടിണിയും രോഗാവസ്ഥയും ബാക്കിയായി. ഇതൊന്നും കാണാൻവയ്യാതെ ഗാന്ധി തേങ്ങി.

നെഹ്റു പ്രധാനമന്ത്രിയായി. സർദാർ പട്ടേൽ ആഭ്യന്തരമന്ത്രി. പ്രശസ്തരും അപ്രഗത്ഭരുമായ നേതാക്കൾ മന്ത്രിമാരായി. ഇന്ത്യയിൽ മുഖ്യ ഔദ്യോഗികപദവികളിൽ ഇരുന്ന ഇംഗ്ലീഷുകാർ ഒന്നൊന്നായി ബ്രിട്ടനിലേക്കു മടങ്ങി. ബ്രിട്ടീഷുകാരുടെ വ്യവസായങ്ങൾ പ്രാദേശികവണിക്കുകൾക്ക് വിറ്റുകിട്ടിയ പണവുമായി അവരും അരങ്ങൊഴിഞ്ഞുതുടങ്ങി. ബ്രിട്ടീഷുകാർ ഭരണമൊഴിഞ്ഞു പോയപ്പോൾ കൊടുത്തുകൊണ്ടിരുന്ന കപ്പം ഇനി കൊടുക്കേണ്ടിവരില്ലെന്ന് നാട്ടുരാജാക്കന്മാർ ആശ്വസിച്ചിരിക്കണം. പക്ഷേ, അതൊന്നുമില്ലാതെ സാമ്പത്തിക സമീകരണം സാദ്ധ്യമാവില്ലെന്ന് മനസ്സിലാക്കാൻ അമാന്തം വന്നില്ല. അതിനുവേണ്ടത്ര തന്ത്രങ്ങൾ മെനയാൻ ആഭ്യന്തരമന്ത്രിയായ പട്ടേലിനെ സഹായിച്ചത്. വി പി മേനോനെന്ന മലയാളിയായിരുന്നു ചർച്ചകളിലൂടെയും തന്ത്രങ്ങളിലൂടെയും സമ്മർദ്ദങ്ങളിലൂടെയുമൊക്കെ എല്ലാ നാട്ടുരാജ്യങ്ങളേയും സ്വതന്ത്ര ഇന്ത്യയുടെ ഭാഗമാക്കി മാറ്റാനായി. ഒറ്റയ്ക്കു മാറിനിന്ന് സ്വതന്ത്ര തിരുവിതാംകൂർ രൂപീകരിച്ച് ഒരു സിംഗപ്പൂർ മോഡൽ രാജ്യം കെട്ടിപ്പടുക്കണമെന്ന് സർ സി പി തീരുമാനിച്ചു. വിഴിഞ്ഞം തുറമുഖത്തെ ലോകോത്തര കപ്പൽ കേന്ദ്രമാക്കിയെടുത്താൽ വ്യാവസായികമായുള്ള ഉയർച്ച സാദ്ധ്യമാണെന്നു കണ്ടെത്തി. പ്രധാനനിരത്തുകൾ സിമന്റു ചെയ്യാനാരംഭിച്ചു. വിമാനത്താവളവും റെയിൽവേ സ്റ്റേഷനും വിപുലീകരിക്കാൻ ശ്രമമാരംഭിച്ചു. പക്ഷേ, വി പി മേനോൻ എല്ലാം തകർത്തുകളഞ്ഞു. മറ്റു നാട്ടുരാജ്യങ്ങളുടെ സ്ഥിതി മതിയെന്ന നിലവന്നു.

ഇന്ത്യയുടെ വിവിധ ഭാഗങ്ങളിലായി കമ്യൂണിസം തലപൊക്കിത്തുടങ്ങിയത് പെട്ടെന്നായിരുന്നു. താഷ്കെന്റിൽ വച്ചാണതു ജനിച്ചത്. റഷ്യയുടെ ലാളനയോടെ വളരാൻ തുടങ്ങി. പുന്നപ്ര–വയലാർ സമരം അങ്ങ

നെയുണ്ടായതാണ്. ഒറ്റപ്പെട്ട സംഘട്ടനങ്ങൾ വേറെയും. ഏതായാലും സി പിയെ തളച്ചേ തീരുവെന്ന തീരുമാനത്തിലെത്തിയ സമരസഖാക്കൾ ഒരു സംഗീതസദസ്സിൽ വച്ച് സി പിയെ വെട്ടിവീഴ്ത്തി. ഭാഗ്യവശാലോ, നിർഭാഗ്യവശാലോ, ആ സമയത്ത് വൈദ്യുതി നിലച്ചതുമൂലം ലക്ഷ്യം തെറ്റി വെട്ട് മുഖത്ത് സാരമായ ക്ഷതമേല്പിച്ചതേയുള്ളു. പിന്നെ താമസിച്ചില്ല, തിരുവിതാംകൂറിനെ അതിന്റെ വിധിക്കുവിട്ട് സി പി മദ്രാസിലേക്കു ഓടി രക്ഷപ്പെട്ടു. അതോടെ ശാന്തനും സമാധാനകാംക്ഷിയുമായ മഹാരാജാവ്, രാജ്യത്ത് ജനായത്ത ഭരണസമ്പ്രദായം കൊണ്ടുവരാൻ തയ്യാറായി. മുന്നോടിയായി നടന്ന പൊതുതിരഞ്ഞെടുപ്പിൽ സ്റ്റേറ്റ് കാൺഗ്രസ്, കമ്യൂണിസ്റ്റുകാരെ അമ്പേ പരാജയപ്പെടുത്തി ഭരണത്തിലേറി. മഹാരാജാവിനെ രാജപ്രമുഖനായി നിലനിർത്തി, പട്ടം താണുപിള്ള പ്രധാനമന്ത്രിയും റ്റി എം വർഗ്ഗീസും സി കേശവനും മന്ത്രിമാരുമായി ഭരണമേറ്റു.

ആറ്

കോൺഗ്രസ് പാർട്ടി ഏറെ വളർന്നുകഴിഞ്ഞിരുന്നു. പ്രവർത്തകരുടെ നിലയും വിലയും കൂടി. കണ്ടാൽ കാണാത്തതുപോലെ, തിരിച്ചറിയാത്തതുപോലെ നടന്ന നാട്ടുകാർ സൗഹൃദം പങ്കുവെക്കാനും തോളിൽ കൈയിട്ടു നടക്കാനും മടിച്ചില്ല. പ്രായാധിക്യമുള്ള പ്രമുഖർ പോലും ചിരിക്കാനും ക്ഷേമാന്വേഷണം നടത്താനും ശ്രമിച്ചു. പാർട്ടി പ്രവർത്തകർ എന്നുപറയാൻ ചെറുപ്പക്കാർ മടിച്ചില്ലെന്നു മാത്രമല്ല അനുയായികളായി കൂടുകയും ചെയ്തു. പാർട്ടി ആഫീസുമായി ആലോചിച്ച് അത്തരം ആളുകളെ അംഗത്വ ഫീസീടാക്കി സംഘടനയിൽ ചേർത്തു. ക്രമേണ നാട്ടിൽ തന്നെ ഒരാഫീസിന്റെ പ്രവർത്തനം അനിവാര്യമായി തീർന്നു. പുതിയ അംഗങ്ങൾ വർദ്ധിച്ചു വരുന്ന മുറയ്ക്ക് തയ്യൽക്കാരൻ പണിക്കർക്ക് തെരക്കും വരുമാനവും കൂടി. ധാരാളം ജുബ്ബ തയ്ക്കേണ്ടി വന്നു. സ്വാഭാവികമായും പണിക്കർക്ക് പാർട്ടിയോട് ആദരവും കടപ്പാടും അനുഭവപ്പെട്ടു. അതുകൊണ്ട് തയ്യൽക്കടയോടു ചേർന്നു പണിക്കർക്ക് വിശ്രമിക്കാനും മറ്റും ഉപയോഗിച്ചിരുന്ന ചെറിയ മുറി പാർട്ടിക്കായി വിട്ടു തന്നു. പ്രവർത്തകർക്ക് വരാനും പോകാനും ഒരു സ്ഥലം എന്നല്ലാതെ ഒരാഫീസിന്റെ കെട്ടുംമട്ടുമൊന്നും ഇല്ല. അതുപോര പ്രവർത്തകരോട് ആശയവിനിമയം നടത്താനും നിർദ്ദേശങ്ങൾ നല്കാനും പ്രയോജനപ്പെടണമെന്നു കരുതി ചെറിയൊരു പിരിവെടുത്ത് ഒരു മേശ, രണ്ടു കസേരകൾ, നാലു ബെഞ്ചുകൾ എന്നിവ മേടിച്ചിട്ടു. എന്നും വൈകിട്ട് ഒരു മണിക്കൂർ സമയമെങ്കിലും നാട്ടിലെ നേതാവെന്ന നിലയിൽ താനവിടെ ഉണ്ടാകും എന്ന നിലവന്നു. പ്രാദേശിക നേതാക്കളാരെങ്കിലും വന്നാൽ സ്വീകരിച്ചിരുത്താനും ഒരിടമായി. ചർച്ചയും ആലോചനായോഗവുമൊക്കെ

പഴയതുപോലെ ആനപ്പാറയിൽ തന്നെ. ജോലിഭാരം കൂടി. കൂടെക്കൂടെ തിരുവനന്തപുരത്തു നടക്കുന്ന ചർച്ചകളിൽ പങ്കെടുക്കുക; നാട്ടിലെ പ്രാന്ത പ്രദേശങ്ങളിൽ പുതിയ അംഗങ്ങൾ സംഘടിപ്പിക്കുന്ന വിശദീകരണയോഗങ്ങളിൽ സംബന്ധിക്കുക, ആവശ്യമെങ്കിൽ നേതാക്കളെ ക്ഷണിച്ചു കൊണ്ടുവരുക. ഇതൊക്കെ ലോക്കൽ സെക്രട്ടറിയെന്ന നിലയിൽ തന്റെ തലയിലായി. പത്രവിതരണത്തോടൊപ്പം എല്ലാം കൊണ്ടുപോകുന്നത് എളുപ്പമല്ല. സാമ്പത്തിക ബാദ്ധ്യത വേറെ. അതു സാരമാക്കാനില്ല. മിക്കവാറും എല്ലാ മലയാള പത്രത്തിന്റെയും ഏജൻസി തനിക്കാണ്. കൃത്യമായി പത്രമാഫീസുകളിൽ പണമടയ്ക്കണം. സബ് എജന്റുമാർ എല്ലാവരും സമയത്ത് പണം എത്തിക്കാറില്ല. അതൊന്ന് ഉഷാറാക്കിയാൽ മതി. ഭേദപ്പെട്ട കമ്മീഷൻ കിട്ടുന്നുണ്ട്. അതിലല്പം പാർട്ടിക്കുവേണ്ടി ചെലവഴിക്കാൻ മടിയില്ല. ഏതായാലും പാർട്ടി പ്രവർത്തനത്തിന് കുറെ സമയം കൂടി കണ്ടെത്തേണ്ടതു തന്നെ.

പെട്ടെന്നോർത്തു. പട്ടത്തുവീട്ടിൽ പോയിട്ടു മാസങ്ങളായി. കാണുമ്പോൾ പൊന്നമ്മ സാർ നിർത്തിപ്പൊരിക്കും. ഒരു കാര്യവുമില്ലെങ്കിലും കൂടെക്കൂടെ കണ്ടേ തീരുവെന്നാണ് കല്പന. 'നീയെന്റെ ഇളയ മോനാണു മാധവൻകുട്ടീ. മൂത്തവനാണെങ്കിൽ സ്ഥലത്തുമില്ല. നിന്നെ കൂടെക്കൂടെ കണ്ടാൽ മനസ്സിനൊരു സമാധാനം അത്രേയുള്ളൂ' എന്നാണു പറയാറ്. പോണം. ഇനി താമസിച്ചുകൂട. ആദ്യം കുറെ വഴക്കു കേൾക്കേണ്ടിവരും. സാരമില്ല. തീരുമാനമെടുത്തു. അപ്പോഴൊരു സംശയം. പൊറുതി പൂർണ്ണമായി ക്ലിഫ്ഹൗസിലേക്കു മാറ്റിയോ. അതും അന്വേഷിക്കണം. പ്രധാനമന്ത്രിയായി ചുമതല ഏല്ക്കുന്ന അന്നു കണ്ടതാണ്. പിന്നെ പോകാനൊത്തില്ല. നാട്ടിൽ നടന്ന ആഘോഷങ്ങളും ആഹ്ലാദപ്രകടനങ്ങളും എല്ലാം ഓർമ്മയിൽ വന്നു.

കാലത്ത് പത്തുമണിയോടടുത്ത് അച്ഛന്റെ കുതിരവണ്ടി വീട്ടിൽ വന്നു. ശബ്ദം കേട്ട് ഞാൻ മുറ്റത്തിറങ്ങി നോക്കി. വണ്ടി മാത്രമേയുള്ളൂ. അച്ഛൻ ഇല്ല. വണ്ടിക്കടുത്തു ചെന്നു.

"കുഞ്ഞേ അമ്മയേയും വിളിച്ച് വേഗം ഇറങ്ങണം. ഒട്ടും താമസിക്കരുത്."

"എന്താ കാര്യം?"

വണ്ടിക്കാരൻ കരച്ചിലിന്റെ വക്കത്തായി.

"സാമി മരിച്ചു പോയി."

ഇതിനിടെ കുട്ടമ്മാവനും അമ്മയും മുറ്റത്തുകൂടി. ഞാനോടിച്ചെന്ന് അമ്മയെ കെട്ടിപ്പിടിച്ചു കരഞ്ഞു.

"അമ്മാ അച്ഛൻ പോയി."

"അക്കാ, ഇറങ്ങാൻ നോക്ക്. വേഗം വേണം."

കുട്ടമ്മാവൻ പറഞ്ഞു.

"ഏടാ, ശേഖരൻകുട്ടി പള്ളിക്കൂടത്തിലാണല്ലോ. അവൻ വരണ്ടേ."

"അവനെ വിളിക്കാനൊന്നും നേരമില്ല. അല്ലെങ്കിലും നമുക്കാർക്കും തൊടാനും ചടങ്ങുകളിൽ പങ്കെടുക്കാനും പറ്റില്ല. ദൂരെനിന്നും തൊഴുകയോ നമസ്കരിക്കയോ ചെയ്യാം. ശേഖരനെ ഞാൻപറഞ്ഞു സമാധാനിപ്പിച്ചോളാം. നിങ്ങളിറങ്ങാൻ നോക്ക്."

അമ്മ മുണ്ടും നേരിയതുമൊക്കെ മാറ്റിയുടുത്ത് ഇറങ്ങി വന്നു. എനിക്കു മാറാൻ വേഷമൊന്നുമില്ല. ഖദർ ഷർട്ടും മുണ്ടും ശരിയാവില്ല. കുട്ടമ്മാവനു കാര്യം പിടികിട്ടി. ഓടിച്ചെന്ന് ഒരു വെളുത്ത മുണ്ടു കൊണ്ടു വന്നു. ഷർട്ട് പഴയതു മതി. ഖദർ വേണ്ട. വേഗം തന്നെ ഷർട്ടും മുണ്ടും മാറ്റി ഇറങ്ങി. വണ്ടിയിലിരിക്കേ ഓർത്തു അനിയനു വലിയ സങ്കടമാവും. അച്ഛന് അവനെ വലിയ ഇഷ്ടമായിരുന്നു. നാലാംതരം കഴിഞ്ഞാലുടനെ അവനെ തിരുവനന്തപുരത്തു കൊണ്ടുപോയി ഇംഗ്ലീഷ് പള്ളിക്കൂടത്തിലും കോളേജിലുമൊക്കെ പഠിപ്പിച്ച് വലിയ നിലയിലെത്തിക്കണമെന്നു ആഗ്രഹിച്ചിരുന്നു. "നിന്റെ അണ്ണനോ ഇങ്ങനെ ആയി. നീയെങ്കിലും ഭംഗിയായി പഠിക്കണം. തോല്ക്കാതെ പഠിച്ചാൽ എത്രയും പഠിപ്പിക്കും. നല്ല ജോലി വാങ്ങിച്ചുതരും. ഹജൂരിലോ കൊട്ടാരത്തിലോ എവിടെയെങ്കിലും."

കഴിഞ്ഞ തവണ വന്നപ്പോഴും പഠിത്തത്തെപ്പറ്റി അന്വേഷിച്ചു. ഹെഡ്മാസ്റ്റർക്ക് നല്ല അഭിപ്രായമായിരുന്നു. അച്ഛൻ സ്ഥലത്തുള്ളപ്പോൾ നാട്ടിലുള്ള സർക്കാർ ഉദ്യോഗസ്ഥർ ക്ഷേമമന്വേഷിച്ചെത്തും. നാട്ടിലെ കാര്യവും സർക്കാർ വിശേഷവും പറഞ്ഞുമടങ്ങും. കുറേ നാളായി നാട്ടിൽ വന്നിട്ട്. ഒരു തവണ ഹരിഹരയണ്ണൻ വന്നു. പാട്ടക്കാരനെ അന്വേഷിച്ചാണ്. കൂട്ടത്തിൽ പറഞ്ഞു. അച്ഛൻ വല്ലാത്ത ആലസ്യത്തിലാണ്. വെട്ടുകൊണ്ടതു സർ സി പിക്കാണെങ്കിലും വീണുപോയത് അച്ഛനാണ്. പിന്നീട് കൊട്ടാരത്തിൽപ്പോലും പോകാൻ താല്പര്യം കാട്ടുന്നില്ല, സാമി വിളിച്ചിരുന്നെങ്കിൽ കൂടെ പോകുമായിരുന്നുവെന്നു തോന്നും. മഠത്തിൽ പൂജപോലും ശരിക്കു നടക്കുന്നില്ല. ജോത്സ്യം നോക്കാൻ വരുന്നവരോട് അവധി പറയുന്നു. ദിവാൻ സാമിയോടുള്ള ആത്മബന്ധം അത്ര വലുതായിരുന്നു.

മഠത്തിലുള്ള കർമ്മങ്ങളും പൂജയുമൊക്കെ കഴിഞ്ഞ് വൈകുന്നേരം അച്ഛന്റെ മൃതദേഹം പുത്തൻകോട്ട ബ്രാഹ്മണ ശ്മശാനത്തിൽ കൊണ്ടുപോയി സംസ്കരിച്ചു. എല്ലാത്തിനും കൂടെ നടന്നുവെന്നല്ലാതെ ഒരു പുത്രന്റെ കർമ്മങ്ങളൊന്നും ചെയ്യാനായില്ല. തിരിച്ചു മഠത്തിലെത്തിയപ്പോൾ സന്ധ്യയോടടുത്തു. അമ്മയെ തെരക്കി കണ്ടുപിടിച്ചു.

"അമ്മേ, ഞാനങ്ങു പോവാം. ഇവിടത്തെ തെരക്കിൽ വല്ലാതെ വിഷമിക്കും. നിന്നിട്ടു ഒരു കാര്യവുമില്ല താനും. അമ്മ നിന്നേ തീരൂ. കുളിയുടെയന്ന് ഞാൻ വരാം. നമുക്കൊരുമിച്ചു തിരിച്ചു പോകാമല്ലോ. അവിടെയും ആരുമില്ല."

"ഞാനും ആലോചിച്ചു. നീ പോകുന്നെങ്കിൽ പോ. കൊച്ചവിടെ

എന്തു പുക്കാറൊക്കെ ഉണ്ടാക്കിയോ എന്തോ. നിനക്കിനി ബസു കിട്ടുമോ."

"കിട്ടും. രാത്രിയിൽ രണ്ടു സർവ്വീസുണ്ട്. ആര്യശാല പോകണം."

"എന്നാൽ നീ പോ. പതിനൊന്നിന്റെയന്ന് കാലത്തേവരണം. പറ്റിയാൽ അവനേയും കൂട്ടിക്കോ."

"ശരി." ഇറങ്ങി ധൃതിയിൽ നടന്നു.

ബസിൽ നിന്നുമിറങ്ങിയപ്പോൾ പലരും ഓടിവന്നു; അനുശോചനമറിയിക്കാൻ എന്നവണ്ണം. സാമി പെട്ടെന്നു മരിക്കാനെന്താ കാരണം; സുഖമില്ലാതെ കിടക്കുകയായിരുന്നോ. നിങ്ങളവിടെ എത്തിയതിനുശേഷമാണോ മരിച്ചത്. എന്നിങ്ങനെ ചോദ്യങ്ങളേറെ. വിശദമായി സംസാരിക്കാൻ നിന്നില്ല. വല്ലാത്ത ക്ഷീണം, വിശപ്പാണു കാരണമെന്നറിയാം. വീട്ടിലെത്തിയാലും കുളിക്കാതെ അമ്മൂമ്മ അകത്തു കയറ്റില്ല. പാർട്ടി ആഫീസിൽ ഒന്നെത്തി നോക്കി. ആരൊക്കെയോ അകത്തുണ്ട്. സുകുമാരൻ എണീറ്റോടി വന്നു.

"ഞാനകത്തു കയറുന്നില്ല. നാളെ കാണാം."

തിരിഞ്ഞു നടന്നു വീട്ടിലെത്തിയപ്പോൾ പത്തുമണിയോളമായി. അനിയൻ ഉറങ്ങാതെ കാത്തിരിപ്പുണ്ടോ. അവൻ കെട്ടിപ്പിടിച്ചു കരയും, പരാതി പറയും, തീർച്ചയായും അവനെ എങ്ങനെ സമാധാനപ്പെടുത്തുമെന്നറിയില്ല. വരാന്തയിൽ ചിമ്മിനി വിളക്കും വച്ച് തൂണിൽ ചാരി അമ്മൂമ്മ ഇരിക്കുന്നതു കണ്ടു.

"ശേഖരൻകുട്ടി ഉറങ്ങിയോ. അമ്മച്ചീ"

"പാവം കരഞ്ഞുകരഞ്ഞ് തളർന്നുറങ്ങിപ്പോയി. ദാഹിച്ച പച്ചവെള്ളം കുടിച്ചിട്ടില്ല. ഇപ്പോഴുണർത്തണ്ട. നീ ഒരു തൊട്ടി വെള്ളം കോരി ഒഴിച്ചോണ്ടു വാ. ഈ നേരത്തിന് കുളത്തിൽ പോകാൻ നില്ക്കണ്ട."

രാവിലെ ശേഖരൻ കുട്ടിയെ വിളിച്ചുണർത്തി.

"എടാ. എണീക്ക്. പല്ലു തേയ്ച്ചുവന്ന് വല്ലതും കഴിക്ക്. നീ രാത്രിയിലൊന്നും കഴിച്ചില്ലെന്ന് അമ്മച്ചി പറഞ്ഞു."

അവനു സങ്കടം വന്നു.

"അച്ഛനെ കാണാൻ എന്നേം കൂടെ കൊണ്ടുപോയില്ലല്ലോ അണ്ണാ."

"അതിനൊന്നും സമയമില്ലാതിരുന്നെടാ. വണ്ടീം കൊണ്ടുവന്നു വിളിച്ചതല്ലേ. അമ്മ എത്തിയിട്ടേ കർമ്മം തുടങ്ങാവൂ എന്നുണ്ടായിരുന്നു. വൈകുന്നതിനുമുൻപ് ദഹിപ്പിക്കുകയും വേണ്ടിയിരുന്നല്ലോ."

"ഇനി അച്ഛനെ കാണാനൊക്കൂല്ലെന്നു വിചാരിക്കുമ്പം –"

"വിധിയെന്നു കരുതിയാമതി. അച്ഛനെ ഞാൻ ഒരുപാടു സങ്കടപ്പെടുത്തി. ദിവാൻ സാമിയും കുറ്റപ്പെടുത്തിപോലും. കൊട്ടാരത്തിലും അറിഞ്ഞിട്ടുണ്ടാവും."

"അമ്മ എന്നുവരും."

"പതിനൊന്നാം ദിവസമാണ് ബ്രാഹ്മണരുടെ കുളിയും പൂജയും ഒക്കെ. അന്നുനിന്നെ കൊണ്ടുപോകാം. വൈകിട്ട് അമ്മയേയും കൂട്ടി തിരിച്ചുവരാം."

അന്നു ശേഖരൻകുട്ടി സ്കൂളിൽ പോയില്ല. ഞാനും വീടുവിട്ടിറങ്ങിയില്ല. അയൽവാസികളായ ചിലർ മരണമന്വേഷിച്ചുവന്നു. കുട്ടമ്മാവൻ എല്ലാവരേയും സ്വീകരിക്കയും യാത്രയാക്കുകയും ചെയ്തു. ഗോപിയണ്ണനും ചില പാർട്ടി പ്രവർത്തകരും തയ്യൽക്കാരൻ പണിക്കരുമൊക്കെ വന്ന് കുറച്ചുനേരം വരാന്തയിലിരുന്ന് ഓരോന്നു പറഞ്ഞ് ആശ്വസിപ്പിച്ചു. പതിനൊന്നാം ദിവസം രാവിലെ ശേഖരൻകുട്ടിയേയും കൂട്ടി തിരുവനന്തപുരത്തേക്കു പോയി. ചടങ്ങുകളെല്ലാം ഉച്ചയ്ക്കു മുൻപ് അവസാനിച്ചു. ഉച്ചയ്ക്കു വിഭവസമൃദ്ധമായ ഊണ്. താഴത്തുമഠത്തിലെ സാമി ചരിത്രത്തിൽ നിന്നുതന്നെ മായ്ക്കപ്പെട്ടുവെന്നു തോന്നി. വൈകിട്ടു അമ്മയെയും കൂട്ടി തിരിച്ചുപോന്നു.

അച്ഛന്റെ ലാളനയൊന്നും കിട്ടിയിട്ടില്ല. താമസം കൂടുതലും തിരുവനന്തപുരത്തുതന്നെ. പ്രധാനമായും കൊട്ടാരത്തിലും ഭക്തിവിലാസത്തിലുമുള്ള ഭഗവതീസേവയും പൂജയും ഹോമവും ഒക്കെ. ഒഴിവുകിട്ടുമ്പോൾ നാട്ടിൽവരും. യാത്രയ്ക്ക് ആദ്യം ഒരു വില്ലുവണ്ടിയും പിന്നീട് കുതിരവണ്ടിയും അനുവദിച്ചുകൊടുത്തിരുന്നു. നാട്ടിൽ വരുമ്പോൾ അമ്മയെ വിളിക്കാൻ ആളുവരും. ആദ്യമൊക്കെ ഞാനും പിന്നീട് അനിയനും കൂടെപ്പോകും. പ്രായത്തിൽ അല്പം മൂപ്പുണ്ടെങ്കിലും ഹരിയണ്ണൻ നല്ലൊരു കൂട്ടാണ്. മഠത്തിലെ വലിയമ്മ എന്തെങ്കിലും മധുരപലഹാരങ്ങൾ ഉണ്ടാക്കിത്തരും. അച്ഛനും കുടുംബവും തിരിച്ചുപോകുന്നതുവരെ ഊണും ഉറക്കവുമെല്ലാം മഠത്തിൽ തന്നെ. തിരക്കൊഴിഞ്ഞ സമയമില്ല. പുരയിടത്തിലെ ജോലിക്കാരും തേങ്ങാ പൊതിക്കാൻ വരുന്ന ചെട്ടിയാരും പാട്ടക്കാരും നാട്ടുപ്രമാണിമാരുമൊക്കെ. അച്ഛന്റെ ജ്യോതിഷ പ്രവചനങ്ങൾ നാട്ടിൽ പ്രശസ്തമായിരുന്നു താനും. സർക്കാർ ഉദ്യോഗസ്ഥർ വരുന്നത് ഓരോ ശുപാർശകളുംകൊണ്ടാണ്. ഒന്നുകിൽ പ്രമോഷൻ, അല്ലെങ്കിൽ സ്ഥലംമാറ്റം. അവർ ബഹുമാനത്തോടെ ഓച്ഛാനിച്ചുനില്ക്കും. അച്ഛന് ഇരിക്കാൻ ഒരു ചാരുകസേരയുണ്ട്. സന്ദർശകർക്ക് പുൽപ്പായത്തടുക്കുകളും. വളരെ അടുപ്പമുള്ള ചിലരൊക്കെ ഏറെനേരം ഇരുന്നു തമാശ പറയും. പൊട്ടിച്ചിരിക്കും. ഉദ്യോഗസ്ഥർ എന്നു പറയുമ്പോൾ അധികമൊന്നുമില്ല. ഏഴാം ക്ലാസുവരെയുള്ള പള്ളിക്കൂടത്തിലെ ഹെഡ്മാസ്റ്ററും അദ്ധ്യാപകരും പകുതിക്കച്ചേരിയിലെ പാർവത്യകാരനും സിൽബന്ധികളും ബ്രാഞ്ച് പോസ്റ്റാഫീസിലെ പോസ്റ്റുമാൻമാർ, ദേവസ്വം കാര്യക്കാരും പൂജാരിമാരും ബീറ്റുവരുന്ന പൊലീസുകാർ ഇത്രയൊക്കേയുള്ളൂ.

ചിലപ്പോഴൊക്കെ മരിച്ചുപോയ വലിയണ്ണന്റെ മക്കളെ കൊണ്ടുവരും. ഭഗവതിയും രാജേശ്വരിയും. മലയാളം സംസാരിക്കാൻ അറിയില്ല. സ്ഥിര

താമസം ശുചീന്ദ്രത്താണ്. സംസാരഭാഷ തമിഴാണെങ്കിലും മലയാളം കേട്ടാൽ മനസ്സിലാകും. അവരെന്നെയും കളിക്കാൻ കൂട്ടും. പാണ്ടികളിയും പല്ലാൻ കുഴിക്കളിയും ഒക്കെയാണ്. ചിലപ്പോഴവർ ഡാൻസു കളിക്കും. രാത്രിയിൽ അച്ഛൻ തന്നെ അവരെ വിളിച്ചിരുത്തി പാടാൻ പറയും. കർണ്ണാടക സംഗീതമാണ്. കീർത്തനങ്ങളാണു കൂടുതൽ. കാലറ്റം ഇറക്കമുള്ള പട്ടുപാവാടയും ചോളിയും ഹാഫ് സാരിയുമാണ് വേഷം. മുടി പിന്നി കുഞ്ചലവും കെട്ടി ഇടും. കാലിൽ കിലുങ്ങുന്ന കൊലുസുള്ളതുകൊണ്ട് അവരുടെ വരവും പോക്കും അറിയാനാവും. അവർക്കീ നാട്ടിൻപുറം നന്നേ ഇഷ്ടപ്പെട്ടു.

ഏഴാം ക്ലാസു കഴിഞ്ഞാൽ തിരുവനന്തപുരത്തുകൊണ്ടുപോയി ഇംഗ്ലീഷ് പള്ളിക്കൂടത്തിൽ ചേർത്തു പഠിപ്പിക്കണമെന്ന് അച്ഛൻ ആഗ്രഹിച്ചിരുന്നു. അപ്പോഴാണു പുത്രൻ കോൺഗ്രസായിപ്പോയത്. ഏഴാം ക്ലാസ് ജയിക്കാൻപോലും ആയതുമില്ല. എന്നാൽ അനിയനെയെങ്കിലും നല്ലവണ്ണം പഠിപ്പിക്കണമെന്നു തീരുമാനിച്ചു. അതുപറയുമ്പോൾ അമ്മ ഉടക്കിടും.

"അവനെ കൊണ്ടുപോയാൽ പിന്നെ എനിക്കാരാ ഉള്ളത്. മൂത്തതൊരുത്തനുള്ളത് അന്തിക്കൂട്ടിനുപോലും ഉതകുന്നുമില്ല."

"ഇവിടത്തെ പഠിത്തം തീർന്നാൽ പിന്നെ ഇവനെ പഠിപ്പിക്കണ്ടേ. അപ്പോൾ നീയെന്തു ചെയ്യും."

"ഏഴാംതരം വരെ പഠിക്കാമല്ലോ. അതുകഴിഞ്ഞിട്ട് ആലോചിച്ചാൽ പോരേ."

"അപ്പോഴും നീയോരോ ന്യായം പറയും. എന്തായാലും അന്നു ഞാനവനെ കൊണ്ടുപോകും. ഒരുത്തനെയെങ്കിലും പഠിപ്പിച്ച് ഒരു നിലയിലെത്തിക്കണം."

ആ അച്ഛൻ ഇന്നില്ല. ഇളയ പുത്രന്റെ ഉയർച്ചയും വളർച്ചയും കാണാൻ കാത്തുനിന്നില്ല.

ഇപ്പോൾ ഭരണകക്ഷിയെന്നു പറയുന്നതു കാൺഗ്രസാണ്. പൊതുതിരഞ്ഞെടുപ്പിൽ ജയിച്ച കക്ഷി. കാൺഗ്രസ് സ്ഥാനാർത്ഥികൾക്കെതിരെ വൻ വ്യവസായ പ്രമുഖരും, കുത്തക മുതലാളിമാരും തോട്ടം ഉടമകളുമൊക്കെ മത്സരിക്കാൻ തയ്യാറായി. കഴിയുന്നിടത്തോളം കമ്യൂണിസ്റ്റുകാരും രംഗത്തെത്തി. നാട്ടിൽ കാൺഗ്രസ് സ്ഥാനാർത്ഥിയായി ജി രാമചന്ദ്രനും റിസർവേഷനിൽ ജോസും മത്സരിച്ചു. എതിർസ്ഥാനാർത്ഥിയായി ബസ്മുതലാളിയായ സത്യനേശനും. ജോസിന്റെ ആവേശോജ്ജ്വലമായ പ്രസംഗം ജനങ്ങളെ ഇളക്കിമറിച്ചു. വൻഭൂരിപക്ഷത്തിലാണ് കാൺഗ്രസ് സ്ഥാനാർത്ഥികൾ വിജയിച്ചത്. ആദ്യമായാണ് അത്തരം ഒരു തിരഞ്ഞെടുപ്പിൽ പങ്കെടുക്കാനും പ്രചരണരംഗത്തു പയറ്റാനും അവസരമൊത്തത്.

പട്ടം താണുപിള്ള പ്രധാനമന്ത്രിയായി അധികാരമേറ്റെടുത്ത മന്ത്രി

സഭയ്ക്ക് ആയുസ്സു കുറവായിരുന്നു. എട്ടുമാസത്തോളം മാത്രമേ നില നില്പുണ്ടായുള്ളു. കാൺഗ്രസിലെ പ്രമുഖ നേതാക്കളും പട്ടത്തിന്റെ ഉറ്റ അനുയായികളുമായിരുന്ന നേതാക്കൾ കൂറുമാറി. ഏവർക്കും വേണ്ടതു സ്ഥാനവും അധികാരവും തന്നെ. ജാതിമത പരിഗണനയ്ക്കുപരി വ്യക്തി പരിഗണനയ്ക്കായി പ്രസക്തി. നടത്തിയ മന്ത്രിസഭാ വികസനവും ഫലം കണ്ടില്ല. ഭീഷണികൾക്കു വഴങ്ങുവാൻ പട്ടവും തയ്യാറായില്ല. അങ്ങനെ അധികാരത്തിൽനിന്നും പട്ടത്തെ പുറത്താക്കി, പറവൂർ നാരായണപി ള്ളയെ മുഖ്യമന്ത്രിയാക്കി പുതിയൊരു മന്ത്രിസഭ രൂപംകൊണ്ടു. ഈ രൂപ പരിണാമങ്ങളിലും, സംഭവവികാസങ്ങളിലും പങ്കുകൊള്ളാനായില്ല. അച്ഛന്റെ മരണം; അതുണ്ടാക്കിയ കുടുംബപ്രശ്നം; അതിൽ നിന്നൊക്കെ തലയൂരി വന്നപ്പോൾ എല്ലാം കൈവിട്ടു പോയിരുന്നു. താൻ രാഷ്ട്രീയ ദൈവമായാരാധിക്കുന്ന പട്ടം താണുപിള്ളയെന്ന അനിഷേദ്ധ്യ നേതാവി നെയാണ് പുറംകാലുകൊണ്ട് തട്ടിത്തെറിപ്പിച്ചത്. അതിനു നേതൃത്വം നല്കിയതിൽ തന്റെ രാഷ്ട്രീയപ്രവേശനത്തിനും വളർച്ചയ്ക്കും തുണ നല്കിയിരുന്ന വക്കീലും ഉണ്ടായിരുന്നുവെന്നറിഞ്ഞപ്പോൾ ഉള്ളു വല്ലാതെ നൊന്തു. ഇനിയെന്ത് എന്ന ചിന്തയായി. തന്റെ പാർട്ടി തന്നെയാണു ഭരി ക്കുന്നത്. പക്ഷേ, തലപ്പത്ത് ആദർശ പുരുഷനായ ആ നേതാവില്ല. വക്കീൽ പുതിയ മന്ത്രിസഭയിൽ മന്ത്രിയായി. ഗോപിയണ്ണനു മന്ത്രിയുടെ ആഫീസിലായി പണി. നാട്ടിൽ വരവു കുറഞ്ഞു. ഒരുദിവസം പൊടുന്ന നവേ ഓടിയെത്തി. വൈകുന്നേരം പാർട്ടി ആഫീസിൽ കുറച്ചാളുകൾ ഉള്ള സമയം തന്നെ. ഏവരും സന്തോഷത്തോടെ സ്വീകരിച്ചു.

“ഞാൻ ഓടിവന്നത് ഒരു കാര്യം പറയാനാ. വക്കീലദ്യം മന്ത്രിയായ തറിയാമല്ലോ. നമുക്കൊരു സ്വീകരണം കൊടുക്കണം.”

കേട്ടിരുന്ന സുകുമാരനു ദേഷ്യം വന്നു. “പട്ടത്തിനെ മറിച്ചിട്ട വഞ്ച കരോടു കൂട്ടുകൂടിയ വക്കീലിനു സ്വീകരണമോ. പള്ളിയിൽ പറഞ്ഞാ മതി. നാണമില്ലേ ഗോപിയണ്ണാ ഇവിടെ വന്നിതു പറയാൻ.”

ഗോപിയണ്ണൻ വല്ലാതെയായി. ഓരോരുത്തരെയായി നോക്കി.

“മാധവൻ എന്താ ഒന്നും പറയാത്തത്?” ചോദ്യം എന്നോടായി.

“ഞാനെന്തു പറയാൻ. എല്ലാവരും പറയുന്നതേ എനിക്കും പറയാ നുള്ളൂ. സുകുമാരൻ പറഞ്ഞതും ന്യായമല്ലേ ഗോപിയണ്ണാ.”

“അപ്പോ. നീയും ഇവരുടെ കൂടയാ അല്ലേ. നന്ദി വേണമെടാ.”

“അതാണല്ലോ വക്കീലിനും ഇല്ലാതെ പോയത്.” സുകുമാരൻ പറഞ്ഞു.

“എന്നാ ശരി. നിങ്ങൾക്കു നിങ്ങളുടെ പാട്. ഞാനൊന്നും പറഞ്ഞില്ല. മറന്നുകളാ” ഗോപിയണ്ണൻ ചാടിയിറങ്ങിപ്പോയി.

“ഗോപിയണ്ണനെ പെണക്കണ്ടായിരുന്നു.” ഞാൻ പറഞ്ഞു.

“ഒന്നുമില്ലെങ്കിലും നമ്മളെയെല്ലാം ഒരുമിപ്പിച്ചതും ഓരോരുത്തരെ കൊണ്ടുവന്ന് രാഷ്ട്രീയം പഠിപ്പിച്ചതുമെല്ലാം അങ്ങേരല്ലേ.”

അതുകൊണ്ട് അങ്ങേരു പറയുന്നതെല്ലാം കേൾക്കണോ. ഗോപിയ ണ്ണനു നന്ദി കാണിക്കണം. അങ്ങേരുടെ വക്കീലായിരുന്നല്ലോ. പക്ഷേ, വക്കീൽ ചെയതതെന്താണെന്ന് അറിയാതെയല്ലല്ലോ ഓടിവന്ന് നമ്മോ ടിക്കാര്യം ആവശ്യപ്പെട്ടത്. നമ്മളെ മണ്ടരാക്കുന്നതുപോലെ."

നീലകണ്ഠന്റെ രോഷം നിലയ്ക്കുന്നില്ല.

"പോട്ടേ. അക്കാര്യം തീർന്നു. ഗോപിയണ്ണൻ വന്നൊരു കാര്യം പറ ഞ്ഞു. അതു നടക്കില്ലെന്നു നമ്മളും പറഞ്ഞു. ഇനി അതിനെപ്പറ്റി ചർച്ച വേണ്ട. നാമിപ്പോഴും പാർട്ടിപ്രവർത്തകർ തന്നെ. നമ്മുടെ മന്ത്രിസഭ തന്നെ യാണു നിലവിലുള്ളതെന്നു മറക്കണ്ട. നേതാവു മാറിപ്പോയി. അദ്ദേഹം എന്തു നിലപാടെടുക്കുന്നുവെന്നറിയില്ല. എന്തായാലും അതറിയുന്നതു വരെ നാം നിശ്ശബ്ദ സേവനം അനുഷ്ഠിക്കുന്നു." കൂടിയിരുന്നവരെല്ലാം കൈയടിച്ചു.

"ഒരു പ്രധാനകാര്യം സംസാരിക്കാനാണ് ഇന്നിവിടെ കൂടിയത് അതി നിടയ്ക്കാണ് ഗോപിയണ്ണന്റെ വരവും പോക്കും. കുറെ സമയം പോയതു മിച്ചം."

"എന്നാപ്പിന്നെ അതങ്ങുപറഞ്ഞ് തൊലയ്ക്കീം. അതിന്റെടേല് ഓരോ രുത്തരു കേറിവന്ന്–"

"അതു മറന്നു കളയെടാ മസ്താനേ. ഞാൻ കാര്യം പറയാം. ഇന്ന് സ്കൂളിലെ ഹെഡ്മാസ്റ്റർ എന്നെ വിളിപ്പിച്ച് ഒരു കാര്യം പറഞ്ഞു. നമ്മൾ ഇതിനെ പത്താംതരം വരെയുള്ള ഹൈസ്കൂളാക്കിത്തരണമെന്നു കാണിച്ച് അപേക്ഷ കൊടുത്തിരുന്നല്ലോ. അതിപ്പോൾ പൊക്കിയെടുത്ത് സർക്കാർ ഉത്തരവിറക്കിപോലും."

"സത്യമോ." ഓരോരുത്തരായി ചാടിയെണീറ്റു.

"ഇരിക്ക്. ഇരിക്ക്. അത്ര സന്തോഷകരമല്ലാത്ത ഒരു കാര്യം കൂടി യുണ്ട്. ഒരു മാസത്തിനകത്ത് നാട്ടിൽ പിരിവെടുത്ത് പതിനായിരം രൂപ ഖജനാവിൽ കെട്ടിവയ്ക്കണമെന്നു നിബന്ധനയുണ്ട്. അതായാൽ വരുന്ന കൊല്ലം മുതൽ എട്ടാംതരം ആരംഭിക്കും. അതിനടുത്തവർഷം ഒൻപത്. മൂന്നാം കൊല്ലം നമ്മുടെ കുട്ടികൾ ഇവിടെനിന്നും സ്കൂൾ ഫൈനൽ പരീക്ഷ എഴുതി പാസാകും.

എന്തേ ആരുമൊന്നും പറയാത്തത്."

"സന്തോഷിക്കേണ്ട കാര്യം തന്നെ." സദാശിവൻ പറഞ്ഞു. "പക്ഷേ, പതിനായിരം രൂപ. ഇവിടെ നിന്നെങ്ങനെ പിരിച്ചെടുക്കും. നൂറുരൂപ ഒരു മിച്ചു കൈയിലുള്ള ആളുകൾ കുറവാ. മനസ്സുണ്ടെങ്കിലും തരാൻ കഴി യണ്ടേ."

"പിരിച്ചെടുത്തേ ആവൂ. ഇതിപ്പോൾ നാട്ടിന്റെ ആവശ്യമെന്നതിലു പരി നമ്മുടെ പാർട്ടിയുടെ അഭിമാനത്തിന്റെ പ്രശ്നം കൂടിയാണ്. നാം വീടുവീടാന്തരം കേറിയിറങ്ങി, നാലുചക്രം, ഏഴുചക്രം, അരരൂപ, ഒരു

രൂപ എന്ന കണക്കിൽ പിരിച്ചെടുത്തേ ഒക്കൂ, ഒരുമിച്ചൊരു നൂറുരൂപ തരാൻ കഴിയുന്നവരാരും ഈ നാട്ടിലില്ല. നാലുമൈൽ ചുറ്റളവിലുള്ള ആളുകളെ നേരിൽ കണ്ടു ചോദിക്കണം."

"അക്കാര്യം തീർച്ചയാക്കി. ഇനി താമസം വേണ്ട. നാളെ മുതൽ ആരംഭിക്കാം. മേഖല തിരിച്ച് ആളുകളെ നിശ്ചയിക്കുന്നതു സെക്രട്ടറിയുടെ പണി. ഇനി ഇതു കഴിയുന്നതുവരെ നമുക്കു രാഷ്ട്രീയമില്ല. ചർച്ചയില്ല. എന്നും വൈകിട്ട് കിട്ടിയ പണം ഇവിടെ ആഫീസിലെത്തിക്കണം. എന്നു പണം തെകയുന്നോ അന്നു പിരിവുനിർത്തുന്നു. എന്താ." സുകുമാരൻ വല്ലാത്ത ആവേശത്തിലായി.

"ഇനി ഇക്കാര്യത്തിൽ ചർച്ച വേണ്ട. ഓരോ ഭാഗത്തും പോകാൻ തയ്യാറായി ഓരോരുത്തർ സ്വയം മുന്നോട്ടു വരട്ടെ. കൂടെ കൊണ്ടുപോകാൻ ഓരോ ഡപ്പ കരുതണം. അതിൽ നമുക്ക് നാണയം നിക്ഷേപിക്കുന്നതിനുള്ള ദ്വാരവും ഉണ്ടാക്കണം. ഇതിലേക്കു വേണ്ടി അഭ്യർത്ഥന ഒന്നും അച്ചടിച്ചു കൊണ്ടുപോകാൻ സമയമില്ല, ചെലവാക്കാൻ പൈസയുമില്ല. ഞാൻ എന്റെ വഴിക്കു പ്രത്യേകം ശ്രമിക്കുന്നുണ്ട്. പട്ടണം വരെ പത്രപാരായണം നടത്തുന്ന ജനമുണ്ടല്ലോ. അവരും ഉദാരമായെന്തെങ്കിലും തരാതിരിക്കുമോ. നമുക്കിപ്പോൾ പിരിയാം. നാളെ സായന്തനം പള്ളിക്കൂടം ഫണ്ടിന്റെ മണിക്കിലുക്കം കേട്ടുകൊണ്ടാകട്ടെ."

കിടന്നിട്ട് ഉറക്കം വന്നില്ല, കാര്യം നിസ്സാരമല്ല. ഏറ്റെടുത്തിരിക്കുന്നതു ശ്രമകരമായൊരു കാര്യം തന്നെ. പതിനായിരം രൂപ പിരിച്ചെടുത്ത് നിശ്ചിത തീയതിക്കു മുൻപ് കെട്ടിവയ്ക്കുക. ഇന്നതു നിസ്സാരം. അന്നങ്ങനെയല്ല. നാലുചക്രത്തിന് ഇടങ്ങഴി അരിയിടുന്ന കാലം. ഒരു സർക്കാർ രൂപയ്ക്ക് ഇരുപത്തിയെട്ടു ചക്രം കിട്ടും. ഒരദ്ധ്യാപകന് മാസം പത്തുരൂപ തികച്ചു ശമ്പള ഇനത്തിൽ ലഭ്യമല്ല. പക്ഷേ, ആ പത്തുരൂപ കൊണ്ട് ഒരു കുടുംബം സുഭിക്ഷമായി കഴിഞ്ഞുകൂടും. പപ്പനാഭന്റെ പത്തുചക്രം എന്നുവച്ചാൽ വലിയ വിലയായിരുന്നു.

മലയാളം ഏഴാം ക്ലാസായിരുന്നു നാട്ടിലെ വലിയ വിദ്യാഭ്യാസം. പെൺകുട്ടികൾക്ക് അതിനുമുകളിൽ പഠിക്കാനാവില്ല. പ്രൈമറി സ്കൂളുകളിൽ അവധി വേക്കൻസികളിൽ അദ്ധ്യാപികയായി കയറാം. ക്രമേണ സ്ഥിരം ലാവണമാക്കാനും പറ്റും. പാവപ്പെട്ട പുരുഷസന്തതികൾക്കും അതുതന്നെ ഗതി. അല്ലെങ്കിൽ പൊലീസിൽ ശിപായിയായി ചേരാൻ നോക്കണം. ചിലരൊക്കെ ദൂരെയുള്ള സബ് രജിസ്ട്രാർ കച്ചേരിക്കടുത്ത് പ്രമാണം പകർത്താനും മറ്റും പോകും. സാമ്പത്തികമായി മെച്ചപ്പെട്ട കുടുംബങ്ങളിൽനിന്നും തിരുവനന്തപുരത്തോ നെയ്യാറ്റിൻകരയോ നിത്യവും നടന്നുപോയി പഠിക്കുന്ന അപൂർവ്വം വിദ്യാർത്ഥികളുമുണ്ടായിരുന്നു. കൂടെക്കൂടെ വന്നുപോകുന്ന കരിഗ്യാസ് വണ്ടി വിദ്യാർത്ഥികൾക്ക് ഉപയോഗപ്രദമായിരുന്നില്ല. ഈ ദുസ്ഥിതി മാറണമെങ്കിൽ ഈ എസ് എസ് എൽ സി വരെയെങ്കിലും പഠിക്കാനുതകുന്ന രീതിയിൽ സ്കൂൾ നില

വിൽ വരണം. അപ്പോൾ പാവപ്പെട്ട കുട്ടികൾക്കും പത്താംതരംവരെ പഠിച്ചു കയറാനാകും. അത്രയുമായാൽ കുറെക്കൂടി മെച്ചപ്പെട്ട ജോലി സാദ്ധ്യതയുണ്ട്. കഴിവുള്ള കുട്ടികൾക്ക് തിരുവനന്തപുരത്ത് കോളേജുകളിൽ പോയി പഠിക്കാനുള്ള സൗകര്യം ലഭിക്കും. അത്രയുമൊക്കെയാകുമ്പോൾ പ്രൈവറ്റു ബസുകളുടെ പ്രവർത്തനം മെച്ചപ്പെടാതിരിക്കയില്ല. സ്കൂളിൽ പഠിപ്പിക്കാൻ വിദ്യാസമ്പന്നരായ അദ്ധ്യാപകർ നിയമിക്കപ്പെടും. സമീപത്തുള്ള അയൽനാടുകളിൽനിന്നും കുട്ടികൾ പഠിക്കാനെത്തും. നാട്ടിനുണർവ്വും ചലനവുമുണ്ടാകും. കൂടുതൽ ഹോട്ടലുകളും മറ്റു വ്യാപാര സ്ഥാപനങ്ങളും ഉടലെടുത്തേ മതിയാകൂ. എത്ര കഷ്ടപ്പെട്ടായാലും ഈ തുക പിരിച്ചെടുത്തു കെട്ടിവയ്ക്കണം. അടുത്ത സ്കൂൾ വർഷം മുതൽ ഓരോ ക്ലാസുകളായി നിലവിൽ വരും. അപ്പോഴേക്കും ശേഖരൻകുട്ടിക്കും ഈ സ്കൂളിൽത്തന്നെ പഠിക്കാൻ സാധിക്കുമല്ലോ എന്നോർത്തപ്പോൾ എന്തൊരാത്മ സംതൃപ്തി. എങ്ങനെയും അവനെ പഠിപ്പിക്കണം. കുറഞ്ഞപക്ഷം ഒരു ബി എക്കാരനാക്കണം. അതുമതി മെച്ചപ്പെട്ട ഒരുദ്യോഗത്തിനും സ്ഥാനമാനത്തിനുമൊക്കെ. നാട്ടിലും അയൽനാട്ടിലുമുള്ള ജന്മിമാർ കല്യാണമാലോചിച്ചെത്തും. താഴത്തുമഠത്തിലെ സാമിയുടെ മകൻ, നാട്ടിലെ പ്രമുഖ രാഷ്ട്രീയ നേതാവായ മാധവൻകുട്ടിയുടെ അനുജൻ, വല്ലാത്തൊരന്തസ്സുതന്നെ. അതോർത്തുകിടക്കവേ അറിയാതെ ഉറങ്ങിപ്പോയി.

ഏഴ്

പുകഞ്ഞുകൊണ്ടിരുന്ന രാഷ്ട്രീയം കത്തിത്തുടങ്ങി, തന്നെ ഒറ്റിക്കൊടുത്തതു കൂടെനിന്നവർ തന്നെ. പണ്ട് സീസറെ വെട്ടി വീഴ്ത്തിയത് ഉറ്റ സുഹൃത്തായ ബ്രൂട്ടസ് ആയിരുന്നുവെന്നതു ചരിത്രം. ഇവിടെയും അതുതന്നെ സംഭവിച്ചിരിക്കുന്നു. തന്റെ തെറ്റുകൾ നേരിൽ പറയാതെ പിഴവുകൾ ചൂണ്ടിക്കാട്ടാതെ ഓർക്കാപ്പുറത്തുള്ള ആക്രമണം. യേശുവിനെ ചൂണ്ടിക്കാട്ടിയതിനു യൂദാസിനു വെള്ളിപ്പണം കിട്ടി. ഇവിടെയതു മന്ത്രിക്കസേരയായി എന്ന വ്യത്യാസമേ ഉള്ളൂ. നിരാശയല്ല, വൈരാഗ്യമാണു തോന്നിയത്. പ്രതികരിക്കണം. പട്ടം താണുപിള്ള ആരെന്നവർക്കു കാണിച്ചു കൊടുക്കണം. ഇപ്പോഴും ചില സുഹൃത്തുക്കൾ കൂടെയുണ്ട്. എന്തിനും ഏതിനും. അവരും ആ ചിന്താ സരണിയിൽ തന്നെ. തന്നോടൊപ്പം നില്ക്കുമെന്നവർ ഉറപ്പു പറഞ്ഞു. എന്താ കർമ്മപരിപാടിയെന്നാലോചിക്കണം. കൂട്ടായി ഒരു തീരുമാനം എടുക്കണം. എല്ലാം രഹസ്യമായിട്ടു തന്നെ സൂക്ഷിക്കേണ്ടതുണ്ട്. തിരുവനന്തപുരത്ത് എവിടെ വച്ചായാലും രഹസ്യം സൂക്ഷിക്കാനാവില്ല. കൂടെ നില്ക്കുന്നവരുമായി കൂട്ടായൊരു ചർച്ച, രൂപീകരിക്കണമെന്നുദ്ദേശിക്കുന്ന പുതിയ പാർട്ടിയുടെ രൂപരേഖ എല്ലാം അവസാന നിമിഷംവരെ രഹസ്യമാക്കി വയ്ക്കാൻ തക്ക ഒരിടം വേണം. നഗരത്തിൽനിന്നും അകന്ന് അധികം ദൂരെയല്ലാത്ത ഒരിടം. പെട്ടെന്നു മനസ്സിലോടി വന്നത് മാധവൻകുട്ടിയുടെ മുഖമാണ്.

“നോക്കട്ടെ. മാധവൻകുട്ടിയോടു പറയാം. അയാളുടെ നാട്ടിൽ എവിടെയെങ്കിലുമായാൽ നന്ന്. പെട്ടെന്നാരും അറിയില്ല.”

പട്ടത്തിന്റെ അഭിപ്രായം ശ്രീധറും പി എസുമൊക്കെ അംഗീകരിച്ചു.

ഒരാൾ സൈക്കിളിൽ വന്ന് മാധവൻകുട്ടിയുടെ വീടന്വേഷിക്കുന്ന കാര്യം, പാർട്ടി ആഫീസിൽ ഇരുന്ന മാധവൻകുട്ടി അറിഞ്ഞു.

"അതാരെന്നന്വേഷിച്ചില്ലേ. പഴയതുപോലെ പൊലീസുകാരാരെങ്കിലുമാവാൻ ഇടയില്ല. പാർട്ടി ആഫീസിൽ നിന്നാണോ. കുറെ നാളായി അവിടെ കയറിയിട്ട്. അച്ഛന്റെ മരണം. ഹൈസ്കൂൾ അനുവദിപ്പിക്കുന്നതിനുവേണ്ട ധനശേഖരണം. തുടർന്നുള്ള പ്രാരംഭ പ്രവർത്തനങ്ങൾ. എല്ലാംകൊണ്ടും തെരക്കിലായിപ്പോയി. എന്നാലും പെട്ടെന്നെന്നെ കാണാനാർക്കാ ധൃതി. ഒരുപക്ഷേ, ഗോപിയണ്ണനുണ്ടായ തിക്താനുഭവം കേട്ടറിഞ്ഞ വക്കീലാണോ. എന്നാൽ കാര്യമത്ര ഭംഗിയാവില്ലല്ലോ. എന്തായാലും തിരുവനന്തപുരത്തുനിന്നും സൈക്കിൾ ചവിട്ടി വന്നതല്ലേ. ആളെ കണ്ടു കളയാം."

എണീറ്റ് ആഫീസിൽനിന്നും പുറത്തിറങ്ങിയപ്പോൾ അന്വേഷിച്ചു വന്നയാളും മുന്നിലെത്തി. വലിയ സൗഹൃദമൊന്നുമില്ലെങ്കിലും പരിചയമുള്ള ആൾ തന്നെ.

"ഞാൻ മാധവൻ നായരെ തെരക്കി വന്നതാണ്." വന്നയാൾ തറയിൽ കാലുകുത്തിയിട്ടു പറഞ്ഞു.

"പാർട്ടി ആഫീസിൽ നിന്നാണോ. എന്താ കാര്യം."

"നമുക്കൊരല്പം അങ്ങോട്ടു മാറിനിന്നാലോ."

അയാൾ സൈക്കിൾ ഒതുക്കി സ്റ്റാൻഡിട്ടു വച്ചു.

"ശരി. വരൂ." വന്നയാളെകൂട്ടി പപ്പുമാമന്റെ ചായക്കടയിൽ കയറി. രണ്ടു ചായയ്ക്ക് പറഞ്ഞു. വന്നയാൾ ചുറ്റുംനോക്കിയിട്ട് ശബ്ദം താഴ്ത്തി പറഞ്ഞു.

"പട്ടത്ത് താണുപിള്ള സാറിനെ ഉടനെ ചെന്നു കാണണം. രഹസ്യമായെന്തോ പറയാനുണ്ടത്രേ. പാർട്ടി ആഫീസിൽ പോകയും വേണ്ട."

"അത്രേയുള്ളൂ. ഞാനദ്ദേഹത്തെ കണ്ടിട്ടും ഏറെ നാളായി. ടീച്ചറമ്മ പരിഭവം പറയും. സാരമില്ല."

"തല്ക്കാലം ഈ വരവും പോക്കും മറ്റാരും അറിയണ്ട. രഹസ്യമാക്കിവയ്ക്കണമെന്നു പറഞ്ഞു."

"ശരി. സൂക്ഷിച്ചുകൊള്ളാം. നാളെത്തന്നെ എത്തുമെന്നു പറഞ്ഞോളൂ."

അയാളെ യാത്രയാക്കി. ഇത്ര പെട്ടെന്ന് കാണണമെന്നു പറയാനെന്താ കാര്യം. അതും ഏറക്കുറെ രഹസ്യമായിട്ട് രാഷ്ട്രീയചർച്ചകൾ നടത്താൻ തക്കവണ്ണം വളർന്ന ഒരു നേതാവല്ല താനെന്ന ബോധം മനസ്സിലുണ്ട്. ഏതായാലും അടുത്ത ദിവസം തന്നെ പോയിക്കാണണമെന്നു തീർച്ചയാക്കി. പത്രവിതരണത്തിന്റെ ഏർപ്പാടുകൾ തീർത്ത്, സ്വസ്ഥമായപ്പോൾ മറ്റൊന്നിനും നില്ക്കാതെ നേരെ പട്ടത്തേക്കു വിട്ടു. സൈക്കിൾ റോഡുവക്കത്തുവച്ച് വീട്ടിലേക്കു നടന്നുകയറി. മുൻവശത്ത് ഒരു കസേരയിൽ ഇരുന്നു പത്രപാരായണം നടത്തുന്ന ടീച്ചറെയാണു കണ്ടത്.

"എന്താടാ മാധവൻകുട്ടീ. നിന്നെ കണ്ടിട്ട് ഏറെ നാളായല്ലോ." ടീച്ചർ ലോഹ്യം പറഞ്ഞു.

"ഓരോ തെരക്ക്. അച്ഛന്റെ മരണം. പാർട്ടി പ്രവർത്തനം നാട്ടുകാര്യം അങ്ങനെ–"

അതിനിടെ താണുപിള്ള സാർ പുറത്തിറങ്ങി വന്നു.

"ങാ, നിന്റെ അച്ഛൻ മരിച്ച കാര്യം പറഞ്ഞുകേട്ടു. നല്ല മനുഷ്യനായിരുന്നു. സി പിയുടെ ആത്മസുഹൃത്ത്. ഒരുപാടാളുകളെ സഹായിച്ചിട്ടുണ്ടെന്നും അറിയാം."

ഒരുനിമിഷം നിർത്തി. എന്നിട്ടു പറഞ്ഞു.

"വാ. ഒരുകാര്യം സംസാരിക്കാനുണ്ട്."

മുറിക്കുള്ളിലേക്കു കൂട്ടിക്കൊണ്ടു പോയി.

"നീ പൊയ്ക്കളയരുത്. ഉണ്ടിട്ടു പോയാമതി." പൊന്നമ്മ ടീച്ചർ പുറകേ വിളിച്ചു പറഞ്ഞു.

താണുപിള്ള സാർ കാര്യം പറഞ്ഞു.

"നിനക്കറിയാമല്ലോ ഉണ്ടായ സംഭവ വികാസമെല്ലാം. എല്ലാവരും കൂടെ ചതിച്ചതാണു മാധവൻകുട്ടീ. തീരെ പ്രതീക്ഷിച്ചില്ല. വിശേഷിച്ചും കൂടെ നിന്നവർ. ഇതിനുപകരം ചോദിക്കണ്ടേ. ഞാൻ വേണ്ടെന്നു വച്ചതാണ്. പലരും സമ്മതിക്കുന്നില്ല. പി എസും ശ്രീധറും കെ പിയും അച്ചുതനും ഗംഗാധരനും കുഞ്ഞുമൊക്കെ കൂട്ടായി ഇരുന്നു പലതും ആലോചിക്കാനും തീരുമാനമെടുക്കാനുമൊക്കെയുണ്ട്. അതിനുപറ്റിയ ഒരിടം വേണം. ഇവിടെ ശരിയാവില്ല. നമ്മുടെ ശത്രുക്കൾ എപ്പോഴും ശ്രദ്ധിക്കുന്നുണ്ടാവും. കുറച്ചു ദൂരെ മാറി ഒരൊഴിഞ്ഞ വീടോ, കളിയലോ കിട്ടിയാൽ നന്ന്. കുറച്ചുനാളത്തേക്കു മതി. നിന്റെ നാട്ടിൽ അതിനു പറ്റിയ സ്ഥലമുണ്ടോ. കാര്യമെന്തെന്ന് അധികമാരും അറിയരുത്."

ഒരുനിമിഷം ആലോചിച്ചു. ഞങ്ങളുടെ കൈയിൽത്തന്നെ ഒരൊഴിഞ്ഞ ചെറിയ വീടുണ്ട്. സുമതിയമ്മച്ചിയുടെ വക. അവർ മകന്റെ വിദ്യാഭ്യാസാർത്ഥം തിരുവനന്തപുരത്ത് വാടകയ്ക്കു വീടെടുത്തു താമസിക്കുകയാണ്. കെട്ടിടം ഞങ്ങളെ ഏല്പിച്ചു. അമ്മ വല്ലപ്പോഴും പോയി മാറാലയൊക്കെ അടിച്ചിടും.

"നീയെന്താ ആലോചിക്കുന്നത്. വിഷമിക്കണ്ട. നമുക്കു വേറെയും ആലോചിക്കാം. ആദ്യം മനസ്സിൽ വന്നതു നിന്റെ പേരാണ്."

"എന്റെ വീടിനടുത്ത് ഒരു ചെറിയ കെട്ടിടം ഉണ്ട്. വലിയ സൗകര്യമൊന്നുമില്ല. വെറും തറയും കൂരയും മാത്രം. ഞങ്ങടെ നാട്ടിൽ കറന്റുമില്ല."

"അതുസാരമില്ല. ഇരിക്കാൻ രണ്ടോ മൂന്നോ പുൽപ്പായോ, ഏഴെട്ടു തടുക്കോ മേടിച്ചിടാം. രാത്രിക്കു മുൻപേ തിരിച്ചുപോരും. അഥവാ രാത്രി വേണ്ടി വന്നാൽ കുറച്ചു മെഴുകുതിരി മേടിച്ചാൽ മതിയല്ലോ."

"എന്നാലതു ശരിയാക്കാം. എന്നു വേണേലും തുടങ്ങാം. താക്കോൽ തല്ക്കാലം എന്റെ കൈയിൽത്തന്നെ."

"അങ്ങനെയെങ്കിൽ ഞായറാഴ്ച ഉച്ചയ്ക്കു രണ്ടു മണിക്ക് ഞങ്ങള

വിടെ എത്തും. മാധവൻകുട്ടി റോഡിനരികിൽ നിന്നാൽ മതി. ജങ്ഷനിൽ വരണ്ടല്ലോ അല്ലേ."

"വേണ്ട. ചന്ത കഴിഞ്ഞ് അല്പദൂരം വന്നാൽ മതി. അധികം വീടും ആളുമൊന്നും കാണില്ല. റോഡിൽനിന്നും ഇടവഴിയിൽക്കൂടി ശകലം നടക്കണം. അത്രേയുള്ളൂ."

"സാരമില്ലെടോ. എന്നാൽ പറഞ്ഞതുപോലെ ഞായറാഴ്ച ഉച്ചയ്ക്ക്. രണ്ടു കാറുകളിലായി പത്തു പന്ത്രണ്ടോളം ആളുകൾ. വേണ്ടതു ചെയ്യ്."

പുറത്തേക്കിറങ്ങി. പുറകേ വിളിച്ചു പറഞ്ഞു.

"പൊന്നമ്മയെ കണ്ടിട്ടു പോയാൽ മതി. അല്ലെങ്കിൽ ഇനി കാണുമ്പോൾ തല്ലിയെന്നുവരും. സ്കൂളിലെ പഴയ വടി കൂടെ കൊണ്ടുവന്നിട്ടുണ്ട്."

ഉണ്ണാനൊന്നും നിന്നില്ല. അത്യാവശ്യ കാര്യമുണ്ടെന്നു പറഞ്ഞ് ടീച്ചറിൽനിന്നും തടിതപ്പി. അന്നുതന്നെ വൈകിട്ട് ചന്തയിൽ പോയി നാലു പുൽപ്പായകൾ മേടിച്ചു. അതല്ലാതെ കസേരകൾ സംഘടിപ്പിക്കുക വലിയ വിഷമമുള്ള കാര്യമാണ്. വീടുകളിൽ കയറി ഇറങ്ങിയാൽത്തന്നെ ഒന്നോ രണ്ടോ വീതമേ കിട്ടൂ. അപ്പോൾ ആറിൽ കുറയാതെ വീടുകളിൽ കയറണം. അവരോടൊക്കെ പറയാൻ തക്ക കാരണം കണ്ടെത്തണം. വെറുതേ പൊല്ലാപ്പു വലിച്ചു വയ്ക്കണ്ട. അത്യാവശ്യം വേണ്ട തേയിലയും പഞ്ചസാരയും വീട്ടിൽ കാണും. പോരാത്തതു കരുതാൻ അമ്മയോടു പറയാം. കുട്ടൻമാമനോട് ഞായറാഴ്ച വൈകിട്ട് കുറച്ചു പാൽ തരണമെന്നു പറഞ്ഞു. ആറു ചായ ഗ്ലാസുകൂടി വാങ്ങിവച്ചു. മുറ്റത്തുള്ള ചവറുകൾ തൂത്തുമാറ്റി, വളർന്ന പുല്ലുകൾ പറിച്ച് ഭംഗിയാക്കി.

ഞായറാഴ്ച ഉച്ചയ്ക്ക് അവർ വന്നു. രണ്ടു കാറുകളിലായി പതിനൊന്നു പേർ. റോഡരികത്തു കാത്തുനിന്നതുകൊണ്ട് അവരെ സ്വീകരിച്ച് കൊണ്ടുപോകാൻ എളുപ്പമായി. ഇടവഴിയിൽനിന്നും മൂന്നുപടി കയറി വേണം മുറ്റത്തെത്താൻ ആദ്യം കയറിവന്നത് താണുപിള്ള സാറായിരുന്നു. കൂടെ പി എസ് നടരാജപിള്ള, പൊന്നറ ശ്രീധർ, കെ പി നീലകണ്ഠപിള്ള, എ അച്യുതൻ. മറ്റുള്ളവരെ കണ്ടു പരിചയമുണ്ടെന്നല്ലാതെ അടുത്ത ബന്ധമില്ല.

"ഇതാരാ മാധവൻകുട്ടീ, നിന്റെ കൂടെ."

"അനുജനാണ്."

"നിന്റെ പേരെന്താ?" കൂട്ടത്തിലാരോ തെരക്കി.

"അപ്പുവെന്നാണു വിളിക്കുന്നത്." ഞാൻ പറഞ്ഞു.

"ഏതു ക്ലാസിലാ പഠിക്കുന്നത്?"

"ആറാം ക്ലാസിൽ" അവൻ മറുപടി പറഞ്ഞു.

"ഭംഗിയായി പഠിക്കണം. അണ്ണനെപ്പോലെ ഇടയ്ക്കുവച്ചു നിർത്തരുത്. പഠിത്തമൊക്കെ കഴിഞ്ഞ് എന്തുവേണേലും തെരഞ്ഞെടുക്കാം. ഉദ്യോഗമെങ്കിലത് രാഷ്ട്രീയമെങ്കിലങ്ങനെ."

എല്ലാവരും മുറിക്കകത്തേക്കു കയറി. നിവർത്തിയിട്ടിരുന്ന പായിൽ ഇരുന്നു. ഞാൻ അനുജനെയും കൂട്ടി മുറ്റത്തേക്കിറങ്ങി.

"മാധവൻകുട്ടീ നീ പോകണ്ട. ഈ ചർച്ചകളിൽ നിനക്കും പങ്കുണ്ട്."

താണുപിള്ള സാർ പറഞ്ഞു.

"ഞാൻ വീടുവരെ പോയിട്ടിപ്പോൾ വരാം. ആ കലത്തിൽ രാമച്ചം ഇട്ടുവച്ച വെള്ളമുണ്ട്. ഗ്ലാസുകളും ഉണ്ട്." വീട്ടിൽ ചെന്ന് അമ്മയോട് നാലുമണിക്കു ചായ ഇട്ടുവയ്ക്കുന്ന കാര്യം ഓർമ്മപ്പെടുത്തി. അനുജനോട് പപ്പുമാമന്റെ കടയിൽനിന്നും കുറെ പരിപ്പുവട മേടിച്ചുകൊണ്ടു വരണമെന്നു പറഞ്ഞു.

ഏതാണ്ട് സന്ധ്യവരെ ചർച്ചകളും വാദപ്രതിവാദങ്ങളും നടന്നു. ഒരു കാര്യം മനസ്സിലായി. ഒരു പുതിയ പാർട്ടി രൂപംകൊള്ളുന്നു. അതെങ്ങനെയായിരിക്കണം. എന്തുപേരിൽ അറിയപ്പെടണം. ലക്ഷ്യങ്ങൾ എന്തൊക്കെ. പ്രവർത്തനരീതി എങ്ങനെ എന്നൊക്കെ ഇനിയും ചർച്ച ചെയ്തു തീരുമാനിക്കേണ്ടതുണ്ട്. ഏതായാലും ഒരു കാര്യം തീർച്ചയായി. നമ്മുടെ എം എൽ എയായിരുന്ന ജി രാമചന്ദ്രൻ സ്ഥാനം രാജിവച്ച് ഡൽഹിയിൽ ഗാന്ധിജിയോടൊപ്പം കൂടി. ആ സ്ഥാനത്തിനുവേണ്ടി ഒരിടക്കാല തിരഞ്ഞെടുപ്പ് അനിവാര്യമാണ്. അതിൽ രൂപംകൊള്ളാനിരിക്കുന്ന പാർട്ടിയുടെ യോഗ്യനായ ഒരാളെ നിർത്തി മത്സരിപ്പിക്കണം. കാൺഗ്രസ്സുകാർ നല്ല ശക്തനായൊരാളെ തന്നെ നിർത്തും. അതൊക്കെ തീരുമാനിക്കുന്നതിനായി അടുത്ത ഞായറാഴ്ച വീണ്ടും കൂടണമെന്നതീരുമാനത്തിലാണ് അന്നു പിരിഞ്ഞത്.

"മാധവൻകുട്ടീ. നീ ഒരുപാടു സഹിക്കേണ്ടി വരും. കൂടെക്കൂടെ ഇത്തരം ആലോചനകളും ചർച്ചകളുമൊക്കെ ആവശ്യമാണ്. പങ്കെടുക്കുന്നവരുടെ എണ്ണവും കൂടിയേക്കും. തിരഞ്ഞെടുപ്പായാൽ പിന്നെ പറയുകയും വേണ്ട. ചെലവിനുള്ള പണം ഈപ്പൻ ഇവിടെയെത്തിക്കും. അതുകൊണ്ടു മാത്രമായില്ലല്ലോ ഇപ്പോഴെ തയ്യാറെടുത്തോളൂ."

പോകാൻ നേരത്ത് സാർ പറഞ്ഞു. അടുത്തദിവസം പാർട്ടി ആഫീസിൽ ഒത്തുകൂടിയപ്പോൾ എല്ലാവർക്കും എന്തോ ചോദിക്കാനും പറയാനുമുണ്ടെന്നു തോന്നി. ആരുമൊന്നും മിണ്ടുന്നുമില്ല. ഇതൊന്നും എന്നും ഒളിച്ചുവയ്ക്കാനാവുന്ന കാര്യമല്ല. പ്രത്യേകിച്ചും നാട്ടിലെ സഹപ്രവർത്തകരിൽനിന്നും. അവരോടൊന്നു സൂചിപ്പിച്ചു വയ്ക്കുന്നതു നന്ന്. എന്നും എല്ലാത്തിനും കൂടെ നില്ക്കേണ്ടവരാണ്. അവരെ ഒളിച്ചുവെന്നു വന്നാൽ ഒരപരാധമായിത്തന്നെ കരുതും. അതുവേണ്ട. ഒരു സൂചന കൊടുക്കുന്നതു നന്ന്.

"കൂട്ടുകാരേ, ഒന്നുരണ്ടു ദിവസം ഞാനല്പം തെരക്കിലായിപ്പോയി. താണുപിള്ള സാർ എന്നെ വിളിപ്പിച്ച് ഒരു കാര്യം ഏല്പിച്ചു. കൂടെനിന്നവർ അനുഷ്ഠിച്ച ചതിയും വഞ്ചനയും അദ്ദേഹത്തെ വല്ലാതെ വേദനിപ്പിച്ചിരിക്കുന്നു. പകരം എന്തെങ്കിലും ചെയ്തേ മതിയാകൂ എന്നു കൂടെ നില്ക്കുന്ന സുഹൃത്തുക്കൾ നിർബ്ബന്ധിക്കുന്നു താനും. അതിനൊരു

രഹസ്യ ആലോചനായോഗം കൂടാൻ പട്ടണം വിട്ടൊരു സ്ഥലം വേണ മെന്നു പറഞ്ഞു. ആരുമറിയരുത് രഹസ്യമായിരിക്കണമെന്നു പ്രത്യേകം പറഞ്ഞു. ഞാൻ വീടിനടുത്ത് അടഞ്ഞുകിടന്ന കെട്ടിടം തുറന്നു കൊടുത്തു. ഇന്നലെ ഏതാണ്ടു രാത്രി വരെ ചർച്ചയും വാദപ്രതിവാദവു മൊക്കെയായിരുന്നു. ഒരു തീരുമാനത്തിലുമെത്തിയില്ല. ഇനിയും യോഗം വേണ്ടിവരും. ഏതായാലും പുതിയൊരു പാർട്ടി രൂപംകൊള്ളും. അതു ജയപ്രകാശ് നാരായണന്റെയും ലോഹ്യയുടെയും നേതൃത്വത്തിലുള്ള സോഷ്യലിസ്റ്റു പ്രസ്ഥാനമാകാനാണിട. തിരുവിതാംകൂറിലൊതുങ്ങുന്ന ഒരു പാർട്ടി പോരേ എന്നു ചിലർ ചോദിക്കുന്നില്ലായെന്നല്ല. തീരുമാനം അടുത്തയോഗത്തിലുണ്ടാകും. ഒരുകാര്യം തീർച്ച. വരുന്ന തിരഞ്ഞെടു പ്പിൽ പുതിയ പാർട്ടി സ്ഥാനാർത്ഥി ഉണ്ടായിരിക്കും മത്സരത്തിന്. അതാ രാവണമെന്ന് തീരുമാനമായിട്ടില്ല. നമുക്കു കാത്തിരിക്കാം."

"ഒരു സംശയം" സുകുമാരൻ എണീറ്റു.

"ഇതു നമ്മുടെ കാൺഗ്രസ് പാർട്ടി ആഫീസാണ്. നമ്മുടെ നേതാവ് പട്ടം താണുപിള്ളയും. നാം എവിടെ നില്ക്കണം പാർട്ടിയുടെ കൂടെയോ, നേതാവിന്റെ കൂടെയോ."

"വേണ്ടി വന്നാൽ ചർച്ച ചെയ്തു തീരുമാനിക്കാം. പട്ടത്തെ ചതിച്ചു വീഴിക്കാൻ കൂട്ടുനിന്ന വക്കീലിന് സ്വീകരണം നല്കണമെന്നു പറഞ്ഞു വന്ന ഗോപിയണ്ണനെ നമുക്കുൾക്കൊള്ളാനായില്ല. ആ സ്ഥിതിക്ക്–"

"ആലോചിക്കാനൊന്നുമില്ല."

മൊയ്തീനും, നീലകണ്ഠനുമൊക്കെ ചാടിയെണീറ്റു.

"നാമെന്തായാലും നമ്മുടെ നേതാവിന്റെ കൂടെ തന്നെ. ഒറ്റക്കെട്ട്. ഇനിവരുമ്പോൾ സാറിനോടു ധൈര്യമായി പറഞ്ഞോളൂ മാധവൻകുട്ടീ. എപ്പോൾ മുന്നിൽ വരണമെന്ന് പറഞ്ഞാൽ മതി. ഞങ്ങൾ തയ്യാർ."

ഒരുപാടു ചർച്ചകൾ ഇവിടെ വച്ചു നടന്നു. ഉദ്ദേശിച്ചതുപോലെ ഒര ഖിലേന്ത്യാ സോഷ്യലിസ്റ്റു പാർട്ടിതന്നെ രൂപംകൊണ്ടു. 'പ്രജാ സോഷ്യ ലിസ്റ്റു പാർട്ടി ഓഫ് ഇന്ത്യ.' വസ്തുതകൾ ഏറക്കുറെ പരസ്യമായി തുട ങ്ങിയിരുന്നു. സ്റ്റേറ്റദ്ധ്യക്ഷനായി പട്ടം താണുപിള്ളയും ഉപാദ്ധ്യക്ഷനായി പി എസും മേഖലാടിസ്ഥാനത്തിൽ മറ്റു ഭാരാഹികളേയും നിർദ്ദേശിച്ചു. പാർട്ടിക്ക് ഒരു താല്ക്കാലിക ചട്ടക്കൂടായി. ഇനി കേന്ദ്ര ആഫീസുണ്ടാ ക്കണം. അണികളെ കണ്ടെത്തണം. ആഫീസ് പ്രവർത്തനത്തിനും മറ്റും ആവശ്യമായ ഫണ്ടുണ്ടാക്കണം. പ്രചാരണം കൊഴുപ്പിക്കണം. അങ്ങനെ ശ്രമാവഹമായ ആയിരം കാര്യങ്ങൾ. അതിനിടയ്ക്ക് ഈ നാട്ടിലെ ഇട ക്കാല തിരഞ്ഞെടുപ്പിന് നെയ്യാറ്റിൻകരക്കാരനായ പ്രശസ്തനായ എൻ കെ കൃഷ്ണപിള്ളയെ സോഷ്യലിസ്റ്റുപാർട്ടി സ്ഥാനാർത്ഥിയാക്കാനും തീരുമാനിച്ചു. തല്ക്കാലം എല്ലാവരുടെയും ശ്രമവും ശ്രദ്ധയും ഈ തിര ഞ്ഞെടുപ്പിൽ തന്നെയാകട്ടെ എന്നു വച്ചു. അതിന്റെ ആദ്യത്തെ പടിയെന്ന രീതിയിൽ നമ്മുടെ നാട്ടിലെ പാർട്ടി ആഫീസ് സോഷ്യലിസ്റ്റു പാർട്ടി ആഫീസും തിരഞ്ഞെടുപ്പാസ്ഥാനവുമായി മാറി–

റീ എലക്ഷൻ വന്നു. പ്രതീക്ഷിച്ചതിലേറെ ചൂടും ചൂരും. തിരുവിതാംകൂറിലെ എല്ലാ രാഷ്ട്രീയ നേതാക്കളും അണിനിരന്ന ഒരു സമരം. ഇരുകൂട്ടരുടേയും അഭിമാന പ്രശ്നമാണ്. അതുകൊണ്ടുതന്നെ അവസാനത്തെ അടവും പയറ്റേണ്ടതുണ്ട്. ഏറക്കുറെ നാട്ടുകാരായ പ്രശസ്തരായ വ്യക്തികളാണ് ഏറ്റുമുട്ടുന്നത്. ഒരു ചെറുപത്രത്തിന്റെ പത്രാധിപരും മുതലാളിയും കൂടിയാണ് കോൺഗ്രസ് സ്ഥാനാർത്ഥിയായ ബാലരാമപുരം രാമൻപിള്ള. നെയ്യാറ്റിൻകര ബാറിലെ പ്രഗത്ഭനായ വക്കീലെന്നതിനുപരി നായർ പ്രമാണിമാരുമായി ബന്ധവും സൗഹൃദവുമുണ്ട് എൻ കെ കൃഷ്ണപിള്ളയ്ക്ക്. വീടുവീടാന്തരം കയറി ഇറങ്ങിയുള്ള പ്രചരണം. കവലകൾ തോറും പൊതുയോഗം. ഭരണകക്ഷിയെന്നതുകൊണ്ട് ശക്തിയും തൂക്കവും കൂടുതലാണെന്നു പൊതുവേ തോന്നിപ്പിച്ചു. ശാന്തമായി തിരഞ്ഞെടുപ്പു നടന്നു. വോട്ടെണ്ണിയപ്പോൾ എൻ കെ കൃഷ്ണപിള്ള നല്ല ഭൂരിപക്ഷത്തിൽ വിജയിച്ചു. ആദ്യത്തെ സോഷ്യലിസ്റ്റ് എം എൽ എ.

തനിക്കും തന്റെ കൂട്ടുകാർക്കും രാഷ്ട്രീയപരിവർത്തനം സംഭവിച്ചിരിക്കുന്നു. നിരോധിച്ചിരുന്ന കാൺഗ്രസ് പാർട്ടി പ്രവർത്തകനായി ഖദർ മുണ്ടും ജൂബയും ധരിച്ചുനടന്ന ഇന്നലെകൾ ഓർമ്മയിലെത്തുന്നു. പത്രവിതരണത്തിന്റെ പേരിൽ പാർട്ടി സാഹിത്യവും ലഘുലേഖകളും ഒളിച്ചു കടത്തി പ്രവർത്തകർക്കെത്തിക്കുന്ന ധീരകൃത്യം. അതൊക്കെ മാറി. മറന്നു. ആ കാൺഗ്രസാണിന്നു ഭരിക്കുന്നത്. അന്നത്തെ സർ സി പിയുടെ സ്ഥാനത്ത്. ഞങ്ങളിപ്പോഴും പ്രതിപക്ഷത്തു തന്നെ. പ്രജാ സോഷ്യലിസ്റ്റു പാർട്ടിയിൽ അന്ന് ചീത്ത വിളിക്കയും അടിക്കുകയും ചവിട്ടുകയും ചെയ്ത പൊലീസുകാർ ഇന്നാ കാൺഗ്രസു നേതാക്കൾക്ക് അകമ്പടി സേവിക്കുന്നു, ആദരവു കാട്ടുന്നു. ഇതാണു ജനായത്തം. ഇന്നും ആ പൊലീസുകാർക്ക് തല്ലാനും ചതയ്ക്കാനും കമ്യൂണിസ്റ്റുകാരെയും സോഷ്യലിസ്റ്റുകാരെയും കിട്ടും. കാൺഗ്രസുകാർ ചൂണ്ടിക്കാട്ടണമെന്നേയുള്ളൂ.

രാജ്യഭരണം മുറപോലെ നീണ്ടു. ഏറെ ചർച്ചകൾക്കും ഒത്തുതീർപ്പാലോചനകൾക്കും ശേഷം തിരുവിതാംകൂറും കൊച്ചിയും യോജിച്ച് ഒരു സംസ്ഥാനമായി. തിരു–കൊച്ചി–പനമ്പള്ളി ഗോവിന്ദമേനോനും ഇക്കണ്ട വാര്യരുമൊക്കെ മന്ത്രിസഭയിലെത്തി. തിരുവിതാംകൂർ മഹാരാജാവു തന്നെ രാജപ്രമുഖനായി തുടർന്നു. അക്കൂട്ടത്തിൽ ആശയപരമായി അടുപ്പം തോന്നിയ ധാരാളം നേതാക്കൾ സോഷ്യലിസ്റ്റു പ്രസ്ഥാനത്തിലും വന്നടിഞ്ഞു. ചന്ദ്രശേഖരൻ, മനയ്ക്കാലത്ത്, മേനോൻ എന്നിവർ പട്ടത്തിന്റെ മാനസപുത്രന്മാരെപ്പോലെ അനുവർത്തിച്ചു. കാര്യമൊന്നുമില്ലെങ്കിലും കൂടെക്കൂടെ പട്ടത്തുള്ള വീട്ടിൽ ചെല്ലും. അദ്ദേഹത്തിന് എന്തെങ്കിലും പറയാൻ കാണും. രാഷ്ട്രീയവും വ്യക്തിപരവും. ടീച്ചർക്ക് എന്തെങ്കിലും പ്രാരാബ്ധങ്ങൾ പറയാൻ കാണും. അടുക്കളയിൽ നില്ക്കുന്ന സ്ത്രീയത്ര പോര. നല്ലൊരെണ്ണം നിന്റെ നാട്ടിൽ കിട്ടുമോന്നു നോക്ക്. ഇപ്പോഴത്തെ പശുവിനത്ര പാലുപോര. മാറ്റി കൊള്ളാവുന്ന ഒരെണ്ണം

മേടിച്ചാലോ. നല്ല മാടു കച്ചവടക്കാരെ കണ്ടാൽ വരാൻ പറയ്. എല്ലാം മൂളി കേൾക്കും. കേട്ടുകൊണ്ടിരിക്കുന്ന സാർ കണ്ണിറുക്കും.

പാർട്ടി വളരുക തന്നെ ആയിരുന്നു. ഒരുപക്ഷേ, പ്രതീക്ഷിച്ചതില ധികം. തിരുവിതാംകൂറിൽ മാത്രമല്ല കൊച്ചിയിലും പാർട്ടി ഘടകങ്ങളു ണ്ടായി. അംഗസംഖ്യ വർദ്ധിച്ചു. താണുപിള്ള സാറിനു തെരക്കായി. ഒരു പാടു യാത്ര വേണ്ടിവന്നു. കൊച്ചി ഭാഗത്തു കൂടുതലും. പക്ഷേ, സാർ സന്തുഷ്ടനായിരുന്നു. സംസാരമദ്ധ്യേ സാർ പറഞ്ഞു.

"നോക്കൂ മാധവൻകുട്ടീ. വലിയ താമസമില്ല. ഇതിനൊക്കെ മാറ്റം വരും. ഞാൻ തിരുകൊച്ചി മുഖ്യമന്ത്രിയാകും. നമുക്കു വേണ്ടപ്പെട്ട പലരും മന്ത്രിമാരാകും. നീയൊന്നു ഉഷാറാകണം. അടുത്ത തിരഞ്ഞെടുപ്പിൽ നീയൊരു സ്ഥാനാർത്ഥിയാകേണ്ടി വരും. പൊന്നറയ്ക്കും അതാണഭി പ്രായം."

"അയ്യോ. അതൊന്നും വേണ്ട. പൊന്നറച്ചേട്ടനെപ്പോലുള്ളവർക്കു പറ ഞ്ഞിട്ടുള്ളതാ. ഞാനെല്ലാറ്റിനും കൂടെയുണ്ടല്ലോ."

"രാഷ്ട്രീയത്തിൽ ഒഴിഞ്ഞും തുടങ്ങിയും നില്ക്കുന്നവനല്ല മുൻപിൽ നില്ക്കുന്നവനെ പിടിച്ചു മാറ്റി മുന്നേറുന്നവനേ എന്തെങ്കിലുമാകാനൊക്കൂ. വരട്ടെ ധൃതിയില്ല. നിന്നെ ഞാനെവിടെയെങ്കിലും എത്തിക്കും. അതെന്റെ കടമയും വാശിയുമാണ്. ഇതു മനസ്സിൽ വച്ചാമതി."

എന്തോ വലിയൊരു ഭാരമെടുത്തു തലയിൽ വച്ചതുപോലെയാണു തോന്നിയത് – പലദിവസം അതാലോചിച്ചു നടന്നു. ഒരുപാടു ചെലവു വരുന്ന കാര്യമാണ്. പ്രവർത്തകരോ അനുഭാവികളോ കുറെയൊക്കെ സഹായിക്കും. അതുകൊണ്ടൊന്നും ആകുകയില്ല. പാർട്ടിക്ക് കാര്യമായ ഫണ്ടില്ല. കാൺഗ്രസിനാണെങ്കിൽ ഭരണകക്ഷിയെന്ന നിലയ്ക്ക് നല്ല പാർട്ടി ഫണ്ടുണ്ട്. ആശ്രിതരും അനുഭാവികളുമായ വ്യവസായികൾ ആവ ശ്യത്തിലുമധികം എത്തിക്കുകയും ചെയ്യും. കഞ്ഞികുടിക്കാനുള്ളതെ ടുത്തു രാഷ്ട്രീയം കളിച്ചാൽ പിന്നീടു ദുഃഖിക്കേണ്ടി വരും. പോരെങ്കിൽ നല്ലൊരെമ്മെല്ലേയാകാനും വേണ്ട വിദ്യാഭ്യാസമൊന്നും നേടാനുമായില്ല. അതുകൊണ്ട് ആ ചിന്തപോലും വേണ്ടെന്നുവച്ചു.

എട്ട്

ഒരു നല്ല ചെറുപ്പക്കാരൻ എന്ന നിലവന്നു. സ്വന്തം അദ്ധ്വാനംകൊണ്ട് അത്യാവശ്യം ചെലവാക്കാൻ കൈയിൽ കാശുണ്ട്. പഴയ പേരുകേട്ട കുടുംബം. ഇടയ്ക്കു വച്ച് വിദ്യാഭ്യാസം നിലച്ചുപോയെങ്കിലും രാഷ്ട്രീയത്തിൽ ഒരുയർന്ന സ്ഥാനത്തെത്തി. പാർട്ടി നേതാക്കൾക്ക് നേരിട്ടറിയാവുന്ന നിലയിൽ തന്നെ. സ്വാഭാവികമായും പലരും നേരിട്ടും മൂന്നാമൻ വഴിയും കല്യാണാലോചനകൾ വരാൻ തുടങ്ങി. ഒന്നിനും പിടികൊടുത്തില്ല. പക്ഷേ, അമ്മ അതു വിട്ടുകളഞ്ഞില്ല. കുറേശ്ശെ നിർബ്ബന്ധിക്കാൻ തുടങ്ങി.

അമ്മാവിയോടൊത്തും, തനിച്ചും രാധ കൂടെക്കൂടെ വീട്ടിൽവരും. അമ്മയ്ക്കുവേണ്ട സഹായങ്ങൾ കണ്ടും കേട്ടും ചെയ്യും. അമ്മാവീ, അമ്മാവീയെന്നു വിളിച്ചുകൊണ്ട് അമ്മയുടെ പുറകേ നടക്കും. വായിൽ നല്ല പല്ലുണ്ടെങ്കിലും കൂടെക്കൂടെ അമ്മൂമ്മയ്ക്ക് മുറുക്കാൻ ഇടിച്ചുകൊടുക്കും. നല്ല പുകയില ഞെട്ടു മേടിച്ചുകൊണ്ടുവരും. അറിയാത്തതുപോലെ താനുള്ളപ്പോൾ മുൻപിലൂടെ അങ്ങോട്ടുമിങ്ങോട്ടും ഓടും. താൻ കണ്ടതായി ഭാവിക്കില്ല. പാവം പെണ്ണ് എന്ന് അമ്മ കൂടെക്കൂടെ പറയും. മാധവൻകുട്ടിയെ കരുതിയാണ് ഈ വരവെന്ന് അമ്മയ്ക്കറിയാം. പക്ഷേ, ഒരിക്കൽ കോവിൽകുളത്തിൽ വച്ച് മാധവൻകുട്ടിയുമായി ലോഹ്യമാണെന്നാരോ പറഞ്ഞ പാറുക്കുട്ടിയുമായി വഴക്കുണ്ടായതറിഞ്ഞ് അമ്മ ശകാരിച്ചു.. വീട്ടിൽചെന്ന് കരഞ്ഞുകൊണ്ട് പട്ടിണികിടന്നു സമരം പ്രഖ്യാപിച്ചു. അമ്മാവനോടവൾ പറഞ്ഞത്രേ.

“എനിക്കു മാതോണ്ണൻ മതി. മറ്റാരേം ഞാൻ കെട്ടൂല്ല. അച്ഛൻ അമ്മായിയോടു പറഞ്ഞതു ശരിയാക്കിത്തരണം.”

അമ്മാവൻ വിഷമത്തിലായി. അന്ന് തനിക്ക് ഓഹരിയായി കിട്ടിയ സ്ഥലത്തെപ്പറ്റി അക്കനോടു പറഞ്ഞു തെറ്റിയതാണ്. അതിനുശേഷം നേരിൽ കാണാറില്ല. അമ്മയെ കാണാൻ ചെല്ലുമ്പോഴൊക്കെ അക്കൻ മുഖം തരാതെ മാറുന്നതറിയാം. ഇപ്പോൾ ഇക്കാര്യം ചെന്നെങ്ങനെ പറയും.

"എടീ, അതിന് അവരാരെങ്കിലും ഒരു വാക്കു പറയാതെ ഞാനെ ങ്ങനെ–"

"അപ്പോഴേക്കും ആരെങ്കിലും കെട്ടിക്കൊണ്ടുപോകും. ഞാൻ ചത്തു കളേം."

ഏതായാലും അമ്മാവൻ വന്ന് അമ്മയോടു കരയുകയും പറയുക യുമൊക്കെ ചെയ്തു. അമ്മയുടെ മനസ്സിളകി. രാത്രിയിൽ അമ്മ പറഞ്ഞു.

"എടാ നീയാ രാധയ്ക്ക് ഒരു പുടവ വാങ്ങിക്കൊട്. അവളീ കുടും ബത്തിലെ ചോരയല്ലേടാ."

"അമ്മാ. എനിക്കിപ്പോൾ കല്യാണമൊന്നും വേണ്ട. അതിനുപറ്റിയ സമയമല്ല. അവൾക്ക് കൊള്ളാവുന്ന ഒരുത്തനെ ഞാൻ തന്നെ കണ്ടുപി ടിക്കാം."

"നിന്നെ കിട്ടിയില്ലെങ്കി ചത്തുകളയുമെന്നാ ആ മണ്ടി പറയുന്നത്. അവളൊരു പാവമാടാ. പിന്നെ നിന്റെ അമ്മാവൻ വന്ന് പറ്റിവിളിച്ചു കരയേം ചെയ്തു. അവളാവുമ്പം എനിക്കൊരു സഹായമാവേം ചെയ്യും."

അധികമാരും അറിയാതെ പഴയരീതിയിൽ അവൾക്കൊരു പുടവ വാങ്ങി ക്കൊടുത്ത് വിളിച്ചുകൊണ്ടുവന്നു. വീട്ടിൽനിന്നും ഞാനും അമ്മയും അനി യനും കുട്ടമ്മാവനും മാത്രം. തിരുവനന്തപുരത്തുനിന്നും ഹരിയണ്ണനും ഫോർട്ട് പൊലീസ് സ്റ്റേഷനിൽ ഇൻസ്പെക്ടർ ആയിരിക്കുന്ന ചിറ്റപ്പനും, ചേട്ടത്തിയും ഏതോ കക്ഷി സൗജന്യമായി ഏർപ്പാടാക്കിക്കൊടുത്ത കാറിൽ വന്നു.

തെരക്കുകൂടി വന്നതേയുള്ളൂ. പാർട്ടിയുടെ മേഖല തിരിച്ചുള്ള പ്രച രണം. അംഗസംഖ്യ കൂട്ടിയേ തീരു. യോഗങ്ങൾ വിളിച്ചുകൂട്ടി ഇപ്പോഴത്തെ രാഷ്ട്രീയ നിലപാടു വിശദീകരിക്കാൻ നേതാക്കളെ കൂട്ടിക്കൊണ്ടു വരേ ണ്ടതുണ്ട്. യോഗം തീരുമ്പോൾ ചിലപ്പോൾ രാത്രി ഏറെയാകും. എല്ലാ വരേയും യാത്രയാക്കി വീട്ടിലെത്തുമ്പോൾ ചിലപ്പോൾ അർദ്ധരാത്രി. വരാ ന്തയിൽ ഉറക്കമിളച്ചിരിക്കുന്ന അമ്മയേയും രാധയേയും കാണുമ്പോൾ അപരാധബോധം ഉദിക്കും.

"പെണ്ണുകെട്ടി കൊടുത്താലെങ്കിലും നേരത്തെ കാലത്തേ വീട്ടിലെ ത്തുമെന്നു കരുതി. ങേ ഹേ"

"അമ്മാ ഇന്ന് രണ്ടു മൂന്നു മീറ്റിങ് ഉണ്ടായിരുന്നു. അതൊക്കെ തീർന്ന് നേതാക്കളെ പറഞ്ഞയക്കാതെ വരാനൊക്കുമോ."

"അല്ലെങ്കി എന്നാ ഒഴിവുകിട്ടുന്നത്. എടീ നിനക്ക് ഇതൊക്കെ അനുഭവിക്കാൻ കെടക്കുന്നു. അതിനല്ലേ മാതോണ്ണാ മാതോണ്ണാനും പറഞ്ഞിരുന്നത്. അവനു വല്ലതും കൊടുത്തിട്ട് കെടക്കാൻ നോക്ക്."

അമ്മ എണീറ്റു പോകും. ഇത് ഏറക്കുറെ പതിവു പരിപാടി തന്നെ. എങ്കിലും കൃത്യനിർവ്വഹണത്തിൽ പിന്തിരിഞ്ഞു പോകാത്ത മാധവൻ നായർ പതിനൊന്നാം മാസത്തിൽ പിതൃസ്ഥാനം ഏറ്റെടുത്തു. രാധ വന്നതു മുതൽ അമ്മയ്ക്കു പണിത്തിരക്കു മാത്രമല്ല പണിയേ നഷ്ടപ്പെട്ടതുപോലെയായി. എവിടെയും ഏതിനും രാധ ഓടിയെത്തും. എല്ലാം സ്വയമേറ്റെടുത്തു ചെയ്യും. എന്നിട്ടും സമയം മിച്ചമാകുമ്പോൾ അമ്മായിയെ പിടിച്ചിരുത്തി തലയിലെ പേൻ നോക്കുകയോ, കാലുകളിൽ തൈലമിട്ടുഴിയുകയോ ചെയ്യും. അമ്മയുടെ പഴയ ചില ചിട്ടകൾക്ക് ധാരാളം സമയം കിട്ടി. പ്രാന്തപ്രദേശങ്ങളിൽ ഏതു വീട്ടിലായാലും ഒരു പ്രസവം നടന്നാൽ കുഞ്ഞിനെ കാണാൻ പോകണമെന്നു നിർബ്ബന്ധം. ഒരു പിയേഴ്സ് സോപ്പും ചെറിയ ടിൻ കുട്ടിക്കൂറാ പൗഡറും കൈയിൽ കരുതും. ജാതിയൊന്നും പ്രശ്നമല്ല. തന്നെപ്പോലെ പാവങ്ങളായിരിക്കണമെന്നേയുള്ളു. കുറേനേരം കൊച്ചുവർത്തമാനം പറഞ്ഞിരിക്കും. തിരിച്ച് കോവിൽ കുളത്തിൽ കുളിച്ച് ദൈവദർശനവും കഴിഞ്ഞെത്തുമ്പോൾ ഏതാണ്ടു സന്ധ്യയാവും.

ജനായത്തഭരണം നാട്ടിൽ ചലനങ്ങളുണ്ടാക്കിയില്ലെന്നു പറയാൻ വയ്യ. താറുമാറായി കിടന്ന റോഡുകൾ പാറച്ചീളുകൾ പാകി, മെറ്റലിട്ട് റോളർ കൊണ്ടുറപ്പിച്ച് ഗതാഗതയോഗ്യമാക്കി. സ്കൂളിന് പുതിയൊരു കെട്ടിടവും ക്ലാസുകളിൽ ബഞ്ചുകളും ഡസ്ക്കുകളും ലഭ്യമാക്കി. ഹിന്ദിക്കും ഡ്രില്ലിനും ഡ്രായിങ്ങിനും പാട്ടിനുമൊക്കെ വെവ്വേറെ അദ്ധ്യാപകരെ നിയമിച്ചു. നാട്ടുകാർ പണം പിരിച്ചുകെട്ടി വച്ചതുകൊണ്ട് കാലാനുസരണം പുതിയ ക്ലാസുകൾ അനുവദിച്ച് ഹൈസ്കൂൾ നിലവിൽവരുമെന്ന അവസ്ഥയിലായി. റോഡുവക്കത്ത് പുതിയ ചായക്കടകളും ഹോട്ടലും മറ്റുകടകളും തുടങ്ങി. പൊതുവേ നിരത്തിൽ ജനപ്പെരുമാറ്റം വർദ്ധിച്ചു. പഴയ കരിഗ്യാസുവണ്ടിയുടെ സ്ഥാനത്ത് പെട്രോൾ ബസുകൾ ഓടിത്തുടങ്ങി. അതു സമയം പാലിച്ച് വരുകയും പോവുകയും ചെയ്തതുകൊണ്ട് പട്ടണത്തിൽ നിന്നുവരുന്ന അദ്ധ്യാപകർക്കും അകലെനിന്നു പഠിക്കാനെത്തുന്ന വിദ്യാർത്ഥികൾക്കും അനുഗ്രഹമായി. പെൺകുട്ടികൾക്കു മാത്രമായി ഒരു പ്രൈമറി സ്കൂൾ അനുവദിച്ചു വന്നു. ക്ഷേത്രത്തിൽ ഭക്തജനത്തെരക്കു തന്നെയുണ്ടായി. അതുമൂലം വഴിപാടും നേർച്ചകളും പൂജാരിമാർക്ക് ദക്ഷിണയും വർദ്ധിച്ചു. കൂടെക്കൂടെയുണ്ടാകുന്ന വിശേഷാൽ പൂജകളും ഉത്സവ സമാനമായ ആഘോഷങ്ങളുമൊക്കെ നാട്ടുകാരെ ഏറെ സന്തുഷ്ടരാക്കി. ആണ്ടോടാണ്ടു നടക്കുന്ന മഹോത്സവം എട്ടുദിവസവും കലാപരിപാടികൾ നടത്തി, നാട്ടുകാരുടെ

രാവുകളെ സജീവമാക്കി. ആന ഒന്നുമതിയോ കൂടുതൽ വേണോ എന്ന ചിന്തയിലായി ഉത്സവക്കമ്മിറ്റി. എന്നുവച്ചാൽ തീരുമാനമെടുക്കാനുള്ള ചുമതല മാധവൻകുട്ടിക്കായി എന്നു സാരം. സ്കൂൾ ഹെഡ്മാസ്റ്റർ തലയിൽ ചാർത്തിക്കൊടുത്ത രക്ഷാകർത്തൃസമിതിയുടെ പ്രസിഡന്റ് എന്ന സ്ഥാനത്തിനു പുറമേ.

നാട്ടുകാരുടെ പ്രധാന ഉപജീവനമാർഗ്ഗം കൃഷിയായിരുന്നു. പ്രധാനമായും നെൽകൃഷി. കരയിൽ മരച്ചീനിയും. എന്നോ വളർന്നുവന്ന ഒരു മരമെന്നതിലുപരി, നല്ലൊരു കാർഷിക ഇനമായി തെങ്ങിനെ കണ്ടില്ല. അതിൽ കായ്ക്കുന്ന വിഭവം അടർത്തിയെടുത്ത് വീട്ടാവശ്യത്തിനും മിച്ചം വരുന്നതു വില്പനയ്ക്കും എന്നേ അറിയൂ. എന്നാൽ ഏറെ തെങ്ങിൻ തോപ്പുള്ള ജന്മിമാർ ആയതു എണ്ണയാട്ടുന്ന ചെട്ടിയാർമാർക്ക് പതിച്ചു കൊടുത്ത് പണമുണ്ടാക്കി. ചിലരൊക്കെ വാഴകൃഷി ചെയ്ത് നല്ല കുലയുണ്ടാക്കി. ചേനയും ചേമ്പും മധുരക്കിഴങ്ങും മത്തനും വെള്ളരിയുമൊക്കെ കൃഷിചെയ്തു. പക്ഷേ, കൃത്യമായൊരു വിപണി ആർക്കും കിട്ടിയില്ല. അന്തിച്ചന്തകളായിരുന്നു ഏക വിനിമയകേന്ദ്രം. ഒരു കുലയോ നാലു തേങ്ങയോ പാക്കോ ഓരോ മത്തനോ വെള്ളരിയോ ചേനയോ രണ്ടു ചാണപ്പുളിയോ കൊണ്ടുകൊടുത്ത് കിട്ടുന്ന കാശുകൊണ്ട് എണ്ണയോ മുളകോ ഉള്ളിയോ മീനോ ഒക്കെ വാങ്ങി മടങ്ങുന്ന പെണ്ണുങ്ങളാണ് കൂടുതലും. കൊച്ചുകുട്ടികൾക്ക് ധരിക്കാനുള്ള പാവാടയും നിക്കറും കുപ്പിവളയും ചാന്തും പൗഡറും സോപ്പുമൊക്കെ മേടിക്കാനാവും. നാട്ടിലെ കാർഷിക വിഭവങ്ങൾക്ക് ന്യായമായ വിലകിട്ടണമെങ്കിൽ കാട്ടാക്കടയിലോ ആറാലുംമൂട്ടിലോ ഉള്ള പൊതുചന്തകളിൽ എത്തിക്കണമെന്നു കണ്ടെത്തി. അതിനുവേണ്ട ശ്രമം തുടങ്ങി. പലരുടെയും വിഭവങ്ങൾ ഒന്നിച്ച് കാളവണ്ടികളിൽ കയറ്റി പൊതുചന്തകളിൽ കൊണ്ടുപോയി വില്ക്കാനും നാട്ടിൽ ആവശ്യമായ കുട്ട, വട്ടി, കയർ, പായകൾ, കൃഷി ആയുധങ്ങൾ, ചെറുകിട കച്ചവടക്കാർക്ക് ആവശ്യമായ പലവ്യഞ്ജന സാധനങ്ങൾ എന്നിവയും തിരിച്ചെത്തിക്കാനും കഴിഞ്ഞു. ഇതു നാട്ടിലെ സാമ്പത്തികനിലയെ പരിപോഷിപ്പിക്കയും ചെറുകിടകൃഷിക്കും കാർഷികത്തൊഴിലാളികൾക്കും ഉത്തേജനമാവുകയും ചെയ്തു. ദിവസവും അന്തിക്ക് കള്ളുഷാപ്പിൽ ചെന്ന് കടം പറഞ്ഞിരുന്ന കൂലിക്കാർക്ക് കൈയുടനെ കാശുകൊടുത്തു പോരാവുന്ന അവസ്ഥ.

സർക്കാരിൽനിന്നും കൃഷി ഉപദേശകർ രംഗത്തിറങ്ങിത്തുടങ്ങി. ശാസ്ത്രീയമായി എങ്ങനെ നെൽകൃഷി ചെയ്യണമെന്നവർ പഠിപ്പിച്ചു. പുതിയ ഇനം വിത്തുകളെ പരിചയപ്പെടുത്തി. തെങ്ങുകൾക്ക് വളം കൊടുത്തു. കൂടുതൽ ആദായം ഉണ്ടാക്കുന്നവിധം, കുരുമുളകുകൃഷി വ്യാപനം, വാഴകൃഷി പ്രോത്സാഹനം, ആദായകരമായ മലക്കറി കൃഷി തുടങ്ങി എല്ലാരംഗത്തും അവർ സജീവമായി. നെല്ലുല്പാദനം വർദ്ധിച്ച

പ്പോൾ പത്തായങ്ങളിൽ നെല്ലുകൂടി, അതു ചില്ലറയായി മേടിച്ചു കൊണ്ടുപോയി വേവിച്ച്, ഉണക്കി, കുത്തി അരിയാക്കി ആവശ്യക്കാർക്കും അന്തിച്ചന്തയിലും വിറ്റ് തൊഴിലില്ലാതെ പേനും കൊന്ന് നുണയും പറഞ്ഞിരുന്ന പെണ്ണുങ്ങളും പത്തു ചക്രമുണ്ടാക്കി.

പത്രപ്രവർത്തനം ആദായകരമായ ഒരു മാർഗ്ഗമായിരുന്നില്ല. പത്രമുതലാളിയെന്നു പറയപ്പെടുന്നത് സമൂഹത്തിൽ അറിയപ്പെടുന്ന വ്യക്തിത്വമായിരുന്നു. അതുകാണ്ടു കൈയിൽ പത്തു പുത്തനുള്ളവർക്കു മാത്രമേ ചെയ്യാനുമായുള്ളൂ. ഇന്നത്തെപ്പോലെ പത്രത്തിനു പരസ്യങ്ങൾ കിട്ടിയിരുന്നില്ല. വല്ലപ്പോഴും വീണുകിട്ടുന്ന സർക്കാർ പരസ്യങ്ങളൊഴിച്ചവ. പത്രദ്വാരാ പരസ്യം നല്കാൻ തക്ക വ്യവസായങ്ങളും ഇല്ലായിരുന്നു. ഇന്നത്തെപ്പോലെ സിനിമകളും ഇല്ല. വല്ലപ്പോഴും പ്രദർശനത്തിനെത്തുന്ന തമിഴ് സിനിമകൾ മാത്രം. മലയാളത്തിൽ സിനിമകൾ ഉണ്ടായില്ലെന്നു തന്നെ പറയാം. പുതിയ സിനിമ വരുമ്പോൾ ത്യാഗരാജ ഭാഗവതരുടെയും ചിന്നപ്പയുടെയും വസന്തകോകിലത്തിന്റെയും എൻ എസ് കൃഷ്ണന്റെയും മധുരത്തിന്റെയും ഒക്കെ കട്ടൗട്ടുകൾ വച്ചുകെട്ടി. കൊട്ടും വാദ്യവുമായി വില്ലുവണ്ടികളിൽ കുട്ടികൾ ബീറ്റ് നോട്ടീസുകൾ വാരിവിതറി, വരുവിൻ, കാണുവിൻ, ആനന്ദിപ്പിൻ, കണ്ണഞ്ചിപ്പിക്കുന്ന, യുദ്ധരംഗങ്ങൾ, വാൾപ്പയറ്റുകൾ എന്നിങ്ങനെ വിളിച്ചുപറഞ്ഞ് നാടുചുറ്റും. നഗരത്തിലെ ഒരു സോപ്പു കമ്പനിയുടെ പരസ്യം ഇങ്ങനെ. മൂന്നു നാലുകുട്ടികൾ ഉടുക്കും കൊട്ടി തെരുവുകളിലൂടെ പോകും.

"കോവാലാ"

"ഏൻ സാർ"

"എങ്കപ്പോറെ"

"കടയ്ക്കു പോറെൻ"

"എന്ന വാങ്കാൻ"

"സോപ്പു വാങ്കാൻ"

"എന്ന സോപ്പ്"

"നീലം സോപ്പ്"

"എന്ന നീലം"

"ഗാമാ നീലം."

അന്നു നഗരത്തിലെ ഏറെ ചെലവുള്ള നീലം സോപ്പായിരുന്നു ഗാമാ നീലം സോപ്പ്.

പത്രം വാങ്ങി വായിക്കുന്നവരുടെ എണ്ണം കൂടുക മാത്രമേ വഴിയുള്ളൂ. നാലു പേജ് നിറയെ വാർത്തകളും ലേഖനങ്ങളും കൊണ്ടുനിറയ്ക്കാൻ പത്രാധിപന്മാർ നന്നേ പാടുപെട്ടു. നാട്ടുവർത്തമാനങ്ങളും മന്ത്രിമാരുടെ

പ്രസ്താവനകളും പുതിയ പുതിയ പദ്ധതികളുടെ ഉദ്ഘാടനങ്ങളും, കഴിഞ്ഞ് ഇന്ത്യാ ഗവൺമെന്റു വാർത്തകളും മന്ത്രിമാരുടെയും നേതാക്ക ന്മാരുടെയും പ്രസ്താവനകളും ഭരണപരിഷ്കാരങ്ങളും കൂടെക്കൂടെയു ണ്ടാകുന്ന അതിർത്തി സംഘട്ടനങ്ങളും അതിലുണ്ടാകുന്ന നാശനഷ്ട ങ്ങളും ലോകോത്തര ഭരണാധികാരികളുടെ ചരിത്രവും ഭൂമിശാസ്ത്ര വുമൊക്കെ അച്ചടിച്ചു പേജുകൾ നിറച്ചേ മതിയാകുമായിരുന്നുള്ളൂ. അന്നു കമ്പോളത്തിൽ അച്ചടിക്കാനും നോട്ടുബുക്കുകൾ നിർമ്മിച്ചു വില്ക്കാനും വേണ്ട കടലാസിനു വിപണിയിൽ വില കൂടുതലായിരുന്നു. എന്നാൽ പത്ര ങ്ങൾക്ക് സർക്കാർ ഏറെ വിലകുറച്ച് റോൾ കണക്കിനു പേപ്പർ അനുവ ദിച്ചിരുന്നു. അതിന്റെ പകുതിയോ അതിൽ കുറച്ചോ മതിയായിരുന്നു പത്രം അച്ചടിക്കാൻ. ബാക്കി കൂടിയ വിലയ്ക്ക് വെളിയിൽ വിറ്റ് കിട്ടുന്ന ലാഭം പത്രങ്ങൾക്ക് മുതൽക്കൂട്ടായിരുന്നു.

തിരുവിതാംകൂറിൽ നിലനിന്നിരുന്ന പത്രങ്ങൾ ഓരോ മുതലാളിമാ രുടെ സ്വന്തം എന്ന നിലയിൽ തന്നെ. തിരുവനന്തപുരത്ത് അഴകത്തു രാമക്കുറുപ്പിന്റെ വക *മലയാളി.* തിരുവനന്തപുരത്തെ നായന്മാരുടെ പത്ര മെന്നാണ് അറിയപ്പെട്ടത്. മയ്യനാട്ടുകാരൻ സി വി കുഞ്ഞുരാമന്റെ പേട്ട യിലെ *കേരളകൗമുദി* പത്രം ഈഴവരുടെതും. കൊല്ലത്ത് തങ്ങൾ കുഞ്ഞു മുസലിയാരുടെ *പ്രഭാതം* പത്രം ഒരു മുസ്ലീം പ്രസിദ്ധീകരണമെന്നറിയ പ്പെട്ടു. പരമേശ്വരൻപിള്ളയുടെ *മലയാളരാജ്യം* കൊല്ലത്തെ നായന്മാർക്ക് സ്വന്തം. കോട്ടയത്തു കണ്ടത്തിൽ വർഗ്ഗീസുമാപ്പിളയുടെ പത്രം മദ്ധ്യതി രുവിതാംകൂറിലെ അച്ചായന്മാർക്കു മാത്രമല്ല, മാർഗ്ഗം കൂടിയ എല്ലാ ക്രിസ്ത്യാനികളുടെയും തനതു വകയായിരുന്നു. അതിൽ ഉദ്ദിഷ്ടകാര്യ സാദ്ധ്യത്തിന് ഉപകാര സ്മരണയെന്ന പേരിൽ കന്യാമറിയത്തിന്റെയും സ്നാപകയോഹന്നാന്റെയുമൊക്കെ ചിത്രത്തോടുകൂടി ധാരാളം പര സ്യവും ലഭിച്ചിരുന്നു. *ദീപിക*യ്ക്കും മറ്റും അത്രത്തോളം പിടിച്ചു നില്ക്കാ നുമായില്ല. പിന്നെയുള്ളതു കെ എൻ ശങ്കുണ്ണിപ്പിള്ളയുടെ *ദേശബന്ധു* പത്രമായിരുന്നു. കോട്ടയം നായന്മാരുടെ തനതുപത്രം എന്നു പറയാം.

ക്രമേണ സർക്കാർ അനുവദിച്ച പ്രിന്റിങ് പേപ്പറിന്റെ ക്വാട്ട വെട്ടി ക്കുറച്ചപ്പോൾ നല്ല സർക്കുലേഷൻ ഇല്ലാത്ത പത്രങ്ങൾക്ക് പിടിച്ചു നില്ക്കാനായില്ല. *മലയാളിയും മലയാളരാജ്യ*വും *പ്രഭാതവും ദേശബന്ധു* വുമൊക്കെ പൂട്ടിപ്പോയി. *കേരളകൗമുദി*ക്ക് തിരുവനന്തപുരത്തും കൊല്ലത്തും സർക്കുലേഷൻ ഉണ്ടായിരുന്നു. *മനോരമ*യ്ക്ക് ഉത്തര തിരു വിതാംകൂറിലും കൊച്ചിയിലുമൊക്കെ നല്ല ചെലവുണ്ടായിരുന്നു. അവ നഷ്ടത്തിലോടിയല്ലായെന്നല്ല ലാഭം കൊയ്യുകയും ചെയ്തു. കൈയിലി രുന്ന പല പത്രങ്ങളുടെയും ഏജൻസി നഷ്ടപ്പെട്ടെങ്കിലും ജനത്തിനു പത്രം വായിച്ചേ തീരൂ എന്നതുകൊണ്ട് വിതരണത്തിനുള്ള പത്രത്തിന്റെ

എണ്ണം തീരെ കുറഞ്ഞില്ല. *ഹിന്ദു, എക്സ്പ്രസ്* എന്നീ ഇംഗ്ലീഷ് പത്രങ്ങൾക്ക് ആവശ്യക്കാർ കൂടി. പെണ്ണുങ്ങൾക്ക് വീട്ടിലിരുന്നു വായിക്കാൻ തക്കവണ്ണം ആഴ്ചപ്പതിപ്പുകളും, വിനോദമാസികകളും എസ് ടി റെഡ്യാരുടെ വക കഥാമാസികകളും എത്തിച്ചുകൊടുത്തു. പത്രങ്ങൾക്കുപുറമേ, ഇത്തരം പ്രസിദ്ധീകരണങ്ങളും സൗജന്യമായി നല്കിയതുമൂലം വായനശാലയിൽ വായനക്കാരുടെ സാന്നിദ്ധ്യം എപ്പോഴുമുണ്ടായിരുന്നു. പുസ്തകമെടുത്തു വായിക്കാനും ആളുകൂടി. സർക്കാരിൽനിന്നും യഥാസമയം ഗസറ്റും, പുസ്തകം വാങ്ങാനുള്ള ഗ്രാന്റും മറ്റും ലഭിച്ചിരുന്നു.

തിരുവനന്തപുരത്ത് വഞ്ചിയൂർ വായനശാലയുടെ നേതൃത്വത്തിൽ വി ജെ ടി ഹാളിൽ വച്ച് നാടകം അവതരിപ്പിക്കുന്നതു കാണാനും അറിയാനും ഇടയായ ചില ചെറുപ്പക്കാർക്ക് അത്തരം സംരംഭം എന്തുകൊണ്ടു നമുക്കും ആയിക്കൂടാ എന്നൊരു തോന്നൽ. പെൺവേഷം അവതരിപ്പിക്കാൻ പെൺകുട്ടികളെ കിട്ടില്ല, അഥവാ ആരെങ്കിലും തയ്യാറായാൽ ത്തന്നെ നാട്ടു പ്രമാണിമാർ എതിർക്കും. അതുകൊണ്ട് നല്ല മുഖശ്രീയുള്ള പുരുഷന്മാർ തന്നെ സ്ത്രീവേഷം കെട്ടണമെന്നുവന്നു. ആദ്യമായി അവതരിപ്പിച്ച *ഹരിച്ചന്ദ്രാ* എന്ന നാടകം വൻവിജയമായിരുന്നു. വായനശാലയുടെ പേരിൽ നടത്തിയ ആ നാടകാവതരണം ജനങ്ങളുടെ താല്പര്യപ്രകാരം വീണ്ടും അവതരിപ്പിച്ചു. അയ്യപ്പൻപിള്ള സാറിന്റെ ഹരിച്ചന്ദ്രൻ, കുട്ടൻപിള്ള സാറിന്റെ ഭാനുമതി, അഞ്ചൽ മാസ്റ്ററുടെ വിശ്വാമിത്രൻ. കൂട്ടത്തിൽ തന്റെ ശുക്രമുനിയും. സ്കൂളിൽ അദ്ധ്യാപകർ ചേർന്നു നടത്തിയ രണ്ടു നാടകങ്ങളിൽ അനിയൻ മുഖ്യ സ്ത്രീകഥാപാത്രങ്ങളായി നന്നായി അഭിനയിച്ചുവെന്നു കേട്ടു. മേക്കപ്പു നടത്തിയ നെല്ലിമൂട് രാമകൃഷ്ണപിള്ള സാറിന് നല്ല അഭിപ്രായമായിരുന്നു താനും. പിന്നീട് എല്ലാ കൊല്ലവും ശിവരാത്രിക്ക് നാടകം നടത്തണമെന്നു തീരുമാനമായി. ചെലവിനുള്ളതു പിരിച്ചെടുക്കാം. മിച്ചമുള്ളതു ശേഖരിച്ചുവച്ച് സ്ഥിരം കർട്ടനും മറ്റും ഉണ്ടാക്കാൻ ശ്രമിച്ചു. കണ്ണശ്ശകലാസമിതിയെന്ന സംഘടനയായി മാറി, നാടകാവതരണം തുടർന്നു. അപ്പോഴേക്കും സ്ത്രീകൾ അഭിനയരംഗത്തേക്കു കടന്നുവന്നു കഴിഞ്ഞിരുന്നു.

1953 മാർച്ചിൽ ഹൈസ്കൂളിന്റെ ആദ്യത്തെ ബാച്ച് പരീക്ഷ എഴുതി. പെൺകുട്ടികളുൾപ്പെടെ നാല്പത്തേഴു കുട്ടികൾ. ഓരോ കൊല്ലവും ക്ലാസു തുടരാനുള്ള അനുമതി ലഭ്യമാകുന്നതിനുവേണ്ടി വന്ന കാലതാമസവും പ്രഗത്ഭരായ അദ്ധ്യാപകരുടെ അസാന്നിദ്ധ്യവുംമൂലം, ഉദ്ദേശിച്ച രീതിയിൽ അദ്ധ്യയനം നടന്നില്ല. അതിന്റെ പരിണതഫലമാവാം പതിമൂന്നു കുട്ടികളേ വിജയിച്ചുള്ളു. അതിൽ പെൺകുട്ടികൾ രണ്ടുപേർ മാത്രം. അനുജനെ കോളേജിൽ ചേർക്കണം. കുറഞ്ഞപക്ഷം ബി എ ക്കാരനെങ്കിലും ആക്കിയേ തീരൂ. ഈ സ്കൂളിൽനിന്നും ഏറ്റവും കൂടിയ മാർക്കു നേടിയവനാണ്. ഇതുവരെ ഫീസിനത്തിൽ ഒരു പൈസ പോലും അട

യ്ക്കേണ്ടി വന്നിട്ടില്ല. ക്ലാസുകളിൽ ഒന്നാമൻ എന്ന പേരിൽ എല്ലാ ക്ലാസിലും ഫീസിളവു നേടിയിരുന്നു. ഇനിയതു പറ്റില്ല. കോളേജിൽ ഫീസടയ്ക്കേണ്ടിവരും. തിരുവനന്തപുരത്തേക്കും തിരിച്ചുമുള്ള ബസ് ചാർജ്. സ്കൂളിനെപ്പോലെ അരനിക്കറും ഷർട്ടും പോര. ഉച്ചയ്ക്കാഹാരം കൊണ്ടുപോകാം. പക്ഷേ, ധാരാളം പുസ്തകങ്ങൾ മേടിക്കേണ്ടിവരും. വലിയ ചെലവുതന്നെ. എന്നാലും പഠിപ്പിച്ചേ ഒക്കൂ. ഇന്റർമീഡിയേറ്റു കോളേജിലും എം ജി കോളേജിലും അപേക്ഷ കൊടുത്ത് കാത്തിരുന്നു.

ഒരുദിവസം വൈകിട്ട് അപ്രതീക്ഷിതമായി ഹരിയണ്ണൻ വീട്ടിലെത്തി. കൈയിൽ ചില കടലാസുകൾ ഉണ്ട്. തിരുവനന്തപുരം എഞ്ചിനീയറിങ് കോളേജിൽ, കേന്ദ്ര സർക്കാരിന്റെ നിർദ്ദേശാനുസരണം ഒരു ഡിപ്ലോമാ കോഴ്സ് തുടങ്ങുന്നു. കണക്കിനു നല്ല മാർക്കുള്ളതുകൊണ്ട് പ്രവേശനം കിട്ടിയാലോ. ഫീസടയ്ക്കേണ്ട. തെരഞ്ഞെടുക്കപ്പെടുന്നവർക്ക് ഒരു മത്സരപ്പരീക്ഷ എഴുതേണ്ടിവരും. അതിൽ വിജയിക്കുന്നവർക്ക് സ്കോളർഷിപ്പും കിട്ടും. ആ തുക മതി യാത്രയ്ക്കും ഉച്ചയ്ക്ക് ആഹാരത്തിനും ഡ്രസ്സെടുക്കാനും മറ്റും. അതിന്റെ അപേക്ഷയാണു കൈയിലുള്ളത്. അതു പൂരിപ്പിച്ച് അടുത്തദിവസം തന്നെ എഞ്ചിനീയറിങ് കോളേജിൽ എത്തിക്കണം. കേട്ടിടത്തോളം കാര്യം നല്ലതുതന്നെ. കോഴ്സു കഴിഞ്ഞിറങ്ങുമ്പോൾ തന്നെ ജോലികിട്ടും. സ്കോളർഷിപ്പ് കിട്ടിയാൽ വലിയ നേട്ടം തന്നെ. മനസ്സിലൊരു വിഷമംപോലെ. അവനെ ബി എക്കാരനാക്കണം എന്നായിരുന്നു മോഹം. സ്കൂളിൽ ടീച്ചറായിട്ടോ, ഹജൂർകച്ചേരിയിൽ ഗുമസ്തനായോ ഉദ്യോഗം ലഭിക്കാൻ അത്രയും മതി. പിന്നീട് പ്രമോഷൻ കിട്ടി ഉയർന്ന നിലയിലെത്താമല്ലോ. നാലഞ്ചു കൊല്ലത്തെ പഠനച്ചെലവു ചില്ലറയല്ല. പാർട്ടിപ്രവർത്തനത്തിൽനിന്നും മാറിനില്ക്കാനുമാവില്ല. അതിനും കൈയിൽനിന്നും നല്ലൊരു തുക ചെലവുണ്ട്. കണക്കൊന്നും നോക്കാറില്ല. ഇതു ഹരിയണ്ണൻ വലിയ കാര്യമായി കൊണ്ടുവന്നതാണ്. തള്ളിക്കളയുന്നതെങ്ങനെ. കോളേജിലെ ഒരുദ്യോഗസ്ഥൻ കൊണ്ടു കൊടുത്തതാണീ അപേക്ഷ. അതിനവിടെ ഉന്തും തള്ളുമാണത്രേ. കൂടുതലും ഇന്റർമീഡിയറ്റുകാരാണുപോലും.

അടുത്തദിവസം തന്നെ അപേക്ഷ കൊണ്ടുകൊടുത്തു. ഹരിയണ്ണൻ കൂടെവന്നു. പരിചയക്കാരനായ ഉദ്യോഗസ്ഥനെ കണ്ടു കാര്യം പറഞ്ഞു. ഇരുപതുപേർക്കേ പ്രവേശനമുള്ളു. നൂറുകണക്കിന് അപേക്ഷകരുണ്ടുതാനും. പ്രവേശനം കിട്ടുമെന്നു പറയാൻ വയ്യ. ഭാഗ്യം പോലിരിക്കും എന്നദ്ദേഹം പറഞ്ഞു.

ഒരാഴ്ചപോലും കാത്തിരിക്കേണ്ടി വന്നില്ല. കോഴ്സിനു തെരഞ്ഞെടുത്തുവെന്നു കാണിച്ച് കത്തുവന്നു. അതിനടുത്ത ആഴ്ച തന്നെ പഠനം ആരംഭിക്കുന്നു. നേരത്തേ സർട്ടിഫിക്കറ്റു സഹിതം ഹാജരായി രജിസ്റ്റർ

ചെയ്യണമെന്നായിരുന്നു നിർദ്ദേശം. പഴയ എഞ്ചിനീയറിങ് കോളേജ് പ്രഗത്ഭരും പ്രശസ്തരുമായ അദ്ധ്യാപകർ. സിവിൽ എഞ്ചിനീയറിങ്ങിന്റെ ഡിപ്ലോമാ കോഴ്സിനായിരുന്നു ചേർന്നത്. രണ്ടുമാസത്തിനുശേഷം നടത്തിയ ഒരു മത്സര പരീക്ഷയിൽ വിജയിച്ചപ്പോൾ മാസംതോറും ഭേദപ്പെട്ട ഒരു തുക സ്കോളർഷിപ്പായി ലഭിക്കയും ചെയ്തു. അവന്റെ പഠനത്തിനും മറ്റു ചെലവുകൾക്കും ആരെയും ആശ്രയിക്കേണ്ടതില്ല എന്ന നിലയിലെത്തിയെന്നർത്ഥം. പഠനം തീർന്നു. പരീക്ഷയിൽ ഫസ്റ്റു ഡിവിഷനിൽ പാസായി. താമസിയാതെ പൊതുമരാമത്തു ഡിപ്പാർട്ടുമെന്റിൽ ജോലിയായി. തുടർന്ന് ജൂനിയർ എഞ്ചിനീയർ പദവിയിൽ സ്ഥിര ലാവണം. നാട്ടിലെ ഒന്നാമത്തെ എഞ്ചിനീയറായി എന്നതു ഭാഗ്യംതന്നെ.

ഒൻപത്

രാഷ്ട്രീയം മാറിയും മറിഞ്ഞും വന്നു. തിരുവിതാംകൂറെന്ന സങ്കല്പം മാറി. കൊച്ചിയുമായി ചേർന്ന് തിരു-കൊച്ചിയായി. പനമ്പിള്ളി ഗോവിന്ദമേനോനും ഇക്കണ്ടവാരിയരുമൊക്കെ മന്ത്രിമാരായി വന്നു. മുറ പോലെ തിരഞ്ഞെടുപ്പുകൾ വന്നു. മന്ത്രിസഭകൾ മാറിമാറിവന്നു. പട്ട ത്തിന്റെ സ്വന്തം പാർട്ടിയെന്നു കാൺഗ്രസുകാർ പരിഹസിച്ചിരുന്ന പ്രജാ സോഷ്യലിസ്റ്റുപാർട്ടിക്ക് കൊച്ചിയിലും നാമ്പുകളുണ്ടെന്നു കണ്ടു. മന യ്ക്കാലത്തും പുത്തൂരും ഡോ. മേനോനും ചന്ദ്രശേഖരനുമെല്ലാം പാർട്ടി യുടെ അനിഷേദ്ധ്യനേതാക്കളായി. കമ്യൂണിസ്റ്റുകാരും പഴയതിലേറെ ശക്തിയാർജ്ജിച്ചു കഴിഞ്ഞു. എം എൻ, ടി വി തോമസ്, കെ സി ജോർജ്, സുഗതൻ, സുരേന്ദ്രനാഥ്, അച്ചുതമേനോൻ, ഗോപാലകൃഷ്ണമേനോൻ, മുണ്ടശ്ശേരി, ഗൗരിയമ്മ, പി ടി പുന്നൂസ് തുടങ്ങി പ്രഗത്ഭരായ ഏറെ നേതാ ക്കൾ, ചുറുചുറുക്കുള്ള യുവ പ്രവർത്തകർ. കാൺഗ്രസിന്റെ കുത്തക നേതൃത്വം ഉലഞ്ഞതു പോലെയായി. പ്രവർത്തിക്കാൻ യുവനിരയില്ലാത്ത നേതൃസമൃദ്ധമായ സംഘടനയായിത്തീർന്നു.

തിരഞ്ഞെടുപ്പു കഴിഞ്ഞപ്പോൾ ഭരിക്കാൻ ആർക്കും ഭൂരിപക്ഷമി ല്ലാത്ത അവസ്ഥ. പ്രവചനാതീതമായി സോഷ്യലിസ്റ്റുപാർട്ടിക്ക് ഏറെ മണ്ഡലങ്ങളിൽ വിജയിക്കാനായി. തിരു-കൊച്ചിയിൽ തങ്ങളൊരു ശക്തി തന്നെ എന്നു ബോദ്ധ്യപ്പെടുത്തി. ഏറെ ചർച്ചകൾക്കൊടുവിൽ ഇടതു പക്ഷ പിന്തുണയോടെ പട്ടം താണുപിള്ള മുഖ്യമന്ത്രിയാക്കപ്പെട്ടു. പ്രമുഖ സോഷ്യലിസ്റ്റു നേതാക്കൾ മന്ത്രിമാരായി. പാർട്ടി വളർന്നു. കൂട്ടത്തിൽ സ്ഥാപിത താല്പര്യക്കാരും കടന്നുകൂടി. സ്വന്തം പേരിൽ പള്ളിക്കൂടങ്ങൾ. നെട്ടുകാൽത്തേരിയിലും ദേവികുളത്തും പതിച്ചു കൊടുക്കുന്ന ഭൂമി, വേണ്ട പ്പെട്ടവർക്ക് സൗകര്യപ്രദമായ സ്ഥലംമാറ്റം, ജോലി അങ്ങനെ ഏറെ സ്വകാ

ര്യലാഭങ്ങൾ ലക്ഷ്യമായിരുന്നു പലർക്കും. തനിക്കു തെരക്കുകൂടിയോ എന്നു പറയാൻ വയ്യ. സ്ഥലത്തെ പാർട്ടി നേതാവുതന്നെ. കൂടെ ജില്ലാകമ്മിറ്റി മെമ്പറെന്ന സ്ഥാനം. ഉദ്ദേശശുദ്ധിയില്ലാത്ത ശുപാർശകൾക്ക് കൂടെ പോകാത്തതിന്റെ പേരിൽ പലരിൽനിന്നും പരിഭവവും മുറുമുറുപ്പും ഉണ്ടാകുന്നതറിഞ്ഞെങ്കിലും കാര്യമാക്കിയില്ല. തനിക്ക് ഇതൊക്കെയേ ആകാനാവു. പഞ്ചായത്തു തിരഞ്ഞെടുപ്പിൽ മത്സരിക്കണമെന്നു പാർട്ടിക്കാർ മാത്രമല്ല, അനുഭാവികളല്ലാത്ത നാട്ടുകാരും നിർബ്ബന്ധിച്ചു. ഭരണകക്ഷിയിൽ സ്വാധീനമുള്ള ഒരു പഞ്ചായത്തു പ്രസിഡന്റിനെ അവർ മനസ്സിൽ കണ്ടു. പാർട്ടി ഘടകവും നിർബ്ബന്ധിച്ചു. വരുംവരായ്കകൾ മനസ്സിൽ കണ്ടു. കക്ഷി രാഷ്ട്രീയത്തിനതീതമായി, ജാതിമത പരിഗണനകളില്ലാതെ പ്രവർത്തിക്കേണ്ടിവരും. പരാതികൾ ഏറെയുണ്ടാവും. അതിൽ ന്യായവും അന്യായവും കാണും. സത്യവും അസത്യവും കാണും. കൂടുതൽ ശത്രുക്കളെ ഉണ്ടാക്കാനേ ഉതകൂ. അതിൽ ബന്ധുക്കളും സഹയാത്രികരായ സുഹൃത്തുക്കളും ഉണ്ടാകാം. നാട്ടിന്റെ ഉന്നമനത്തിനായി പ്രവർത്തിക്കാൻ സ്ഥാനലബ്ധി ഒന്നും വേണ്ട താനും. താൻ തന്നെ നിലവിലുള്ള പ്രസിഡന്റിനെയും മെമ്പറമാരേയും പലപ്പോഴും പലകാര്യങ്ങൾക്കായി സമീപിച്ചിട്ടുണ്ട്. അതൊക്കെ നടന്നാലും ഇല്ലെങ്കിലും ബാദ്ധ്യതയില്ല.

ഇക്കഴിഞ്ഞ തിരഞ്ഞെടുപ്പിൽ ഈ മണ്ഡലത്തിൽ താൻ തന്നെ മത്സരിക്കണമെന്നു താണുപിള്ള സാർ നിർബ്ബന്ധിച്ചു. വഴങ്ങിയില്ല. താനതിനു വേണ്ട ഒരു തയ്യാറെടുപ്പും നടത്തിയിട്ടില്ലെന്നു പറഞ്ഞു. അന്നു ഭരണകക്ഷിയല്ലാത്തതുകൊണ്ട് പാർട്ടി ഫണ്ടില്ല. ചെലവിനു ധാരാളം പണം വേണം. അതു കൈയിലില്ല. ഇപ്പോഴവിടെ പൊന്നറച്ചേട്ടൻ മതി. അദ്ദേഹത്തെ ജയിപ്പിച്ചെടുക്കാൻ കഴിയും. പോരെങ്കിൽ ഒരെമ്മെല്ലേ ആകാനും വേണ്ട പഠിത്തവുമില്ല. ഏഴാം ക്ലാസിൽനിന്നും രാഷ്ട്രീയം കളിച്ചിറങ്ങിപ്പോന്നതാണ്.

"മാധവൻകുട്ടീ, ഒരുകാര്യം ശരിതന്നെ. പണച്ചെലവുണ്ടാകും. കോൺഗ്രസിനു നല്ല പാർട്ടി ഫണ്ടുണ്ട്. വ്യവസായികളും കച്ചവടക്കാരുമൊക്കെ കനത്ത സംഭാവന നല്കും. നമുക്കതൊന്നും കിട്ടില്ല. ഈപ്പൻ ചില്ലറ സഹായം ചെയ്യാമെന്നേറ്റിട്ടുണ്ട്. അതുകൊണ്ടായില്ല. നാട്ടിൽനിന്നും പിരിച്ചെടുക്കണം. അതല്ലാതെ വസ്തു വിറ്റുകളിക്കണമെന്നു പറയില്ല. മറ്റൊന്നു വിദ്യാഭ്യാസം. നിനക്കറിയോ. നേരാംവണ്ണം ഒരൊപ്പിടാനറിയാത്ത എം എൽ എമാരുണ്ട്. അവർക്കൊക്കെ മന്ത്രിയായാൽ കൊള്ളാമെന്നുമുണ്ട്. പിന്നെയാണോ ഏഴാം ക്ലാസുകാരനായ നിനക്ക്."

"ഏതായാലും ഇപ്പോൾ വേണ്ട സർ. തിരഞ്ഞെടുപ്പ് ഇനിയും വരുമല്ലോ. അപ്പോൾ നോക്കാം."

സാർ പിന്നീടു നിർബ്ബന്ധിച്ചില്ല. തിരഞ്ഞെടുപ്പിൽ മത്സരിച്ചില്ലെങ്കിലും ഈ മണ്ഡലത്തിന്റെ പരിപൂർണ്ണ ഉത്തരവാദിത്വവും ഏല്ക്കേണ്ടിവന്നു. ശാരീരികവും സാമ്പത്തികവുമായി ഏറെ ക്ഷീണിച്ചു. പാർട്ടി സ്ഥാനാർത്ഥി വലിയൊരു ഭൂരിപക്ഷത്തിൽ ജയിച്ചപ്പോൾ എല്ലാ ക്ഷീണവും മാറി.

ഭരണമേറ്റതിനുശേഷം മൂന്നു പൊതുമേഖലാ സ്ഥാപനങ്ങളിൽ സർക്കാർ നോമിനിയായി നിയമിച്ചു. അതു നിഷേധിക്കാൻ പോയില്ല.

രാഷ്ട്രീയം കളിച്ചു നടന്നതിന്റെ പരിണതഫലം ദയനീയമായിരുന്നു. മക്കളാറായി. മൂന്നാണും മൂന്നു പെണ്ണും. മക്കളെ കുളിപ്പിച്ചൊരുക്കണം, സമയാസമയം ആഹാരം കൊടുക്കണം, കാലത്തേ സ്കൂളിലേക്കയക്കണം, രാത്രി നേരത്തേ അത്താഴമൂട്ടി കിടത്തിയുറക്കണം എന്നല്ലാതെ പഠിത്തത്തെക്കുറിച്ചോ സൗഹൃദത്തെക്കുറിച്ചോ അന്വേഷിക്കാനൊന്നും അവരുടെ അമ്മയ്ക്കാവതില്ലായിരുന്നു. മക്കളെ പട്ടിണിക്കിടാതെ, തടിക്കു കേടു കൂടാതെ വളർത്തണമെന്നേ അറിയൂ. അച്ഛന് മക്കളുടെ കാര്യം അന്വേഷിക്കാൻ സമയമില്ല. വീട്ടുകാര്യം പോലും അങ്ങനെ തന്നെ. കൈയിൽ മിച്ചം വരുന്ന പൈസ വീട്ടിൽ കൊണ്ടുവരും. അതിനു കണക്കു വയ്ക്കാറില്ല. ആവശ്യമുള്ളതെടുത്തു വീട്ടാവശ്യങ്ങൾ നിറവേറ്റുന്നതു ഭാര്യയുടെ കടമയും കഴിവുമാണ്. അതല്ലാതെ നല്ല ഒരു തുക ഒരുമിച്ചെത്തിക്കാൻ കഴിഞ്ഞിട്ടില്ല.

ഒന്നു രണ്ടു തവണ ഹെഡ്മാസ്റ്റർ ആൺമക്കളുടെ പഠിത്തത്തെക്കുറിച്ച് പരാതി പറഞ്ഞു. ഓരോ ക്ലാസും ഈരണ്ടു കൊല്ലമെങ്കിലും പഠിക്കണമെന്നാണു വാശി. ഹാജർ തീരെ കുറവ്, കൂടെ കൂട്ടാൻ മറ്റു കുട്ടികളെയും കണ്ടെത്തുന്നു. പെൺപിള്ളാർ മുറയ്ക്കു സ്കൂളിൽ പോകുന്നു, പഠിക്കുന്നു. മെച്ചം എന്നു പറയാനില്ലെങ്കിലും ശരാശരിക്കു മുകളിൽ നില്ക്കുന്നുണ്ട്. ഞാനെല്ലാം ശ്രദ്ധിച്ചോളാമെന്നു പറഞ്ഞൊഴിയാനേ ആയുള്ളൂ. അനിയൻ വീട്ടിലുണ്ടായിരുന്നപ്പോൾ എല്ലാം നോക്കി കാണുകയും തെറ്റുകണ്ടാൽ ശകാരിക്കുകയും വേണ്ടിവന്നാൽ ശിക്ഷിക്കയും ചെയ്യും. ജോലി സംബന്ധമായ മാറ്റങ്ങളും, അസാന്നിദ്ധ്യവും ആൺമക്കൾക്ക് അനുഗ്രഹമായിത്തീർന്നു.

മൂത്തമകന് പ്രായത്തിൽ കവിഞ്ഞ തടിമിടുക്കുണ്ട്. സ്വയം തോന്നിയതോ, പരപ്രേരണമൂലമോ എന്നറിയില്ല പാങ്ങോടു പോയി പട്ടാളത്തിൽ ചേർന്നു. കുടുംബത്തിനു ഗുണകരമായില്ലെങ്കിലും നാട്ടിലും വീട്ടിലുമുണ്ടാക്കുന്ന പരാതികൾക്ക് ശമനമായല്ലോ എന്നു കരുതി. രണ്ടാമൻ അച്ഛന്റെ പാതയിൽ പാർട്ടി പ്രവർത്തനങ്ങൾക്ക് മുൻതൂക്കം നല്കി പാർട്ടി ആഫീസിന്റെ ചുമതല സ്വയമേറ്റെടുത്തു നടത്തിത്തുടങ്ങി. പെൺകുട്ടികൾ പഠിച്ചു ജയിച്ചു അത്രേയുള്ളൂ. എങ്കിലും കോളേജിൽ പോകണമെന്ന ആശ സാധിച്ചുകൊടുത്തു. പഠിച്ച് റാങ്കു മേടിക്കയോ മെഡിസിനു പോകണമെന്നു പറയുകയോ ചെയ്യണമെന്നാശിച്ചില്ല. അഥവാ അങ്ങനെ സംഭവിച്ചാൽ അപ്പോൾ നോക്കാമെന്നു സമാധാനിച്ചു. കൂടെ പ്രവർത്തിക്കുന്ന പാർട്ടി നേതാക്കളുടെ കുടുംബവിശേഷങ്ങളും മക്കളുടെ പഠനവുമൊക്കെ പറഞ്ഞുകേൾക്കുമ്പോൾ നിരാശ തോന്നും. തനിക്കും മക്കളെ പഠിപ്പിച്ച് ഉന്നതിയിലേക്ക് എത്തിക്കാനാകുമായിരുന്നില്ലേ, ഉദാസീനതയോ ഉപേക്ഷയോ ആകാം കാരണമെന്നു തോന്നിയിട്ടുണ്ട്.

രാഷ്ട്രീയവും ദേശീയവുമായ പരിവർത്തനം വീണ്ടും ഉണ്ടായി.

സ്റ്റേറ്റുകളെ ഭാഷാടിസ്ഥാനത്തിൽ പുനഃസംഘടിപ്പിക്കുന്നതിനു ശ്രമം ആരംഭിച്ചു. സർദാർ കെ എം പണിക്കരായിരുന്നു കേന്ദ്രസർക്കാർ നിർദ്ദേശിച്ച കമ്മിറ്റിയുടെ ചെയർമാൻ. തിരു–കൊച്ചിയോട് മലബാറുംകൂടി കൂട്ടിച്ചേർത്ത് ഐക്യകേരളം രൂപീകരിക്കുക എന്നതായിരുന്നു ദൗത്യം. ഭൂരിപക്ഷം തമിഴ് സംസാരിക്കുന്ന പ്രദേശങ്ങളെ ഒഴിവാക്കി തമിഴ്നാടിനോടു ചേർക്കുകയും വേണം. തിരുവിതാംകൂറിന്റെ നെല്ലറയായിരുന്ന നാഞ്ചിനാടുൾപ്പെടുന്ന തെക്കൻ തിരുവിതാംകൂറിനെ തമിഴ് ഭാഷാ പ്രദേശമായി കണ്ടു. മുൻപും നേശമണിയും ചിദംബരം നാടാരുമൊക്കെ ഉൾക്കൊണ്ടിരുന്ന തമിഴ്നാടു കോൺഗ്രസ് എന്ന ഘടകം അതിനായി നിലകൊണ്ടു. മാത്രമല്ല മുൻ തിരു–കൊച്ചി മന്ത്രിസഭയിൽനിന്നും വേണ്ടത്ര പരിഗണന ലഭിച്ചില്ലെന്നു മാത്രമല്ല, അവരെ അടിച്ചമർത്താനും ശ്രമിച്ചുവെന്ന പരാതിയും ബാക്കിനിന്നു. ഏതായാലും തെക്കൻ തിരുവിതാംകൂറിനേയും ചെങ്കോട്ടയേയും ഒഴിവാക്കി, കൊങ്ങിണി ഭാഷാപ്രദേശമായ കാഞ്ഞങ്ങാടിനെ ഉൾപ്പെടുത്തി ഒരു ഐക്യകേരളം രൂപീകരിക്കണമെന്നു ശുപാർശ ചെയ്യപ്പെട്ടു. നാഞ്ചിനാടു മാത്രമല്ല, കന്യാകുമാരി, ശുചീന്ദ്രം, കുളച്ചൽ, പത്മനാഭപുരം കൊട്ടാരം, തിരുവട്ടാർ ക്ഷേത്രം, മണ്ടയ്ക്കാട്, നിരവധി വേണാട്ടരചർ വാണിരുന്ന കൊട്ടാരങ്ങൾ, വേലുത്തമ്പിയുടെയും രാജാകേശവദാസന്റെയും ജന്മഗൃഹങ്ങൾ തുടങ്ങി ഏറെ സാംസ്കാരികമന്ദിരങ്ങളും നമുക്കു നഷ്ടമായി. തമിഴ്നാടു കോൺഗ്രസിനെ ഒഴിവാക്കി, കമ്യൂണിസ്റ്റു വളക്കൂറുള്ള മലബാറിനെ കൂടെചേർത്താൽ തിരു–കൊച്ചിയിലെ കമ്യൂണിസ്റ്റ് പാർട്ടിയുടെ അനിഷേദ്ധ്യ നേതാവായ തന്റെ മരുമകൻ എം എൻ ഗോവിന്ദൻ നായർക്ക് മുഖ്യമന്ത്രിയാകാനുള്ള സാദ്ധ്യത കൂടുമെന്ന് സർദാർ പണിക്കർ കണ്ടെത്തിയെന്ന് കോൺഗ്രസുകാർ പറഞ്ഞുനടന്നു. ഏതായാലും കമ്മിറ്റി നിർദ്ദേശാനുസരണം ഐക്യകേരളം നിലവിൽ വന്നു.

പൊതുതിരഞ്ഞെടുപ്പു വന്നു. വളരെ ശക്തിയേറിയ മത്സരം. കാൺഗ്രസും പ്രജാ സോഷ്യലിസ്റ്റും കമ്യൂണിസ്റ്റു പാർട്ടിയും ആയിരുന്നു മുഖ്യ രാഷ്ട്രീയ കക്ഷികൾ. കൂടെ ചില പ്രാദേശിക പാർട്ടികളും. പ്രഖ്യാപനം വന്നപ്പോൾ കമ്യൂണിസ്റ്റുപാർട്ടിക്ക് ഭരണ ഭൂരിപക്ഷം നേടാനായി. മറ്റു പാർട്ടികളുടെ സമുന്നതരായ പല നേതാക്കളും തോല്ക്കുകയും ചെയ്തു. തിരു–കൊച്ചി പ്രജകളുടെ പ്രതീക്ഷകൾക്കു വിപരീതമായി മലബാർകാരനായ ഇ എം എസ് നമ്പൂതിരിയായിരുന്നു മുഖ്യമന്ത്രിയായി തിരഞ്ഞെടുക്കപ്പെട്ടത്. സാധാരണ ജനതയ്ക്ക് ഏറെ പ്രതീക്ഷ നല്കിക്കൊണ്ടാണ് മന്ത്രിസഭയുടെ തുടക്കം. മദ്രാസ് പ്രവിശ്യയുടെ ഒരു ഭാഗമായിരുന്ന മലബാർ മേഖലയിൽ കാര്യമായ വികസനമൊന്നും നടന്നിരുന്നില്ല. കേറിക്കിടക്കാൻ ഇടമില്ലാത്ത ലക്ഷക്കണക്കിനു ജനങ്ങൾ, അഹോരാത്രം കൃഷിപ്പണിയിൽ വ്യാപൃതരായ പണിയർക്ക് സ്വന്തമായി ഭൂമിയില്ല. അവരുടെ മക്കൾക്ക് വിദ്യാഭ്യാസമില്ല. വളർന്നുവരുന്ന യുവജനതയ്ക്ക് തൊഴിലില്ല. അവശ്യം വേണ്ട ആതുര സംരക്ഷണമില്ല. സമയാസമയം കഴിക്കാൻ

ആഹാരമില്ല. ഇതിനൊക്കെ പ്രതിവിധി കണ്ടെത്താനാണ് ശ്രമമാരംഭിച്ചത്. എം എന്നിന്റെ ലക്ഷം വീടു പദ്ധതി ഭൂമിയും വീടുമില്ലാത്തവർക്ക് ഏറെ ഉപകരിച്ചു. ടി വി തോമസ് രാജ്യത്ത് അങ്ങോളമിങ്ങോളം ചെറുതും വലുതുമായ വ്യവസായ സംരംഭങ്ങൾക്കു തുടക്കമിട്ടു. ധനമന്ത്രിയായ അച്ചുതമേനോൻ സാധാരണ ജനതയ്ക്കു പ്രയോജനപ്രദമായ രീതിയിൽ ധനവിനിയോഗത്തിനു ശ്രമിച്ചു. രാജ്യത്ത് സർക്കാർ സ്കൂളുകളെക്കാൾ കൂടുതൽ പ്രൈവറ്റു സ്കൂളുകളും കോളേജുകളുമായിരുന്നു. അദ്ധ്യാപനത്തിലുപരി വിദ്യാഭ്യാസ വ്യവസായമാണവിടെ നടന്നിരുന്നത്. ആയത് കണ്ടറിഞ്ഞും അനുഭവിച്ചും തഴക്കം വന്ന മുണ്ടശ്ശേരി മാഷ് അതാകെ അഴിച്ചുപണിഞ്ഞ്, കൂലിപ്പണിയെടുക്കുന്ന അദ്ധ്യാപകർക്ക് ന്യായമായ വേതനം ലഭ്യമാക്കുന്നതിനുള്ള മാർഗ്ഗങ്ങൾ കണ്ടെത്തി. കോളേജുകളും സ്കൂളുകളും മൊത്തമായും ചില്ലറയായും കൈയടക്കി വാണിരുന്ന ക്രിസ്ത്യൻ പള്ളികൾക്കും നായർ സൊസൈറ്റിക്കും എസ് എൻ ഡി പിക്കും മലബാറിലെ മുസ്ലീം സംഘടനകൾക്കും താങ്ങാനാവുന്നതായിരുന്നില്ല ആ നീക്കം.

ആയിരക്കണക്കിന്, പതിനായിരക്കണത്തിനു ഏക്കർ നിലവും പുരയിടവും കൈയടക്കിവച്ച് കുടികിടപ്പുകാരായ തൊഴിലാളികളെക്കൊണ്ട്, വെയിലും മഴയും നോക്കാതെ പണി ചെയ്യിച്ച് നേട്ടം കൊയ്യുന്ന ജന്മിമാർ പാവപ്പെട്ട ആ തൊഴിലാളികളുടെ പട്ടിണി മാറ്റാനുള്ള കൂലിപോലും കൊടുത്തിരുന്നില്ല. ഇതാകെ കണ്ടറിഞ്ഞ്, കൃഷിഭൂമി കർഷകന് എന്ന ഉദ്ദേശ്യത്തോടെ കെ ആർ ഗൗരിയമ്മ കൊണ്ടുവന്ന ഭൂനിയമം കൊടുങ്കാറ്റായി മാറി. ഇക്കണക്കിനു പോയാൽ കൈയിലിരിക്കുന്ന ഉടവാളും ചെങ്കോലുമൊക്കെ നഷ്ടപ്പെട്ടു പോകുമെന്ന് വിദ്യാഭ്യാസത്തമ്പുരാന്മാർക്കും ജന്മിരാജാക്കന്മാർക്കും മനസ്സിലായി. അങ്ങനെയങ്ങു നഷ്ടപ്പെടാനാവുമോ. രാഷ്ട്രീയമായും മതപരമായും വ്യത്യസ്ത മേഖലകളിൽ ഏതാണ്ട് ശത്രുതാഭാവത്തിൽ കഴിഞ്ഞിരുന്നവർ ലക്ഷ്യപ്രാപ്തിക്കുവേണ്ടി ഒരേമനസ്സോടെ സഹകരിക്കാനും പ്രവർത്തിക്കാനും തയ്യാറായി. പള്ളിമേടകളിൽ രാജകീയസുഖത്തിൽ ആറാടിയിരുന്ന പിതാക്കന്മാരും നബാക്കന്മാരുടെ പിന്തുടർച്ചക്കാരെന്നു കരുതിയ മുസ്ലീം മതാദ്ധ്യക്ഷന്മാരും നായർ പടത്തലവനായ മന്നത്തു പത്മനാഭനും ഗുരുസംഘത്തലവൻ ശങ്കറും എല്ലാം അങ്ങോട്ടുമിങ്ങോട്ടും ഓടിനടന്ന് ആശയവിനിമയം നടത്തി.

ഐക്യകേരളം നിലവിൽ വന്നതോടെ മലബാറിലും പാർട്ടി ഘടകങ്ങൾ ശക്തിപ്പെട്ടു. വയനാട്ടിലെ ഭൂഉടമയായ പത്മപ്രഭാ ഗൗണ്ടറും, നാട്ടുജന്മിയായ പി ആർ കുറുപ്പുമെല്ലാം നേതൃനിരയിൽ ഉണ്ടായിരുന്നു. കൂടെക്കൂടെയുള്ള ഒത്തുകൂടലും, ചർച്ചയുമൊക്കെ പാർട്ടി അണികളെ ആവേശംകൊള്ളിക്കാനും പ്രവർത്തനോത്സുകരാക്കാനും ഉതകി. സ്വാഭാവികമായി പുതിയ ഗവൺമെന്റിനെ ഉൾക്കൊള്ളാൻ മറ്റുപാർട്ടികൾക്ക് ആയെന്നു വരില്ല. അതിന് അവരുടേതായ നൂറുന്യായങ്ങൾ കണ്ടെത്തും

പാർട്ടി യോഗങ്ങളിൽ അതൊക്കെ ചർച്ചാ വിഷയമാകാറുണ്ട്. ഓരോരുത്തരുടെയും മനസ്സിലെന്തൊക്കെയായാലും പൊതുഅഭിപ്രായത്തെ എതിർക്കാറില്ല. വ്യക്തിപരമായി ഞാൻ കമ്യൂണിസ്റ്റു മന്ത്രിസഭയുടെ ഭരണ പരിഷ്കാരങ്ങളിൽ സംതൃപ്തനായിരുന്നു. എങ്കിലും പാർട്ടിയെടുക്കുന്ന തീരുമാനം തനിക്കും ബാധകമാണെന്നറിയാം.

വിമോചനസമരം എന്നാണ് കമ്യൂണിസ്റ്റു വിരുദ്ധന്മാരുടെ പ്രകടനത്തിനു നല്കിയ പേര്. ഞായറാഴ്ച പ്രാർത്ഥനയെക്കാളേറെ പ്രാധാന്യത്തോടെ കമ്യൂണിസ്റ്റു വിരുദ്ധ പ്രഭാഷണങ്ങളിലൂടെ കുഞ്ഞാടുകളെ പ്രബുദ്ധരാക്കാൻ വികാരികൾ ശ്രമിച്ചു. വെള്ളിയാഴ്ചകളിൽ നിസ്കാരത്തിനു മുൻപ് മുസ്ലീം പുരോഹിതരും അതുതന്നെ ചെയ്തു. എല്ലാ കരയോഗങ്ങളിലും മന്നത്തു പത്മനാഭന്റെ നിയോഗം വായിക്കപ്പെട്ടു. ഗുരുമന്ദിരങ്ങളിൽ പ്രത്യേകയോഗം വിളിച്ചുകൂട്ടി. പലേടത്തും നാട്ടുകാരുടെയും മറ്റു രാഷ്ട്രീയകക്ഷികളുടെയും പ്രകടനം സായുധസമരങ്ങളായി മാറി, തടയാൻ ശ്രമിച്ച പൊലീസിനെ ആക്രമിക്കയും സ്വയംരക്ഷാർത്ഥം വെടിവയ്ക്കേണ്ടി വരുകയും നിരപരാധികൾ മരിക്കേണ്ടി വരുകയും ചെയ്തു. അതൊരു അനുഗ്രഹമായിക്കണ്ട കോൺഗ്രസുകാർ കേന്ദ്രത്തിൽ ആവശ്യത്തിലധികം പ്രഷർ ചെലുത്തി കേരള മന്ത്രിസഭയെ പിരിച്ചുവിട്ട് ഭരണം ഗവർണരെ ഏല്പിക്കയും ചെയ്തു. സമരത്തിൽ പങ്കെടുത്ത ധാരാളം നേതാക്കളെ കരുതൽ തടങ്കൽ നിയമത്തിൽ പെടുത്തി ജയിലിലാക്കിയിരുന്നു. മാസങ്ങളോളം ആ തടങ്കൽ നീണ്ടുനിന്നു. മന്ത്രിസഭയെ പിരിച്ചുവിട്ടപ്പോഴായിരുന്നു അവർ ജയിൽ വിമുക്തരായി പുറത്തുവന്നത്. താനും അക്കൂട്ടത്തിൽ പെട്ടിരുന്നു. ഒരു ജനായത്ത സർക്കാരിനെ കോൺഗ്രസ് പാർട്ടിയുടെ സമ്മർദ്ദനത്തിനുവഴങ്ങി, ഇന്ത്യൻ ജനറൽ സെക്രട്ടറിയായ പുത്രിയുടെ വാശിക്കു വഴങ്ങി കുരുതികൊടുത്തത് താൻ ചെയ്ത രാഷ്ട്രീയ വിഡ്ഢിത്തമായിരുന്നുവെന്ന് പ്രധാനമന്ത്രി നെഹ്റു പിന്നീടു പശ്ചാത്തപിച്ചുപോലും.

വീണ്ടും തിരഞ്ഞെടുപ്പ്. കമ്യൂണിസ്റ്റുകാരെ വെളിച്ചം കാണിക്കരുതെന്ന വാശി രാഷ്ട്രീയപാർട്ടികളെക്കാൾ പള്ളിക്കാർക്കും, മൗലവിമാർക്കും, നായരീഴവ സംഘടനകൾക്കും. അതിലേറെ നിർബ്ബന്ധം ഭൂഉടമകൾക്കും ആയിരുന്നു. അതിലേക്ക് കോടികൾ വലിച്ചെറിയാൻ മടിച്ചില്ല. ആ വിദ്യാഭ്യാസനിയമവും ഭൂനയവുമൊക്കെ തിരിച്ചുവന്നാൽ – ആലോചിക്കാൻ പോലും വയ്യ. അതിനു മുൻപ് പാർട്ടിക്ക് ഒരു പത്രമെന്ന ആശയം ഉടലെടുത്തിരുന്നു. കോൺഗ്രസിനും കമ്യൂണിസ്റ്റിനും സ്വന്തം പത്രമുണ്ട്. ആ നിലയ്ക്കും നമുക്കുമൊരു പത്രം വേണമെന്നായിരുന്നു പലരുടെയും താല്പര്യം. കൈപൊള്ളുന്ന കാര്യമാണ്. പാർട്ടി തന്നെ മുൻ കൈയെടുത്താലും പെട്ടെന്നു വർദ്ധിക്കുന്ന ഒന്നല്ല സർക്കുലേഷൻ. പരിചയ സമ്പന്നർ വരുംവരായ്കകൾ ചൂണ്ടിക്കാട്ടി. പല പ്രമുഖരും വഴങ്ങിയില്ല. നല്ല ഓഹരികൾ എടുക്കാൻ നേതാക്കൾ മുന്നോട്ടുവന്നു. താണുപിള്ള സാറിന്റെ ജാമാതാവായ കൃഷ്ണപിള്ളയെ പ്രധാന ചുമതലക്കാരനാക്കി.

*കേരള ജനത*യെന്ന പാർട്ടി പത്രം പുറത്തുവരുക തന്നെ ചെയ്തു. തനിക്കും ഒരു ഓഹരി ഉടമയാകേണ്ടി വന്നു. പിന്നെ അഹോരാത്രം അതിന്റെ വളർച്ചയ്ക്കായുള്ള ശ്രമം തന്നെ. അതെവിടെ ചെന്നെത്തിയെന്നതു ചരിത്രം.

തിരഞ്ഞെടുപ്പ് അടുത്തപ്പോൾ പാർട്ടി ആഫീസിൽ വിളിച്ചുവരുത്തി ചില കടലാസുകളിൽ ഒപ്പു വയ്പിച്ചു. എന്നിട്ടു സാർ പറഞ്ഞു.

"മാധവൻകുട്ടീ. ഇതു നിന്റെ നോമിനേഷൻ പത്രമാണ്. ഈ തിരഞ്ഞെടുപ്പിൽ നീ മത്സരിക്കണം. ചിലപ്പോൾ കോൺഗ്രസുകാർ മത്സരിച്ചില്ലെന്നുവരും. കമ്യൂണിസ്റ്റുകാർ രംഗത്തുണ്ടാവും. വയനാട്ടിലെ വീരനും ഈപ്പച്ചനും കൊല്ലത്തെ ഗംഗാധരനുമൊക്കെ സഹായിക്കാമെന്നേറ്റിട്ടുണ്ട്. അതുകൊണ്ടായില്ല. നാട്ടുകാരും സംഭാവന നല്കാതിരിക്കില്ല. മറ്റൊരവസരം ഉണ്ടാക്കിത്തരാൻ എനിക്കായെന്നു വരില്ല. പാർട്ടിക്കുവേണ്ടി, കൂടെ നിന്നവർക്കുവേണ്ടി നീ ഒത്തിരി കഷ്ടപ്പെട്ടിട്ടുണ്ടെന്നറിയാം. പലർക്കും സ്കൂൾ നേടിക്കൊടുത്തു. സൊസൈറ്റി ഉണ്ടാക്കി, നെട്ടുകാൽത്തേരിയിൽ ഭൂമി പതിച്ചു കിട്ടാൻ ശുപാർശ ചെയ്തു. അക്കൂട്ടത്തിൽ നിന്റെയോ ബന്ധുക്കളുടെയോ അപേക്ഷകൾ ഉണ്ടായിരുന്നില്ലെന്നു കമ്മിറ്റി മെമ്പർ പറഞ്ഞു. അയാൾ പോലും ഒരു ബ്ലോക്കുസ്വന്തമാക്കി. ഈ രാഷ്ട്രീയക്കാരെല്ലാവരും ഹരിശ്ചന്ദ്രന്മാരല്ല മാധവൻകുട്ടീ. നീ പ്രാരാബ്ധങ്ങളില്ലാത്തവനുമല്ല. എല്ലാം എനിക്കറിയാം."

മറുപടി പറയാതെ കേട്ടുനിന്നു.

"നീയെന്താ ആലോചിക്കുന്നത്. ഒന്നും പറയാനില്ലേ."

"ഞാനെന്തു പറയാനാണ്. എല്ലാം മുൻപു പറഞ്ഞിട്ടുള്ളതുതന്നെ എന്റെ സ്വന്തം കാര്യത്തിനു പണം പിരിച്ചെടുത്തു ചെലവാക്കുന്നതു ഇഷ്ടമല്ല. പാർട്ടിക്കുവേണ്ടി പണം പിരിച്ചിട്ടുണ്ട്, നാട്ടാവശ്യങ്ങൾക്കും അങ്ങനെ തന്നെ. കൈയിലിരുന്നതും കടംമേടിച്ചതുമൊക്കെ ചെലവഴിച്ചു. പക്ഷേ, അതിൽനിന്നും ഒരു ചായയ്ക്കുള്ള പൈസപോലും ഞാനെടുത്തിട്ടില്ല. ആ ഞാനെങ്ങനെ നാട്ടുകാരുടെ ചെലവിൽ തിരഞ്ഞെടുപ്പിനു നില്ക്കും. വേണ്ട സർ. യോഗ്യതയുള്ള ആരെയെങ്കിലും കണ്ടെത്തണം. പൊന്നറ ചേട്ടനെ ഒരിക്കൽക്കൂടി നിർബ്ബന്ധിച്ചു നോക്കാം. അടുത്ത തിരഞ്ഞെടുപ്പിന് നാട്ടിലുള്ള യോഗ്യനായ ഒരു പാർട്ടി പ്രവർത്തകനെ നിർത്താം. അതിനുള്ള യോഗ്യതയും സാമ്പത്തികനിലയുമുള്ള പയ്യൻ. ഇപ്പോൾ പ്രായമായിട്ടില്ല. അതിനിടെ പഞ്ചായത്തിൽ നിർത്തി, ജനപ്രീതി നേടാനും ശ്രമിക്കട്ടെ. അതുമതി. അതാണെന്റെ ആഗ്രഹം."

"ഉം. നീയിപ്പോൾ പോ. ഞാനാലോചിക്കട്ടെ."

അദ്ദേഹം യാത്രാനുമതി നല്കി. പിന്നീട് നോമിനേഷൻ പിൻവലിച്ചപ്പോൾ എതിർത്തതുമില്ല.

ഏറെ ആഘോഷപൂർവ്വമാണ് ആ തിരഞ്ഞെടുപ്പു കൊണ്ടാടിയത്. കോൺഗ്രസുകാരും കമ്യൂണിസ്റ്റുകാരും സർവ്വ കഴിവും, സന്നാഹവും ഒരുക്കി. യുദ്ധ സമാനമായ തിരഞ്ഞെടുപ്പ്. അതിനിടയിൽ ഞങ്ങളും ആവു

ന്നതൊക്കെ ചെയ്തു. ഒരു ത്രികോണസമരം എന്നുതന്നെ പറയാം. വിജയ പ്രഖ്യാപനം വന്നപ്പോൾ ആർക്കും ഭരണ ഭൂരിപക്ഷമില്ല. കൂടുതൽ സീറ്റു നേടിയ കോൺഗ്രസ്, അതിലധികം കുറവില്ലാത്ത കമ്യൂണിസ്റ്റ് എണ്ണത്തിൽ കുറവെങ്കിലും ഭരണത്തിനു നിർണ്ണായകഘടകമായി ഞങ്ങളും. പിന്നെ ചർച്ചയായി, പ്രലോഭനങ്ങളായി. ചെറിയ കക്ഷിയാണെങ്കിലും ഞങ്ങളെ കൂട്ടിയാൽ ഇരുപാർട്ടികൾക്കും മന്ത്രിസഭയുണ്ടാക്കാമെന്നതുകൊണ്ട് കേന്ദ്രബിന്ദു ഞങ്ങളായി. എങ്കിലും ഇന്നലെ ബദ്ധശത്രുക്കളെപ്പോലെ പൊരുതിയിരുന്ന കമ്യൂണിസ്റ്റുകാരുമായി ചേരാൻ വയ്യ എന്ന നിലയിലായി. ഏതു വിട്ടുവീഴ്ചയ്ക്കും തയ്യാർ. പക്ഷേ, ശങ്കറിനു മുഖ്യമന്ത്രിയായേ തീരൂ എന്നാണു കോൺഗ്രസ് നിലപാട്. പാർട്ടിയേതായാലും കേരള രാഷ്ട്രീയത്തിലെ ഭീഷ്മാചാര്യൻ പട്ടം താണുപിള്ള തന്നെ. അദ്ദേഹത്തെ അവഗണിക്കാനാവില്ലെന്നു ഇരുഭാഗത്തെയും തലമുതിർന്നവർ പറഞ്ഞു തുടങ്ങി. അവസാനം മനസ്സില്ലാ മനസ്സോടെ ഡെപ്യൂട്ടീ ചീഫ് മിനിസ്റ്റർ എന്ന പദവിയിൽ ഒതുങ്ങി ശങ്കർ, താണുപിള്ള സാറിനെ മുഖ്യമന്ത്രിയാക്കി സർക്കാരുണ്ടാക്കാൻ സമ്മതിച്ചു. ഏറെ അനിശ്ചിതത്തിനൊടുവിൽ അതു സംഭവിച്ചു. തിരുവിതാംകൂറിലെ പ്രധാനമന്ത്രിയായിരുന്ന, പിന്നീട് തിരു -കൊച്ചി മുഖ്യമന്ത്രിയാകേണ്ടി വന്ന പട്ടം താണുപിള്ള എന്ന രാഷ്ട്രീയ മഹാമേരു മൂന്നാമതും കേരളാ മുഖ്യമന്ത്രിയെന്ന പദവിയിൽ എത്തിയത് ഏവരേയും ആനന്ദിപ്പിച്ചു എന്നതു വസ്തുതയായിരുന്നു.

പത്ത്

ജനായത്തഭരണം നാടിനുണർവ്വും ഉന്മേഷവും പരിവർത്തനങ്ങളും ഉണ്ടാക്കി. കാറ്റടിച്ചാൽ പോലും പൊടിപടരുമായിരുന്ന നിരത്തുകൾ വെട്ടി വീതിക്കൂട്ടി, ടാർ ചെയ്ത് വെടിപ്പാക്കി. പണ്ട് വല്ലപ്പോഴുമൊരിക്കൽ ഓടി ക്കൊണ്ടിരുന്ന കരിഗ്യാസ് വണ്ടി ഓർമ്മയിൽപ്പോലും ഇല്ലാതെയായി പകരം മണിക്കൂറുകൾ ഇടവിട്ട് പെട്രോൾ ബസുകൾ ഓടിത്തുടങ്ങി; വില്ലേ ജാഫീസിനു സർക്കാർ കെട്ടിടമായി. ആഴ്ചയിൽ മൂന്നുദിവസം മാത്രം ഡോക്ടറുടെ സേവനം ലഭ്യമായിരുന്ന ഡിസ്പെൻസറി, സ്ഥിരം ഡോക്ടർമാരും നഴ്സുമാരും കമ്പൗണ്ടറും അറ്റന്റർമാരുമൊക്കെയുള്ള രാത്രിയും പകലും പ്രവർത്തിക്കുന്ന ആശുപത്രിയായി മാറി; ബ്രാഞ്ച് ആഫീസു മാത്രമായി പ്രവർത്തിച്ചിരുന്ന പോസ്റ്റോഫീസ്, പക്കായായി. സ്ഥിരം മാസ്റ്ററും ശിപായിമാരും വന്നു. അവിടെനിന്നും അത്യാവശ്യം മറു നാടുകളിലേക്ക് കമ്പിയടിക്കാനോ ഫോണിൽ സംസാരിക്കാനോ കഴിയു മെന്നായി. പാവപ്പെട്ട നാട്ടുകാർക്ക് പോസ്റ്റാഫീസ് സേവിങ്സ് തുടങ്ങാൻ കഴിഞ്ഞു. ആഴ്ചയിൽ രണ്ടുദിവസം ബീറ്റുവന്നു പോയിരുന്ന പൊലീ സുകാർക്ക് സ്ഥിരം പൊലീസ് സ്റ്റേഷൻ ലഭ്യമായി. മോഷണവും തമ്മില ടിയുമൊന്നുമില്ലാതിരുന്ന നാട്ടിലിപ്പോൾ കൊള്ളയും പിടിച്ചുപറിയും കത്തിക്കുത്തും കൊലപാതകവും ബലാത്സംഗശ്രമവുമൊക്കെ നട മാടിത്തുടങ്ങി. സ്റ്റേഷനിൽ ബിസിനസ് മോശമല്ലെന്നു തെളിയിക്കാൻ സബ് ഇൻസ്പെക്ടർക്ക് ഏറെ ബുദ്ധിമുട്ടേണ്ടി വന്നില്ല.

സർക്കാരിന്റെ സബ് ആഫീസുപോലെ പഞ്ചായത്തുഭരണം നില വിൽ വന്നു. തൊഴിലില്ലാതെ തേരാപ്പാരാ നടന്നവർക്കൊക്കെ മത്സരിക്കാൻ അവസരമൊരുക്കി തിരഞ്ഞെടുപ്പുകൾ അരങ്ങേറി. ജയിച്ച മെമ്പർമാർ ഒത്തുകൂടി പ്രസിഡന്റിനെ കണ്ടെത്തി വാഴിച്ചു. സ്വന്തം ആഫീസും ഭരി

ക്കാൻ സെക്രട്ടറിയും ശിപായിയും നിയമിക്കപ്പെട്ടു. അധികം താമസിയാതെ ബ്ലോക്കാഫീസുണ്ടായി. ബ്ലോക്കാഫീസറുടെ കീഴിൽ കൃഷി ആഫീസർ, മൃഗ ഡോക്ടർ, എഞ്ചിനീയറും ഓവർസിയറും, സഹകരണ ഇൻസ്പെക്ടർ, വ്യവസായ ആഫീസർ, വനിതകളുടെ വെൽഫെയർ ആഫീസർ, പഞ്ചായത്ത് ഇൻസ്പെക്ടർ, ഗ്രാമസേവകർ, കംപോസ്റ്റു ഇൻസ്പെക്ടർ തുടങ്ങിയ വിവിധ മേഖലകളെ പ്രതിനിധീകരിക്കയും ഉപദേശവും ഉത്തേജനവും നല്കുകയും ചെയ്യാൻ പ്രാപ്തരായ ഉദ്യോഗസ്ഥരെ നിയമിച്ചു. ആഫീസു നിർവ്വഹണത്തിനു വേണ്ടത്ര ഉദ്യാഗസ്ഥർ പ്രത്യേകം. സ്ഥിരം ജീപ്പും ഡ്രൈവറും. ഓരോരോ ആവശ്യത്തിനായി ഉദ്യോഗസ്ഥരെ കാണാനെത്തുന്ന പൊതുജനം. സ്കൂളിൽ പഴയ തോതിലല്ല, അതിലുമെത്രയോ കൂടുതൽ കുട്ടികളും അദ്ധ്യാപകരും. അതിനാവശ്യമുള്ളത്ര കെട്ടിടങ്ങൾ. പെൺകുട്ടികൾക്ക് മാത്രമായി സ്കൂൾ വിഭജിക്കപ്പെട്ടു. അതിനു പ്രത്യേക കെട്ടിടങ്ങളും അദ്ധ്യാപകരും വേണ്ടിവന്നു.

നിരത്തുവക്കിൽ ധാരാളം കെട്ടിടങ്ങൾ വന്നു. നല്ല ഹോട്ടൽ, റെസ്റ്റോറന്റുകൾ, വിശാലവും ഭംഗിയുള്ളതുമായ കടകൾ, ബുക്ക്സ്റ്റാളുകൾ, ടെക്സ്റ്റൈയിൽ ഷാപ്പുകൾ, തയ്യൽ കടകൾ, അത്യാവശ്യം ദിവസ വാടകയ്ക്കോ മാസവാടകയ്ക്കോ കൊടുക്കാനുള്ള ലാഡ്ജുകൾ എല്ലാം സജ്ജം. സിനിമ കൊട്ടകയുണ്ടായി. ഇപ്പോൾ ധാരാളം മലയാള സിനിമകൾ ഇറങ്ങിത്തുടങ്ങി. തിക്കുറിശ്ശിയും കൊട്ടാരക്കരയും പ്രേംനസീറും സത്യനും മധുവുമൊക്കെ ചിരപരിചിതരെപ്പോലെയായി. മിസ്കുമാരിയും ഓമനയും ആറന്മുളപൊന്നമ്മയും പങ്കജവല്ലിയുമൊക്കെ അടുത്ത ബന്ധുക്കളെന്ന തോന്നൽ. തമിഴിൽ ത്യാഗരാജ ഭാഗവതരുടെയും കൃഷ്ണന്റെയുമൊക്കെ കാലം കടന്ന്, എം ജി ആറും ശിവജിയും ഗണേശനും സരോജാദേവിയും കെ ആർ വിജയയും ഭാനുമതിയും ലളിതാ പത്മിനിമാരും വൈജയന്തിമാലയുമൊക്കെ അരങ്ങു കീഴടക്കിയെന്നൊരു തോന്നൽ.

കുട്ടിക്കാലത്ത് പൊതുവേ നിശ്ശബ്ദവും നിർജ്ജീവവുമായിരുന്ന പൊതുനിരത്തിന് ജനബാഹുല്യത്താൽ ശ്വാസം മുട്ടുന്നു. മുൻപ് സന്ധ്യയോടടുത്ത് മിക്ക കടകളും അടയ്ക്കുമായിരുന്നു. ഇന്നത് അർദ്ധരാത്രി വരെ നീളുന്നു. കൂലിവേല കഴിഞ്ഞ് ജങ്ഷനു ഏതാണ്ട് ഒരു മൈലകലേയുള്ള കള്ളുഷാപ്പിൽ ചെന്ന് രണ്ടു ഗ്ലാസടിച്ച് വീട്ടിൽ പോയിരുന്നവർക്ക് കൈയിൽ പൈസയുണ്ടെങ്കിൽ നല്ല ചൂടൻ സാധനം ഇവിടെത്തന്നെ കിട്ടുമെന്ന നിലവന്നു. വളരെ രഹസ്യമായി ഒറ്റപ്പെട്ടു നടന്നിരുന്ന പെൺവാണിഭം ഇന്നു രാപകലില്ലാതെ ഒറ്റയ്ക്കും കൂട്ടായും നടക്കുന്നുണ്ടുപോലും. നാടു വളർന്നില്ലെന്ന് എങ്ങനെ പറയും.

നാട്ടിൽ പലേടത്തും ചെറുസഹകരണ സംഘങ്ങൾ ഉണ്ടായി. ചെറുകിട വ്യവസായ സംരംഭങ്ങൾ ഉണ്ടായി. ഭർത്താവിനും അച്ഛനുമമ്മയ്ക്കും പിള്ളാർക്കും വച്ചുവിളമ്പി അവരുടെ തുണി നനച്ച് മുറ്റവും മുറിയും തൂത്തുവൃത്തിയാക്കി കഴിഞ്ഞിരുന്ന വീട്ടമ്മമാരിൽ പലരും നാലാൾ കൂടുന്നിടത്തു പോകാനും പലവിധ സംഘടനകളിലും ചേർന്നു പ്രവർത്തി

ക്കാനും തുടങ്ങി. രണ്ടാൾക്ക് കഷ്ടിച്ചു നടന്നു പോകാനിടമില്ലാതിരുന്ന ഇടവഴികൾ ചെറുറോഡുകളായി; തോടുകൾ വീതിക്കൂട്ടി, അത്യാവശ്യം തടയണ കെട്ടി, ആളുകൾക്കും കന്നുകാലികൾക്കും കടന്നുപോകാവുന്ന നടപ്പാലങ്ങൾ കെട്ടി, കൃഷിക്കാവശ്യമുള്ള കുളങ്ങൾ ചെളികോരി ബണ്ടു കെട്ടി, കരകൾ കരിങ്കൽ മതിലുകൊണ്ടുറപ്പിച്ച്, ജലസേചനത്തിനു ചാലുകൾ കീറി അത്യാവശ്യം സ്ലഷുകൾ വച്ച് മോടികൂട്ടി.

മാടുകളെക്കൊണ്ട് ഉഴുതു മറിച്ച്, പച്ചിലവളവും ചാണകവും ചാമ്പലും മറ്റുമിട്ട് സമയാസമയം കളയെടുത്തും അത്യാവശ്യം പുഴനശീകരണം നടത്തിയും പൊന്നാര്യൻ, തുളുനാടൻ, കുറ്റിചിറയാടി, ജീരകചമ്പാവ്, നാഞ്ചിനാടൻ എന്നൊക്കെ പേരുപറയുന്ന നെല്ലുനട്ട് നൂറും നൂറ്റിഇരുപതും മേനി വിളവെടുത്തിരുന്നു. ആണ്ടിൽ രണ്ടുകൃഷി. പാകമായ നെല്ല് കറ്റയോടെ അറുത്ത് ചുമന്ന് കളത്തിലിട്ട് മെതിച്ച് ആ നെല്ല് പാറ്റി അളന്നാണ് കൊറ്റായി കൊടുത്തിരുന്നത്. ആ നെൽ കറ്റകൾ അടുക്കി വച്ച് രണ്ടോ മൂന്നോ ദിവസത്തിനുശേഷം ചൂരൽവടിക്കടിച്ചു കൊഴിച്ച് ബാക്കി നെല്ലുകൂടി ശേഖരിക്കും. അതു പെണ്ണുങ്ങളുടെ പണിയാണ്. വയ്ക്കോൽ രണ്ടോ മൂന്നോ ദിവസം വെയിലത്തുണക്കി പന്തലുകൂടി നിർത്തും. അന്നൊക്കെ നാട്ടിൻപുറത്ത് പെണ്ണന്വേഷിച്ചുവരുന്നവർ വയ്ക്കോൽ പന്തലുകളുടെ എണ്ണം നോക്കിയാണ് കുടുംബത്തിന്റെ സാമ്പത്തികനില കണക്കാക്കുന്നത് എന്നു പറയാറുണ്ട്.

ഇന്നതൊക്കെ മാറി. കാർഷിക ഗവേഷണങ്ങൾ നടത്തി പുതിയ വിത്തിനങ്ങൾ കൃഷി ആഫീസർമാർ പ്രോത്സാഹിപ്പിച്ചു. ഐ ആർ എട്ട്, ജയ അങ്ങനെ പല പേരിലും തരത്തിലും. ജപ്പാൻ മോഡൽ കൃഷി രീതി പഠിപ്പിച്ചു. ജൈവവളത്തിനു പകരം രാസവളമായി. ക്രമേണ പലേടത്തും നിലം ഉഴാൻ ട്രാക്ടർ വന്നു. കർഷകത്തൊഴിലാളികൾ പുതിയ തൊഴിൽ തേടിപ്പോയി. നെല്ലുല്പാദനം കുറഞ്ഞു. കൂലിച്ചെലവു വർദ്ധിച്ചു. വയ്ക്കോൽ കൂനകളുടെ എണ്ണവും വണ്ണവും കുറഞ്ഞു. അരിക്കാരി പെണ്ണുങ്ങളുടെ വരവും വല്ലപ്പോഴുമായി. ആകെക്കൂടി നോക്കുമ്പോൾ നെൽകൃഷി നിർത്തി തമിഴ്നാട്ടിലെ അരിമേടിക്കുന്നതാണു ലാഭമെന്നും വന്നു. അതുകൊണ്ട് നിലം വാഴനടാനോ, മരച്ചീനി നടാനോ ഒക്കെ കൊടുക്കുന്നതാണു ഭേദം.

മൃഗഡോക്ടർ നാടാകെ നടന്നു വിത്തു കാളകളെ വരിയുടച്ചു ഷണ്ഡന്മാരാക്കി. പകരം അത്യുല്പാദനക്ഷമതയുള്ള പുതിയ തലമുറയ്ക്കായി ബീജസങ്കലനം നടത്തി. വീട്ടാവശ്യത്തിന്, ബാക്കിയുണ്ടെങ്കിൽ ചായക്കടയ്ക്ക് എന്ന രീതിയിൽ പശു വളർത്തുന്നവരാണ് അധികം. ക്രമേണ അതുമാറി. നല്ല കറവ കിട്ടുന്ന പശുക്കൾ ലഭ്യമായി തുടങ്ങിയപ്പോൾ അത്ര മോശപ്പെട്ട പണിയല്ലെന്നും പണപ്പെട്ടിയിൽ നിക്ഷേപിക്കാൻ വല്ലതും കിട്ടുമെന്നുമായപ്പോൾ വീട്ടമ്മമാർക്കും ആവേശമായി. നാട്ടിൽ പശുക്കറവക്കാരും പാൽ സംഘങ്ങളും ഉടലെടുത്തു.

റബ്ബർ ബോർഡിൽനിന്നും ഫീൽഡ് ആഫീസർമാർ നാട്ടിലിറങ്ങി

റബ്ബർ കൃഷിയുടെ മഹത്ത്വവും ആയതിനു സർക്കാർ നല്കുന്ന ആനുകൂല്യങ്ങളുമൊക്കെ വാചാലമായി വർണ്ണിച്ച് കർഷകരുടെ മനസ്സിളക്കി. ആദ്യമാദ്യം വിസ്തൃതി കൂടിയ പുരയിടങ്ങളിൽ റബ്ബർ വയ്പിച്ചു. തൈകൾ വളർന്ന് കറയെടുക്കാൻ പ്രായമായപ്പോൾ അതു ശാസ്ത്രീയമായി വെട്ടി പാലെടുക്കാനും ഉറയൊഴിക്കാനും ഷീറ്റടിക്കാനും പുകച്ച് മേനിപ്പിടിക്കാനുമൊക്കെ പരിശീലനവും നല്കി. സംഭവം ലാഭകരമെന്നു കണ്ടപ്പോൾ ആളുകൾ അതിന്റെ പുറകെയായി. നാളികേര ഉല്പാദനം ശുഷ്കിച്ചു തുടങ്ങി. തെങ്ങിനുണ്ടാകുന്ന മാരകമായ രോഗങ്ങൾ, നാളികേരത്തിനുണ്ടായ വിലത്തകർച്ച. അതുമാത്രം ആശ്രയിച്ചിരുന്നവർ റബ്ബറിന്റെ വഴിക്കുപോയെങ്കിൽ അത്ഭുതപ്പെടാനില്ല. നെൽകൃഷി നടത്തിയിരുന്ന പാടങ്ങളിൽപ്പോലും റബ്ബർ നട്ടു പാലെടുക്കുന്ന പ്രവണത വളർന്നു കഴിഞ്ഞിരുന്നു.

പഴയതുപോലെ സാമ്പത്തിക ഞെരുക്കമില്ല. കൃഷിപ്പണിയിൽ മാത്രം ആശ്രയിച്ചിരുന്നവർ മറ്റു തൊഴിലുകൾ കണ്ടെത്തി. നാട്ടിലും നഗരത്തിലും കെട്ടിടനിർമ്മാണവും റോഡുപണികളും വ്യാപകമായപ്പോൾ കൊത്തപ്പണിയും കൈയാൾപണിയുമൊക്കെ കിട്ടുന്നു. റബ്ബർ വെട്ടുകൊണ്ടും ജീവിക്കാം. പുരയിടത്തിൽ ജോലിക്കാർ കുറഞ്ഞപ്പോൾ വേതനം വർദ്ധിച്ചു. കടകളിൽ വിറ്റു വരവു കൂടി. പട്ടണത്തിൽ പോയി ജോലിചെയ്യാനുള്ള സൗകര്യം ധാരാളം. കൃത്യമായി ബസ് സർവ്വീസുള്ളതുകൊണ്ട് പോക്കുവരവ് എളുപ്പമായി. പത്താം ക്ലാസു കഴിഞ്ഞ ആൺകുട്ടികളും പെൺകുട്ടികളും പട്ടണത്തിൽ കോളേജ് വിദ്യാഭ്യാസം നടത്തുന്നു. നാട്ടിൽ സഹകരണ ബാങ്കും ഷെഡ്യൂൾഡ് ബാങ്കുമൊക്കെ വന്നു. അവിടെയും തെരക്കിനു കുറവില്ല.

പുതിയ മന്ത്രിസഭ നിലവിൽ വന്നു. രണ്ടുപാർട്ടികളിലുമുള്ള സമുന്നതരായ നേതാക്കൾ മന്ത്രിമാരായി. പരാതികൾക്ക് ഇടംകൊടുക്കാതെ പ്രാദേശിക സാമുദായിക പരിഗണനയോടെയാണ് മന്ത്രിമാരെ തിരഞ്ഞെടുത്തത്. എന്നുവച്ച് ഏവരും തൃപ്തരും പരിഭവരഹിതരുമായിരുന്നു എന്നർത്ഥമില്ല. പൊതുവേ ശാന്തമായ ഭരണം. പൊതുജനോപകാരപ്രദമായ പദ്ധതികൾ കണ്ടെത്തണം, അതിനുവേണ്ട പണം സ്വരൂപിക്കണം. വേണ്ടത്ര സമയവും ശ്രമവും വേണ്ടതുണ്ട്. കമ്യൂണിസ്റ്റുകാർ കൂടെക്കൂടെ നടത്തുന്ന സമരങ്ങളും ജാഥയും പിക്കറ്റിങ്ങും ഒക്കെയില്ലാതെ മറ്റനിഷ്ട സംഭവങ്ങളില്ലാതെ ദിവസങ്ങൾ കടന്നു. കോൺഗ്രസുകാർ എപ്പോൾ വേണമെങ്കിലും കാലുവലിച്ചു കൂടായ്കയില്ലെന്നു താണുപിള്ള സാറിനറിയാം. ശങ്കറിനു മുഖ്യമന്ത്രിയായേ ഒക്കൂ. അതിനുള്ള വഴി കണ്ടെത്താതിരിക്കയില്ല. പോട്ടെ. പോകുന്നിടത്തോളം പോട്ടെയെന്നു സാറും കരുതി. ശങ്കറെ മുഖ്യമന്ത്രിയാക്കുന്നതിൽ തല്പരരല്ല. പല മന്ത്രിമാരും നേതാക്കളും എന്തുകൊണ്ട് പി ടി ചാക്കോ ആയിക്കൂടാ എന്നുണ്ട് പലർക്കും. പക്ഷേ, കേന്ദ്രത്തിൽ ശങ്കറിനുള്ളത്ര പിടിപാടില്ല മറ്റാർക്കും. ഇപ്പോൾ പാർട്ടി പ്രവർത്തകർക്ക് പറയത്തക്ക പണിയൊന്നുമില്ല. കൂടെക്കൂടെ യോഗ

ങ്ങളോ ജാഥയോ പ്രകടനമോ സർക്കാർ ആഫീസ് പിക്കറ്റിങ്ങും മറ്റും നടത്തി പൊലീസിന്റെ രണ്ടടി മേടിക്കയുമൊക്കെ ചെയ്താലേ ഒരുഷാറുള്ളൂ. ഇപ്പോൾ നമ്മുടെ പാർട്ടി ഭരിക്കുന്നതുകൊണ്ട് ആരോടു സമരം ചെയ്യാൻ. എങ്കിലും ആരെങ്കിലുമൊക്കെ എപ്പോഴും ആഫീസിലുണ്ടാകും. ആഫീസുകാര്യംമൂലമോ, പാർട്ടി നിർദ്ദേശാനുസരണമോ ഉള്ള യാത്രയില്ലാത്ത സമയം താനും ആഫീസിലുണ്ടാകും. ഇതിനിടെ ആൾ കേരളാ ന്യൂസ് ഏജൻസ് അസോസിയേഷൻ എന്നൊരു സംഘടന രൂപീകൃതമായി. കോട്ടയത്തുവച്ചു നടന്ന ആദ്യയോഗത്തിൽ കേരളത്തിലുടനീളമുള്ള ഏജന്റുമാർ പങ്കെടുത്തു. അഡ്വ. ശങ്കരൻ നായരെ പ്രസിഡന്റായും തന്നെ ജനറൽ സെക്രട്ടറിയായും ഏകകണ്ഠമായാണു തെരഞ്ഞെടുത്തത്. മറുത്തൊന്നും പറയാൻ വയ്യാത്ത അവസ്ഥ. തിരഞ്ഞെടുപ്പായിരുന്നെങ്കിൽ മാറിനില്ക്കാൻ എളുപ്പമായിരുന്നേനെ. വിഷമം പറഞ്ഞപ്പോൾ വക്കീൽ ധൈര്യം തന്നു. കേന്ദ്രകമ്മിറ്റി ആഫീസ് തിരുവനന്തപുരത്തു തന്നെയെന്നു പ്രസിഡന്റു പറഞ്ഞത് എല്ലാവരും അംഗീകരിച്ചു.

ഒരുദിവസം ഉച്ചയ്ക്കുമുൻപ് പാർട്ടി ആഫീസിൽ പ്രവർത്തകരുമായി വെറുതേ സ്വകാര്യം പറഞ്ഞിരിക്കുമ്പോൾ പൊലീസ് ജീപ്പു നടയിൽ വന്നു നിന്നു. സബ് ഇൻസ്പെക്ടർ ജീപ്പിലിരുന്നുകൊണ്ട് ആരോടോ തെരക്കുന്നതു കേട്ടു.

“മാധവൻ നായർ ആഫീസിലുണ്ടോ, അതോ വീട്ടിലാണോ” ഇപ്പോഴന്തേ തന്നെ തെരക്കാനെന്നത്ഭുതപ്പെട്ടു. മറ്റൊരു സർക്കാർ ഭരിക്കുന്ന സമയമെങ്കിൽ ഏതോ പെറ്റിക്കേസോ പാർട്ടിക്കേസോ ആയിരിക്കാമെന്നൂഹിക്കാമായിരുന്നു. ഇപ്പോഴതിനു സാദ്ധ്യതയില്ല. എങ്കിലും എന്തോ കാര്യമുണ്ടല്ലോ. ഇറങ്ങിച്ചെന്നു ചോദിച്ചാലോ എന്നാലോചിച്ചു. പ്രവർത്തകരും എന്തെന്നറിയാതെ വിഷമിച്ചു. അതിനിടയിൽ സബ് ഇൻസ്പെക്ടർ തന്നെ മുറിക്കകത്തേക്കു കടന്നുവന്നു.

ഞാനെണീറ്റു മുന്നോട്ടു ചുവടുവച്ചു.

“എന്താ സർ വിശേഷം?”

“ഹേയ് വെറുതെ. ഒന്നു കണ്ടാലോ എന്നു തോന്നി.”

അദ്ദേഹം ചുറ്റും നോക്കി. അവിടവിടെയായി എണീറ്റു നില്ക്കുന്ന പാർട്ടിപ്രവർത്തകർ. അവരെ നോക്കി ചിരിച്ചുകൊണ്ടു പറഞ്ഞു.

“എനിക്കൊരു സ്വകാര്യം പറയാനുണ്ട്. അഞ്ചുമിനിട്ട്.” പ്രവർത്തകർ ഓരോരുത്തരായി പുറത്തേക്കിറങ്ങി.

“നമുക്കിരുന്നാലോ.”

അദ്ദേഹം ഒരു കസേര വലിച്ചിട്ടിരുന്നു.

“കുടിക്കാൻ ഒരു ചായയായാലോ?” ഞാൻ ചോദിച്ചു.

“ഹേയ്. എനിക്കിപ്പോൾ വേണ്ട.”

അദ്ദേഹം ചുറ്റും നോക്കി. എന്നിട്ടു ശബ്ദം താഴ്ത്തി പറഞ്ഞു.

“ഒരു കാര്യം അറിയിക്കാനാണു വന്നത്. ചീഫ് മിനിസ്റ്ററുടെ ആഫീസിൽനിന്നും ഒരു ഫോൺ മെസേജുണ്ടായിരുന്നു. കഴിയുമെങ്കിൽ

മി. മാധവൻ നായർ ഇന്നുതന്നെ ചീഫ് മിനിസ്റ്ററെ നേരിൽ കാണണം. എന്തോ അത്യാവശ്യ കാര്യമാണെന്നു തോന്നി. അതാണു നേരിട്ടുവന്നത്."

അതിനിടയ്ക്ക് ഏതത്യാവശ്യം ഉണ്ടാകാനാണ്.

ഞാൻ സ്വയമെന്നോണം പറഞ്ഞു.

"ഞാൻ ജീപ്പിലെത്തിക്കാം. എന്തെങ്കിലും ഒഫീഷ്യൽ ട്രിപ്പെന്നു പറഞ്ഞാൽ മതിയല്ലോ."

"വേണ്ട. അതൊന്നും വേണ്ട. സർക്കാർ കാര്യത്തിനല്ല. മറ്റെന്തോ പറയാനാവും. ഒരുപക്ഷേ, ടീച്ചർ പറഞ്ഞിട്ടുമാവാം."

"അപ്പോൾ ഞാൻ നില്ക്കണ്ട അല്ലേ. സമയത്തിനു വന്നു വിവരം അറിയിച്ചുവെന്നു പറയാൻ മറക്കണ്ട."

സബ് ഇൻസ്പെക്ടർ എണീറ്റു.

"ശരി. ഞാനിന്നുതന്നെ കാണാം. ഈ വിവരവും പറയാം."

ചിരിച്ചുകൊണ്ടദ്ദേഹത്തെ യാത്രയാക്കി.

അന്നുതന്നെ ക്ലിഫ് ഹൗസിലെത്തി മുഖ്യമന്ത്രിയെ കണ്ടു. അദ്ദേഹം എന്നെയുംകൂട്ടി സന്ദർശകമുറിയും കടന്ന് ഊണുമുറിയിൽ പോയി. ഒരു കസേരയിൽ ഇരുന്നു.

"ഇരിക്ക് മാധവൻകുട്ടീ. ചിലതു പറയാനുണ്ട്."

ഞാൻ മറ്റൊരു കസേരയിൽ ഇരുന്നു. ടീച്ചർ കയറിവന്ന് പതിവു പരിഭവം പറയുകയും വീട്ടുവിശേഷങ്ങൾ ആരായുകയും ചെയ്തു. ടീച്ചറുടെ മുഖത്ത് പതിവിൽ കവിഞ്ഞ ഒരു സന്തോഷ ഭാവം. ടീച്ചർ മറ്റൊരു കസേരയിൽ ഇരുന്നു.

"എടോ അവരെന്നെ സ്വസ്ഥമായി ഭരിക്കാൻ സമ്മതിക്കില്ല. നേരത്തേ അറിയാത്തതല്ല. എന്നാലും പോകുന്നിടത്തോളം പോകട്ടെയെന്നു വച്ചു."

"അതിനിപ്പോൾ എന്തു പറ്റി."

"നീയൊന്നും അറിഞ്ഞില്ലേ. പത്രത്തിലൊന്നും വന്നില്ല. എങ്കിലും കിംവദന്തികൾ പരന്നിട്ടുണ്ട്."

"ഒരു കണക്കിനു നന്നായെന്നേ തോന്നുന്നുള്ളൂ."

ടീച്ചർ ഇടപെട്ടു.

"ഇദ്ദേഹത്തെ പഞ്ചാബ് ഗവർണറായി നിയമിക്കുന്നു. കേന്ദ്രത്തിൽ നിന്നും ഉത്തരവ് ഇന്നോ നാളെയോ ഉണ്ടാകും. അധികാരമില്ലെന്നല്ലേയുള്ളൂ. സ്വസ്ഥതയുണ്ടാകുമല്ലോ. ഒരു കണക്കിനു സുഖവാസം."

"വേണമെങ്കിൽ വേണ്ടെന്നുവയ്ക്കാം. പക്ഷേ, എത്ര നാൾ. ശങ്കറിനു മുഖ്യമന്ത്രിയാകാൻ കണ്ട എളുപ്പവഴിയാണിത്. ഇലയ്ക്കും മുള്ളിനും കേടില്ലാതെ എന്നു പറയില്ലേ, അതു തന്നെ." സാർ പറഞ്ഞു.

എന്തു പറയണമെന്നറിയാതെ ഞാനിരുന്നു.

"ഞാനിതു നിഷേധിച്ചാൽ ഏതു നിമിഷവും മന്ത്രിസഭ നിലംപൊത്തും. ഞാൻ മാത്രമല്ലല്ലോ, നമ്മുടെ പാർട്ടി മന്ത്രിമാരുമില്ലേ. മറിച്ച് ഈ സ്ഥാനം സ്വീകരിച്ചാൽ അവർക്കു തുടരാം. ഇതത്ര മോശം പദവിയല്ല. സ്ഥാനമഹിമ കൂടും. രാജ്ഭവനിൽ ഒന്നും ചെയ്യാതെ ഉണ്ടും ഉറ

ങ്ങിയും കഴിയാം. സർക്കാർ ഉദ്യോഗസ്ഥന്മാർക്ക് പെൻഷൻ കൊടുത്ത യക്കുന്നതുപോലെ തന്നെ."

"ഇദ്ദേഹം പറയുന്നതുപോലെയൊന്നുമല്ല മാധവൻകുട്ടീ. ഗവർണർ എന്നു പറയുമ്പോൾ മന്ത്രിസഭയ്ക്കും മുകളിൽ തന്നല്ലോ. സാമ്പത്തിക നേട്ടവും ഉണ്ടാകും. പ്രായവും ഏറിവരികയല്ലേ. ഇനി അല്പം വിശ്രമ മാകാം." ടീച്ചർ പറഞ്ഞതു നിഷേധിക്കുന്നതെങ്ങനെ. പക്ഷേ, പട്ടം താണു പിള്ള സാറില്ലാത്ത തിരുവനന്തപുരത്തെക്കുറിച്ചു ചിന്തിക്കാൻ പോലും വയ്യ. ഈ പേരിൽ ചാരി, ഈ തണലിലൊതുങ്ങിയാണു തന്റെ രാഷ്ട്രീയ ജീവിതം. അതു നഷ്ടപ്പെട്ടാൽ, വേണ്ട. താനായി ഒരനിഷ്ടവും ഉണ്ടാ ക്കണ്ട. ഒരു കണക്കിനു നന്നായി എന്നുതന്നെ പറയണം. അതേ, ഇനി അല്പം വിശ്രമിക്കട്ടെ.

"നിന്നെ വിളിപ്പിച്ചത് ഒരു പ്രത്യേക കാര്യം പറഞ്ഞേല്പിക്കാനാണ്. ഏതായാലും ഇവിടെ പിടിച്ചു നില്ക്കാൻ പറ്റില്ല. എന്നാൽ കുറെ നാളൊന്നു മാറിനില്ക്കാം. പറ്റില്ലെന്നു കണ്ടാൽ തിരിച്ചുപോരാം. അപ്പോഴും പട്ടം താണുപിള്ളയ്ക്കു രാഷ്ട്രീയം കളിക്കാൻ ഇവിടെ അര ങ്ങുണ്ടാകും. സംശയമുണ്ടോ മാധവൻകുട്ടീ."

"ഇല്ല സർ, ഞങ്ങളൊക്കെയുണ്ടല്ലോ ഇവിടെ."

"അതെനിക്കറിയാം. ങാ, പറയാൻ വന്നതുവിട്ടു. ഇന്നല്ലെങ്കിൽ നാളെ ഉത്തരവുണ്ടാകും. പ്രധാനമന്ത്രി നേരിട്ടു വിളിച്ചിരുന്നു. അധികം താമ സിയാതെ അവിടെ ചെന്നു ചാർജെടുക്കണം. ഇവിടെ യാത്ര അയയ്ക്കാ നുള്ള തയ്യാറെടുപ്പു തുടങ്ങിക്കഴിഞ്ഞു. പോകുന്നതിനുമുൻപ് അവിടത്തെ കൃഷ്ണൻ കോവിലിൽ വന്നു തൊഴണമെന്നൊരാശ. നിന്റെ ടീച്ചർക്കാണു നിർബ്ബന്ധം. ഈ വരുന്ന വെള്ളിയാഴ്ച വൈകുന്നേരം ആറുമണിക്ക് ഞങ്ങ ളെത്തും. വിശേഷാൽ പൂജയ്ക്കു പറയണം. വഴിപാടെന്താണന്നു വച്ചാൽ അതും."

"അതൊക്കെ ഏർപ്പാടാക്കാം. രണ്ടുപേരുടെയും പേരും നക്ഷത്രവും കുറിച്ചുതരണം."

"മാത്രം പോര. ഞങ്ങളുടെ കൈയിൽനിന്നു തന്നെ ചെലവും നട ത്തണം. എന്നാലേ പ്രയോജനമുള്ളു. എന്താ വേണ്ടതെന്നു വച്ചാൽ മേടി ച്ചോണം."

"മാധവൻകുട്ടീ. ഒരു പ്രത്യേക കാര്യം കൂടി ഉണ്ട്."

ടീച്ചർ പെട്ടെന്നു പറഞ്ഞു.

"എനിക്ക് മാധവൻകുട്ടിയുടെ അമ്മയെ കാണണം. അനുഗ്രഹം മേടി ക്കണം. സാറിന് ചായയും ഊണുമൊക്കെ ഉണ്ടാക്കി കൊടുത്തതിനു നന്ദി പറയണ്ടേ. ക്ഷേത്രത്തിനടുത്താണു വീടെന്നു പറഞ്ഞു കേട്ടു."

"വീടടുത്താണെങ്കിലും നടന്നു പോകാനേ പറ്റൂ. വേട്ടക്കല്ലു വഴി കല്പടവുകൾ കയറിയിറങ്ങാനൊക്കെ ബുദ്ധിമുട്ടാണ്. അമ്മ ക്ഷേത്രത്തിൽ വന്നോളും അവിടെ വച്ചു കണ്ടാൽ മതിയല്ലോ."

"അതായാലും മതി. ഇക്കാര്യം മറന്നു പോകണ്ട."

ഭാരം പേറിയ മനസ്സുമായാണു മടങ്ങിയത്. ഇനി വരുന്നതു താണു പിള്ള സാർ നയിക്കാനില്ലാത്ത രാഷ്ട്രീയമാണ്. നേതാക്കന്മാർ ധാരാളം. ഏവരും പ്രശസ്തരും പ്രഗത്ഭരും തന്നെ. എന്നാലും –

വെള്ളിയാഴ്ച രാവിലെ മുതൽ ക്ഷേത്രപരിസരം ജനനിബിഡമായി. പ്രധാന റോഡു കഴിഞ്ഞ് ക്ഷേത്രത്തിലെത്തുന്ന റോഡ് കഷ്ടിച്ച് ഒരു ഫർലോങ് ദൂരമേയുള്ളൂ. അതിന്റെ ഇരുവശത്തുമുള്ള പുല്ലുചെത്തി മിനുക്കി, കരുതിവച്ചിരുന്ന കടൽപ്പുറം മണൽനിരത്തി മനോഹരമാക്കി. പ്രവേശനകവാടത്തിൽ കുലവാഴയും ഗൗരീഗാത്രത്തെങ്ങിൻ കുലയും ഉല ട്ടിക്കുഴയും കവുങ്ങിൻ പൂക്കുലകളും കൊണ്ടലങ്കരിച്ചു. ക്ഷേത്ര കവാടം വരെ കൊടിതോരണാദികൾ കെട്ടി. ക്ഷേത്രമുറ്റവും ക്ഷേത്രക്കുളക്കടവു കളും തൂത്തുവാരി വൃത്തിയാക്കി. ഇടവഴിയും പുല്ലുചെത്തി മണ്ണിട്ടു കുഴി നിരത്തി വെടിപ്പാക്കി. ക്ഷേത്രാങ്കണമാകെ പുഷ്പാലംകൃതമാക്കി. ചുറ്റ മ്പലവും ബലിപ്പുരയും ശ്രീവേലിപ്പാതയ്ക്കിരുവശവും നിറയെ ദീപാലം കൃതമാക്കത്തക്കവിധം എണ്ണയും തിരിയും നിറച്ചുവച്ചു. വെടിക്കെട്ടിന് ആളെക്കൂട്ടി കൊണ്ടുവന്നു. അഷ്ടപദി പാടുന്നതിനു തിരുവനന്തപുരത്തു നിന്നും സ്പെഷ്യൽ ഗായകനെ കൊണ്ടുവന്നു. മംഗളഗാനാലാപത്തിന് പെൺകുട്ടികളെ ഒരുക്കിനിർത്തി. എട്ടിനും പത്തിനും ഇടയ്ക്കു പ്രായ മുള്ള കുറെ പെൺകുട്ടികളെ അണിയിച്ചൊരുക്കി, നിർത്താൻ ഏർപ്പാടു ണ്ടാക്കി, അവർക്കേന്താൻ താലവും കൈവിളക്കും പിച്ചിപ്പൂവും കരുതിവ ച്ചു. കാലത്തു മുതൽ പാർട്ടി പ്രവർത്തകരും, മറ്റു നാട്ടുകാരും ഒരുത്സവം പോലെ കരുതി എല്ലാത്തിനും സഹകരിച്ചു.

പൊലീസുകാർ ഒറ്റയ്ക്കൊറ്റയ്ക്കായും കൂട്ടമായും കൂടെക്കൂടെവന്ന് ക്ഷേത്രപരിസരം, ചുറ്റുവഴികൾ, കുളക്കടവ്, അടഞ്ഞുകിടക്കുന്ന ഊട്ടു പുര, മാരാന്മാർ നാദസ്വരവും തകിലും താളവട്ടവും ശംഖുമൊക്കെ സൂക്ഷി ക്കുന്ന മുറി, കലവറ, കളമെഴുത്തു മുറി എല്ലാം തുറന്നു സസൂക്ഷ്മം നിരീക്ഷിച്ചു. ഭജനമഠം, അതിന്റെ ചുറ്റുവട്ടം, കുളിമുറി, കക്കൂസ്, നിയുക്ത ഗവർണർക്ക് വിശ്രമത്തിന് ഒരുക്കിയ മുറി, സംവിധാനങ്ങൾ, പൂച്ചെടികൾ നിറഞ്ഞ നന്ദാവനം എല്ലാം ചിക്കിയും ചികഞ്ഞും പരിശോധിച്ചു. വൈകിട്ട് ഐ ജിയും സൂപ്രണ്ടും ഉൾപ്പെടെ റോഡും അങ്കണവുമെല്ലാം പൊലീ സിനെ കൊണ്ടുനിറഞ്ഞു. കൂടെ പെൺപൊലീസും.

ഉച്ച കഴിഞ്ഞപ്പോൾ ദേവസ്വം പ്രസിഡന്റും മെമ്പറും കമ്മീഷണറും സൂപ്രണ്ടുമൊക്കെ ആഗതരായി. അവരെയൊക്കെ ശ്രീകാര്യക്കാർ ആഫീ സിലും അതിഥി മുറിയിലുമായി വിന്യസിപ്പിച്ചു. അഞ്ചുമണിക്ക് എം എൽ എയും പാർട്ടി നേതാക്കളുമെത്തി. ഇതൊക്കെ പ്രതീക്ഷിച്ചതുതന്നെ. അതു കൊണ്ട് ദാഹശമനത്തിനായി ഇളം നാളികേരം ശേഖരിച്ചുവച്ചിരുന്നു കുന്നോളം. ആവശ്യം പോലെ വെട്ടികൊടുക്കാൻ ആളെയും നിർത്തി.

ദേവസ്വം പ്രസിഡന്റും ഐ ജിയും എല്ലാം വന്ന് ആദ്യം തെരക്കി യതു തന്നെയാണെന്നോർത്തു. ക്ഷേത്രദർശനത്തിനെത്തുന്ന ഗവർണറാ ണോ, അതോ മാധവൻ നായരാണോ പ്രധാനി എന്നു സംശയിച്ചുപോയി.

എം എൽ എ തമാശയായി പറയുകയും ചെയ്തു. സമയമടുത്തപ്പോൾ ഐ ജിക്കൊരു സംശയം. നിയുക്ത ഗവർണറെ മെയിൻ റോഡിൽനിന്നും കുറച്ചുദൂരെമേയുള്ളെങ്കിലും താലപ്പൊലിയോടെ സ്വീകരിച്ച് കാൽനടയായി ക്ഷേത്രത്തിലെത്തിക്കുന്ന പരിപാടി ഉപേക്ഷിച്ചു കൂടെയെന്ന്. സുരക്ഷാ സംവിധാനമെന്നാണദ്ദേഹം വിവക്ഷിച്ചത്.

"അതു വേണ്ട സർ. ഇരുവശത്തും ജനങ്ങൾ, വിശേഷിച്ചും പെണ്ണുങ്ങളും കുട്ടികളും തിങ്ങിനില്ക്കും. ഒരു നോക്കുകാണാൻ മാത്രം. നാമതു തടയണോ. അദ്ദേഹത്തിനും അതിഷ്ടമാകും. ഇവിടെ സാറുദ്ദേശിക്കുന്ന സുരക്ഷാ വീഴ്ചയൊന്നും ഉണ്ടാവില്ല സർ. അദ്ദേഹം ഞങ്ങൾക്കന്യനല്ല നാട്ടുകാരൻ തന്നെ."

അദ്ദേഹം ചിരിച്ചു. "മാധവൻ നായർക്കുറപ്പുണ്ടെങ്കിൽ എനിക്കെന്താ, ഉദ്ദേശിച്ചതുപോലെ നടക്കട്ടെ." സമയം കഴിയുംതോറും ഒരുതരം വെപ്രാളം. എല്ലാം ശരി തന്നെയല്ലേ. പിള്ളാരെല്ലാം നോക്കിക്കോളും. ക്ഷേത്രത്തിനകത്ത് വേണ്ടതൊക്കെ ഒരുക്കിയിട്ടുണ്ടോയെന്നന്വേഷിച്ചു. കുടിക്കാൻ തീർത്ഥം, വഴിപാടു കഴിച്ച പാല്പായസം, ഉണ്ണിയപ്പം, തിരുമധുരം എല്ലാം കൃത്യമായി എത്തിക്കണമെന്നു പറഞ്ഞു. ആരോടും പറയാതെ പുറകുവശത്തുകൂടെ ഓടി വീട്ടിലെത്തി. അമ്മയും രാധയും ഒരുങ്ങിനില്പുണ്ട്. ഇറങ്ങി ഭജനമഠത്തിലെത്താൻ പറഞ്ഞിട്ട് മുറിയിൽ കയറി, ഷർട്ടും മുണ്ടും മാറ്റിയുടുത്തു. തലയൊന്നു കോതിയൊതുക്കി. വന്ന വഴിയേതന്നെ തിരിച്ചിറങ്ങി ഭജനമഠത്തിലെത്തി, ഗവർണർക്ക് വിശ്രമത്തിനൊരുക്കിയ മുറിയുടെ ഒരു വശത്ത് വരാന്തയിൽ അമ്മയേയും രാധയേയും ഇരിക്കാൻ പറഞ്ഞിട്ട് മുൻവശത്തു ചെന്നു. സമയം അഞ്ചര കഴിഞ്ഞു. ഏവരും അക്ഷമരായിരുന്നു.

"ആറുമണിക്കു തന്നെ എത്തുമോ, വല്ല വിവരവും–" ഐ ജി ചെവിയിൽ ചോദിച്ചു.

"താമസിക്കാൻ ഇടയില്ല. അതൊക്കെ മന്ത്രിമാരുടെ പണിയല്ലേ. ഇപ്പോൾ നിയുക്ത ഗവർണർ ആണല്ലോ. പിന്നെ എന്തെങ്കിലും മാറ്റമുണ്ടെങ്കിൽ ആദ്യം അറിയുന്നതു പൊലീസായിരിക്കും."

"എന്നാൽ നമുക്കു സ്വീകരണ സ്ഥലത്തേക്കു നീങ്ങിയാലോ." ദേവസ്വം പ്രസിഡന്റു ചോദിച്ചു.

"അതായിരിക്കും നന്ന്." എം എൽ എ പിന്താങ്ങി. ഒരു പൊലീസ് ഇൻസ്പെക്ടർ ഓടിവന്ന് ഐ ജിയോടു പറഞ്ഞു. പുറപ്പെട്ടു കഴിഞ്ഞുവെന്ന് വയർലെസ് മെസ്സേജുണ്ടെന്ന്.

"എന്നാൽ പിന്നെ എത്താൻ ഇരുപതു മിനിറ്റു മതി, നമുക്കു നടക്കാം." ഐ ജി വെളിയിലിറങ്ങി നടക്കാൻ ആരംഭിച്ചു. ഞാൻ ഓടി. താലപ്പൊലിയുമായി കുട്ടികളെ നിർത്തിയോ, ബാൻഡുമേളക്കാർ ഒരുങ്ങിയോ എന്നൊക്കെ നോക്കണമല്ലോ. റോഡിലെത്തിയപ്പോൾ എല്ലാം തയ്യാർ. സ്വീകരണത്തിനുള്ള ഹാരവും ബൊക്കെയുമൊക്കെ എടുത്തുവച്ചിരിക്കുന്നു. ഒരു ദീർഘനിശ്വാസമുതിർന്നു.

"അണ്ണനിപ്പോഴേ സമാധാനമായുള്ളു അല്ലേ?"
ഒരു സഹപ്രവർത്തകൻ ചോദിച്ചു.
"ആരാണദ്ദേഹത്തെ ഹാരമിട്ടു സ്വീകരിക്കുന്നത്."
ദേവസ്വം പ്രസിഡന്റു ചോദിച്ചു. വേണ്ടിവന്നാൽ താനതു ചെയ്തോളാം എന്ന മട്ടിൽ.
"എം എൽ എയോടു പറഞ്ഞിട്ടുണ്ട്." മറുപടി നല്കി.
കൃത്യസമയത്തു തന്നെ നിയുക്ത ഗവർണറായ പട്ടം താണുപിള്ളയും പത്നിയും എത്തി. കാറു നിർത്തിയ ഉടൻ ഞാൻ ഓടിച്ചെന്നു പറഞ്ഞു.
"ക്ഷേത്രത്തിലേക്ക് അല്പ ദൂരമേയുള്ളൂ. നടന്നുപോകാവുന്നത്ര. ആളുകൾ വിശേഷിച്ചും സ്ത്രീകളും കുട്ടികളും ഇരുവശത്തും നിരന്നു നില്ക്കുന്നുണ്ട്. ടീച്ചർക്കു ബുദ്ധിമുട്ടുണ്ടെങ്കിൽ പുറകേ കാറിൽ വന്നാൽ മതി."
"എനിക്കും അതാണിഷ്ടം. ആളുകൾക്ക് എന്നെ കാണാം എനിക്കവരേയും. ടീച്ചർ എന്നെക്കാൾ ചെറുപ്പമല്ലേ കൂടെ വന്നോളും." അദ്ദേഹം കാറിൽ നിന്നിറങ്ങി. ഐ ജിയും സൂപ്രണ്ടുമൊക്കെ ഓടിവന്ന് സല്യൂട്ടു ചെയ്തു. പ്രസിഡന്റും മെമ്പറും കമ്മീഷണറുമൊക്കെ പുറകേവന്നു വണങ്ങി. നടന്നു സ്വീകരണ കവാടത്തിലെത്തിയപ്പോൾ എം എൽ എ ഹാരമിട്ടു സ്വീകരിച്ചു. പഞ്ചായത്തിലെ വനിതാ വൈസ് പ്രസിഡന്റ് ടീച്ചർക്കു ബൊക്കെ കൊടുത്തു. വെടിക്കെട്ടു മുഴങ്ങി, ബാന്റുമേളം കൊഴുത്തു. താലപ്പൊലിയുമായി പെൺകുട്ടികൾ മുന്നിൽ നടന്നുനീങ്ങി.
"ഇതെന്താ മാധവൻകുട്ടീ, ക്ഷേത്രത്തിൽ വന്നൊന്നു തൊഴണമെന്നു പറഞ്ഞപ്പോൾ ഈ ബഹളമൊക്കെയുണ്ടാക്കണോ. വഴി നീളെ അലങ്കാരം, റോഡിൽ കടപ്പുറം മണൽ വിതാനം, വെടിക്കെട്ട്, ബാൻഡ്. ഞാനാ പഴയ താണുപിള്ള തന്നെടോ ഇപ്പോഴും. ഈ പൊലീസും മറ്റുമൊക്കെ സർക്കാർ ഇടപാട്. അതു പറഞ്ഞിട്ടു കാര്യമില്ല."
"ഇതൊന്നും എന്റെ ഏർപ്പാടല്ല. നാട്ടുകാരുടെ സന്തോഷത്തിന്–"
"ഞാൻ നാടുവിട്ടു പോകുന്നതിൽ നാട്ടുകാർ സന്തോഷിക്കുന്നുവെന്നോ" അദ്ദേഹം പൊട്ടിച്ചിരിച്ചു.
നേരേ നടന്നു കയറിയത് ഭജനമഠത്തിലെ സ്വീകരണമുറിയിലേക്ക്. ഒരുക്കിയിരുന്ന സോഫയിൽ ഇരുവരും ഇരുന്നു. ഞാൻ അമ്മയേയും രാധയേയും മുറിയിലേക്കു കൂട്ടിക്കൊണ്ടു വന്നു.
ടീച്ചർ എണീറ്റുവന്ന് അമ്മയെ കെട്ടിപ്പുണർന്നു.
"ഇതിനിടെ ഇവിടെവന്ന് കൃഷ്ണനെ ദർശിക്കണമെന്നും മാധവൻകുട്ടിയുടെ അമ്മയെ കാണണമെന്നും ആശിച്ചിരുന്നു. തെരക്കല്ലേ ഒന്നും നടന്നില്ല. അമ്മയുടെ അവിയലും സാമ്പാറും. സർ കൂടെക്കൂടെ പറയും. ഒരുപാടു ചായയിട്ടു കൊടുത്തിട്ടുമുണ്ടത്രേ."
"പൊന്നമ്മ പറഞ്ഞതു ശരിയാ. അതുപോലൊരു സാമ്പാറോ, അവിയലോ ഇതുവരെ ഉണ്ടാക്കി തരാനീ ടീച്ചർക്കു കഴിഞ്ഞിട്ടില്ല. ഇനിയതു

കഴിക്കാൻ പറ്റുമെന്നു പറയാനും വയ്യ. മാധവൻ കുട്ടി എല്ലാം പറഞ്ഞില്ലേ."

"പറഞ്ഞു. സന്തോഷമുണ്ട്. ഇനിയല്പം വിശ്രമിക്കാമല്ലോ."

അമ്മ മറുപടി പറഞ്ഞു.

"നീയെന്താ മിണ്ടാതെ നില്ക്കുന്നത്. അടുത്തുവാ. സീതയെന്നോ രാധയെന്നോ പേരു പറഞ്ഞിരുന്നു. ഇപ്പോൾ മറന്നു."

"രാധയെന്നാണ്."

"നീ ഭാഗ്യവതിയാണു മോളേ. മാധവൻകുട്ടിയെപ്പോലൊരു ഭർത്താവിനെ കിട്ടിയതിൽ. പിന്നെ രാഷ്ട്രീയക്കാരനാകുമ്പോൾ ഉണ്ടാകുന്ന കുറ്റവും കുറവും കാണും. ഞാനതെത്രകാലമായി സഹിക്കുന്നു. സാരമാക്കണ്ട."

ക്ഷേത്രത്തിൽ വിശേഷാൽ പൂജയ്ക്കു സമയമായെന്നു വന്നറിയിച്ചു. എല്ലാവരും കൂടി ക്ഷേത്രത്തിലേക്കു പോയി. പൂജയിൽ സംബന്ധിക്കുക മാത്രമല്ല, ബലിക്കല്ലു ചുറ്റി പ്രദക്ഷിണം വയ്ക്കുകയും ഓരോ ദേവപ്രതിഷ്ഠകളെയും വന്ദിക്കുകയും, ദക്ഷിണ അർപ്പിക്കുകയും ചെയ്ത് ശ്രീബലി തൊഴുതിട്ടേ മടങ്ങിയുള്ളൂ. തിരിച്ച് ഭജനമഠത്തിലെ സ്വീകരണ മുറിയിൽ വന്ന് എല്ലാ ഉദ്യോഗസ്ഥന്മാരോടും പഞ്ചായത്തു പ്രസിഡന്റിനോടും മെമ്പർമാരോടും പാർട്ടി പ്രവർത്തകരോടുമൊക്കെ വർത്തമാനവും തമാശയും പറഞ്ഞ് തിരുവനന്തപുരത്തേക്കു മടങ്ങുമ്പോൾ സമയം ഒൻപതു കഴിഞ്ഞിരുന്നു.

പതിനൊന്ന്

മുഖ്യമന്ത്രിയായി ശങ്കർ വാഴിക്കപ്പെട്ടു. കൂടുതൽ രാഷ്ട്രീയ പാരമ്പര്യവും പൊതുജന പിന്തുണയുമുള്ള പി ടി ചാക്കോ ആവണം മുഖ്യമന്ത്രിയെന്നായിരുന്നു പ്രാദേശിക കോൺഗ്രസുകാരുടെ ആഗ്രഹം. പക്ഷേ, കേന്ദ്രം ശങ്കറിനൊപ്പമായിരുന്നു. മന്ത്രിസഭയിൽ പറയത്തക്ക മാറ്റമൊന്നും ഉണ്ടായില്ല. നമ്മുടെ പാർട്ടി മന്ത്രിമാർ തുടർന്നു. ഭരണം ശാന്തസുന്ദരമെന്നൊന്നും പറയാൻ വയ്യ. എസ് എൻ ഡി പി ഭരണമെന്നു മലപ്പുറത്തെ മുസ്ലീംലീഗും കോട്ടയത്തെ അച്ചായന്മാരും ചങ്ങനാശ്ശേരി നായന്മാരും ആരോപിച്ചു. അതിനിടെ അവിചാരിതമായുണ്ടായ അപഖ്യാതിയെത്തുടർന്ന് ആഭ്യന്തരമന്ത്രിയായിരുന്ന ചാക്കോയ്ക്ക് രാജിവയ്ക്കേണ്ടി വന്നു. അത് അച്ചായന്മാരെ ഉലയ്ക്കുകയും തളർത്തുകയും ചെയ്തു. ക്രമേണ കെ എം ജോർജ്ജും ബാലകൃഷ്ണപിള്ളയും ഒക്കെ ചേർന്ന് കേരളാ കോൺഗ്രസ് എന്ന പുതിയ പാർട്ടിയുണ്ടാക്കി, പ്രവർത്തനം ശക്തമാക്കി.

മന്ത്രിസഭകൾ മാറിയും മറിഞ്ഞും വന്നു. ഇടതും വലതും മന്ത്രിസഭകൾ. മിക്കവാറും എല്ലാ മന്ത്രിസഭകളിലും പങ്കാളിയാകാൻ പാർട്ടിക്കായി. അംഗസംഖ്യ കുറവെങ്കിലും മന്ത്രിസഭാ രൂപീകരണത്തിനു നിർണ്ണായക ഘടകമായിരുന്നു എന്നതാണു വസ്തുത. പാർട്ടിക്കു തളർച്ചയും കാര്യമായ വളർച്ചയും ഉണ്ടായില്ല. പേരുമാറി ജനതയായി. രൂപവും ഭാവവും മാറിയില്ല. ഇപ്പോൾ പഴയതുപോലെ ആവേശകരമായ പ്രവർത്തനം ആവശ്യമായി വരുന്നില്ല. വല്ലപ്പോഴും കൂടുന്നയോഗം ചർച്ചകൾ അത്രയൊക്കേയുള്ളൂ. ഭാരവാഹികളെ കൂടെക്കൂടെ മാറ്റി. എല്ലാവർക്കും പ്രവർത്തിക്കാനുള്ള അവസരം നല്കി. താൻ ഒഴിഞ്ഞുനിന്ന് കുന്നത്തെ കൃഷ്ണൻ നായരെ നേതൃനിരയിലേക്കു കയറ്റിക്കൊണ്ടുവന്നു. കഴിവുള്ള, വിദ്യാ

ഭ്യാസവും കുലമഹിമയും സാമ്പത്തികദദ്രതയുമുള്ള ചെറുപ്പക്കാരൻ. ആദ്യമായി പഞ്ചായത്തു തിരഞ്ഞെടുപ്പിൽ നിർത്തി വിജയിപ്പിച്ച് പ്രസിഡന്റാക്കി. അടുത്ത തിരഞ്ഞെടുപ്പിൽ അസംബ്ലിയിലേക്കു നിർത്തണമെന്ന ആശ പാർട്ടി ഘടകങ്ങളും അംഗീകരിച്ചു തന്നു. ജില്ലാ കമ്മിറ്റിയിലേക്കു നിർദ്ദേശിക്കപ്പെട്ട പയ്യൻ എന്നു നേതാക്കൾ അഭിപ്രായപ്പെട്ടതു സന്തോഷത്തോടെയായിരുന്നു.

ഇപ്പോൾ വല്ലപ്പോഴും പാർട്ടി ആഫീസിൽ പോയിരിക്കും. അത്യാവശ്യം യോഗങ്ങളിലും ചർച്ചകളിലും പങ്കുചേരും. തിരുവനന്തപുരത്തു കമ്മിറ്റികളിൽ ഹാജർവയ്ക്കും തിരിച്ചുപോരും. മുൻപൊക്കെ പലപ്പോഴും ആ യാത്രകൾ പട്ടം വഴിയായിരുന്നു. ഇപ്പോഴതില്ല. അവിടെ തനിക്കു കാണാൻ, അല്ലെങ്കിൽ തന്നെ കാത്തിരിക്കാൻ ആരുമില്ല. വീട്ടിൽ ചെയ്യാനൊന്നുമില്ല. കൃഷിക്കാര്യങ്ങളുടെ മേൽനോട്ടമെല്ലാം രാധ നോക്കിക്കോളും. അനുജൻ നാട്ടിലുള്ളപ്പോൾ അവന്റെ പണി. ജോലിക്കാരെ നിർത്തുക. കൂടെക്കൂടെ അവരുടെ ക്ഷേമാന്വേഷണമെന്ന ഭാവത്തിൽ, അല്ലെങ്കിൽ കുടിക്കാൻ കഞ്ഞിവെള്ളം കൊണ്ടുകൊടുക്കുന്ന രീതിയിൽ അവരെ കർമ്മോത്സുകരാക്കുക, വൈകിട്ട് കൂലിക്കൊടുക്കുക എല്ലാം അവൾ ചെയ്തുകൊള്ളും. തനിക്കിതൊന്നും അറിയില്ല. അതുകൊണ്ട് വെറുതെ കിട്ടുന്ന സമയം പത്രങ്ങളോ, വായനശാല പുസ്തകങ്ങളോ വായിക്കുകയോ കിടന്നുറങ്ങുകയോ പതിവായി.

പിള്ളാരൊക്കെ വളർന്നു വലുതായി. അടുത്ത അവധിക്കുതന്നെ മൂത്തവനെ പെണ്ണു കെട്ടിക്കണം. രണ്ടാമനും പ്രായപൂർത്തിയായിക്കഴിഞ്ഞു. പെൺപിള്ളാരുടെയും കാര്യം നോക്കണം. മൂത്തവൾ ഇക്കൊല്ലം ബി എ കഴിയും. കൂടുതൽ പഠിത്തത്തിനു തല്പരയല്ല. ഇതുവരെ എത്തിയതു തന്നെ ഏറെ കഷ്ടപ്പെട്ടിട്ടാണെന്നതാണു ഭാവം. ബി എഡിന് അയയ്ക്കാമെന്നു പറഞ്ഞപ്പോൾ, ആദ്യമീ ബി എ ഒന്നു കഴിയട്ടച്ഛാ എന്നാണവൾ പറഞ്ഞത്. താല്പര്യമില്ലെന്നർത്ഥം. രണ്ടാമത്തവൾ ഡിഗ്രി ഒന്നാം വർഷം. ഒരു ശരാശരി വിദ്യാർത്ഥിനി. അല്ലായിരുന്നെങ്കിൽ കഷ്ടപ്പെട്ടിട്ടാണെങ്കിലും വഴിതിരിച്ചു വിട്ടു പഠിപ്പിക്കാമായിരുന്നു. മൂന്നാമത്തവൾ തമ്മിൽ ഭേദമാണെന്നു തോന്നുന്നു. ഇക്കൊല്ലം പത്താം ക്ലാസ് പരീക്ഷ കഴിയും. കല്ലും നെല്ലും അപ്പോൾ തിരിഞ്ഞുകിട്ടും. നല്ലമാർക്കുണ്ടെങ്കിൽ താല്പര്യമുള്ള ഗ്രൂപ്പു തിരിച്ചുവിടണം. പറ്റിയാൽ ഒരു ഡോക്ടറാവട്ടെ. കണക്കിലാണവൾ ഭേദമെന്നു ടീച്ചർ പറഞ്ഞതോർത്തു. എന്നാൽപ്പിന്നെ കൊച്ചച്ഛന്റെ വഴി പിന്തുടർന്ന് ഒരെഞ്ചിനീയറാകട്ടെ. അവനും സഹായിക്കും. തീർച്ച. ഒരിക്കൽ അവളോടു തമാശരൂപത്തിൽ പറയുന്നതു കേട്ടു.

“നീയെങ്കിലും പഠിച്ച് നന്നാകാൻ നോക്കു മോളേ. മെഡിസിനോ അല്ലെങ്കിൽ എഞ്ചിനീയറിങ്ങിനോ അഡ്മിഷൻ നേടാനാകുമെങ്കിൽ ബാക്കി ചെലവെല്ലാം എന്റെ വക.”

"വെറുതേ കൊതിപ്പിക്കല്ലേ കൊച്ചച്ഛാ."

അവൾ ചിരിച്ചുതള്ളി.

"നീ പഠിച്ച് അഡ്മിഷൻ മേടിക്ക്. എന്നിട്ട് ചോദിക്ക്."

ഇപ്പോഴും പെമ്പിള്ളാരുടെ പഠിത്തത്തിനു അവൻ വേണ്ടതു ചെയ്യുന്നുണ്ടെന്നറിയാം. എല്ലാം ചേട്ടത്തി വഴി. ഞാനൊന്നും അറിഞ്ഞതായി ഭാവിക്കാറില്ല.

അടുത്ത അവധിക്കു വന്നപ്പോൾ മൂത്തവനെ കൊണ്ടൊരു പെണ്ണു കെട്ടിച്ചു. വലിയ പണക്കാരൊന്നുമല്ലെങ്കിലും ഒരിടത്തരം കുടുംബം. കാണാൻ തരക്കേടില്ലാത്ത പെണ്ണ്. അവനും ഇഷ്ടപ്പെട്ടു. പട്ടാളക്കാരെ നല്ല പ്രായത്തിൽ പെൻഷൻ കൊടുത്തുവിടും. അതുകഴിഞ്ഞാൽ ഉദ്ദേശിക്കുന്നരീതിയിൽ ഒന്നും നടക്കുകയില്ല. രണ്ടാമന് ഒരു പ്രൈവറ്റു കമ്പനിയിൽ ജോലിയുണ്ട്. അവിടെ യൂണിയൻ പ്രവർത്തനമാണു മുഖ്യം. എപ്പോഴാണ് ആ പണി തെറിച്ചു പോവുകയെന്ന് പറയാൻ വയ്യ. അവനെക്കൊണ്ടൊരു പെണ്ണു കെട്ടിച്ചാൽ വീട്ടിലൊരാളാകുമെന്നു കരുതി. പറഞ്ഞപ്പോൾ അവൻ റെഡി. പക്ഷേ, ഉദ്ദേശിക്കുന്ന പെൺകുട്ടി തന്നെ വേണമെന്നു വാശി. ഇത്തിരി തൊലി വെളുപ്പുണ്ടെന്നേയുള്ളു. എന്നാലും വഴങ്ങിക്കൊടുത്തു.

മൂത്തവൾ പരീക്ഷയിൽ വിജയകരമായി പരാജയപ്പെട്ടു. ഇനി ആരും ബി എഡിനു പോകുന്ന കാര്യം പറഞ്ഞു നിർബ്ബന്ധിക്കില്ലല്ലോ എന്നവൾ സമാധാനിച്ചു. അപ്പോഴാണു പഴയൊരു പരിചയക്കാരൻ വഴി ഒരു വിവാഹാലോചന വന്നത്. പയ്യൻ റവന്യൂ വകുപ്പിൽ ഗുമസ്തനാണ്. ബി എക്കാരനാണ്. ഉയർച്ചയ്ക്കു വകുപ്പുണ്ട്. അച്ഛൻ മരിച്ചുപോയി. മൂത്ത ഒരു സഹോദരിയെ കെട്ടിച്ചയച്ചു. സാമാന്യം നല്ലനിലയിൽ ജീവിക്കുന്നു. അമ്മ മാത്രമേയുള്ളു കൂടെ. കേറിക്കിടക്കാൻ സ്വന്തമായൊരു വീടുണ്ട് എന്നല്ലാതെ വലിയ ഭൂസ്വത്തൊന്നുമില്ല. കേട്ടിടത്തോളം പരിഗണിക്കാമെന്നു തോന്നി. പക്ഷേ, തീരുമാനമെടുക്കേണ്ടത് അനുജനാണ്. അവർ പെണ്ണു കാണാൻ വരുമെന്നു പറഞ്ഞദിവസം എത്തണമെന്ന് അറിയിച്ചതനുസരിച്ച് അനുജനെത്തി. പയ്യനും അമ്മയും അളിയനും ഒരമ്മാവനും സഹോദരിയും പെണ്ണു കാണാനെത്തി. പൊതുവേ നല്ല ആൾക്കാരാണെന്നു തോന്നി. ഒരു കാര്യം അനുജൻ നേരത്തേ പറഞ്ഞിട്ടുണ്ട്. സ്ത്രീധനമെന്ന പേരിൽ കാശുകൊടുത്തുള്ള കല്യാണം വേണ്ട. ന്യായമായ ആഭരണമിടും, മിതമായ രീതിയിൽ സദ്യ. വേണമെങ്കിൽ തറവാട്ടു സ്വത്തുക്കളിൽ ഒരവകാശവും പറഞ്ഞുവയ്ക്കാം. ഇതൊക്കെ ആലോചന കൊണ്ടുവന്ന ആളോട് നേരത്തെ പറഞ്ഞിരുന്നതുകൊണ്ട് ചർച്ചയായില്ല. പോകാൻ നേരം പയ്യന്റെ അമ്മ അതു പരസ്യമായി പറയുകയും ചെയ്തു.

"എനിക്കിവളെ ഇഷ്ടപ്പെട്ടു. മരുമകളാക്കാനല്ല മകളാക്കാൻ. അതിനു പത്തു പൈസയും വേണ്ട. ഒരുപാടാഭരണമുണ്ടാക്കാൻ ശ്രമിക്കണ്ട. തറവാട്ടു സ്വത്തൊക്കെ പിന്നെ നോക്കാം. ആലോചിച്ച് താല്പര്യമുണ്ടെങ്കിൽ

താമസിയാതെ അങ്ങോട്ടുവരണം. അതാണല്ലോ രീതി."

അവർ തിരിച്ചുപോയപ്പോൾ അനുജൻ തന്നെ മോളെ വിളിച്ച് അഭിപ്രായം ചോദിച്ചു.

"അച്ഛനും കൊച്ചച്ഛനും ഇഷ്ടപ്പെട്ടെങ്കിൽ–"

അവൾ ചിരിച്ചുകൊണ്ട് അകത്തേക്കു കയറിപ്പോയി.

അങ്ങനെ ഒരുവിധം ഭംഗിയായി ആ കല്യാണം നടന്നു. അതു കാത്തിരുന്നതുപോലെ അകന്ന ബന്ധത്തിലുള്ള ഒരു പയ്യന് രണ്ടാമത്തെ മകളെ വിവാഹം കഴിച്ചാൽ കൊള്ളാമെന്ന് പയ്യന്റെ അച്ഛൻ നേരിട്ടു പറഞ്ഞു. അവന് ബാംഗ്ലൂരിൽ ഒരർദ്ധ സർക്കാർ കമ്പനിയിൽ എഞ്ചിനീയറിങ് വിഭാഗത്തിൽ ഭേദപ്പെട്ട ജോലിയുണ്ട്. കഴിഞ്ഞ അവധിക്കു നാട്ടിൽ വന്നപ്പോൾ പെൺകുട്ടിയെ കണ്ടിഷ്ടപ്പെട്ടു. വിവരം വീട്ടിൽ പറഞ്ഞിട്ടാണു പോയത്. മൂത്തവളുടെ വിവാഹം കഴിഞ്ഞിട്ടാകട്ടെയെന്നു കരുതി കാത്തതാണ്. അതുകേട്ട വഴി അനുജൻ പറഞ്ഞത് ആലോചിക്കാനൊന്നുമില്ല വാക്കു കൊടുക്കാമെന്നാണ്.

"എന്നാലും എടുപിടീന്നെങ്ങിനാ. ഒരു കല്യാണം കഴിഞ്ഞ ക്ഷീണമൊന്നു മാറട്ടെ." എന്നു പറയാനാണു തോന്നിയത്.

"എന്തു ക്ഷീണം. അതു വരും പോകും. നാലഞ്ചുമാസത്തെ അവധിവച്ച് പറഞ്ഞാൽ മതി. നമുക്കിതു നടത്താം. അണ്ണനോടു സമാധാനമായിട്ടിരിക്കാൻ പറ ചേട്ടത്തീ."

അനുജൻ ധൈര്യം തന്നു. അവരോട് ആറുമാസത്തെ അവധി ചോദിച്ചു. അവരതു സമ്മതിച്ചു. കൂട്ടത്തിൽ പറഞ്ഞു. "കല്യാണം ചുരുങ്ങിയ തോതിൽ മതി. കോവിലിൽ വച്ചാകണമെന്നാണവന്റെ ആഗ്രഹം. അത്യാവശ്യം വേണ്ടവരെ മാത്രം ക്ഷണിച്ചാൽ മതിയല്ലോ. അവളുടെ കൈയിലും കഴുത്തിലും ഇപ്പോൾ കിടക്കുന്നതിൽ കൂടുതൽ ആഭരണത്തിനും കാശുകളയണ്ട."

ആ വിവാഹം കൂടി കഴിഞ്ഞപ്പോൾ എന്തെന്നില്ലാത്ത ആശ്വാസം വേണ്ട വേണ്ട എന്നു പറഞ്ഞെങ്കിലും അനുജൻ രണ്ടുപേർക്കും അത്യാവശ്യം വേണ്ട ആഭരണമൊരുക്കിയിരുന്നു.

"എത്ര പവനുണ്ട്, എന്തു വിലയായി എന്നു ചോദിക്കെടീ."

എന്നു ചേട്ടത്തിയോടു ചോദിക്കുന്നതുകേട്ട് "എത്രയായാലെന്താ നമ്മുടെ പിള്ളാർക്കു തന്നല്ലോ." എന്നു പറഞ്ഞിറങ്ങിപ്പോയി. ആഴ്ചയിൽ ഒരു ദിവസമെങ്കിലും വരും; അമ്മയെ കാണാൻ. ചേട്ടത്തി എന്തെങ്കിലും സ്പെഷ്യൽ ഉണ്ടാക്കിക്കൊടുക്കും. ഇപ്പോൾ വീടുവരെ കാറുവരും. ഇടവഴിയൊക്കെ വെട്ടി വീതികൂട്ടി റോഡുപോലെയാക്കി തീർത്തു. അതു കല്ലുമല വരെയെത്തും. അവിടെനിന്നും പാറപൊട്ടിച്ചു കൊണ്ടുപോകാൻ വേണ്ടി ചെയ്തതാണ്. കുറച്ചു സ്ഥലം ഞങ്ങളും കൊടുത്തു. അതിപ്പോൾ നമുക്കും സൗകര്യമായി. ശേഖരന്റെ കാറിവിടെയെത്തും. ചിലപ്പോഴൊക്കെ അമ്മയെയും പിള്ളാരെയും കൂട്ടി ചെറിയ യാത്രകൾ നടത്തും. അവന്റെ

കല്യാണം കഴിഞ്ഞ ഉടൻ ചടയമംഗലത്തേക്കു മാറ്റം കിട്ടി. ഭാര്യക്കൊപ്പം അമ്മയേയും കൂട്ടി അവിടെ വീടെടുത്തു താമസിച്ചു. ഏതാണ്ടു നാലു കൊല്ലത്തോളം. അതുകഴിഞ്ഞു തിരുവനന്തപുരത്തായപ്പോൾ താമസം വീട്ടിലാക്കി. നേരത്തേ തന്നെ വീടിന്റെ അറ്റകുറ്റപ്പണികൾ തീർത്ത്, രണ്ടു കിടപ്പുമുറിയും വിശാലമായ വരാന്തയും തീർത്തിരുന്നു. അത്യാവശ്യം വേണ്ട വീട്ടുപകരണങ്ങൾ ഉണ്ടാക്കി. കിണറ്റിൽ മോട്ടോർ വച്ച് വെള്ളമെടുക്കാനും തുടങ്ങിയത് നന്നായെന്നു തോന്നി.

ശേഖരൻ കുടുംബനാഥനായി മാറിത്തുടങ്ങി. പിള്ളാരു മൂന്നായി. അവരുടെ വിദ്യാഭ്യാസാർത്ഥം തിരുവനന്തപുരത്ത് ശകലം സ്ഥലം വാങ്ങി ഒരു കെട്ടിടം വയ്ക്കണമെന്നുണ്ടായിരുന്നു. കാര്യം പറഞ്ഞപ്പോൾ അമ്മായി അപ്പൻ എതിർത്തു. "താമസം നാട്ടിൽമതി. ഞങ്ങൾക്കു പ്രായമായി വരുന്നു. മൂത്ത മരുമകൻ നെടുമങ്ങാട് അഡ്വക്കേറ്റാണെന്നു മാത്രമല്ല ഏറെ ഭൂസ്വത്തൊള്ള കുടുംബത്തിലെ അവകാശിയാണു താനും. ഇങ്ങോട്ടുവരാനും നോക്കാനും കഴിയില്ല. ഇവളുടെ ഇളയ പിള്ളാർ സ്കൂളിൽ പഠിക്കുന്ന പ്രായം. അതുകൊണ്ട് ഈ കുടുംബത്തിനു തന്നെ താങ്ങായി ഇവിടെ വേണം. കുട്ടികൾ വളരുമ്പോൾ ബോർഡിങ്ങിൽ ചേർത്തു പഠിപ്പിക്കാം, അതാണ് ഏറെ ഉത്തമം" പറയുക മാത്രമല്ല. അവർക്കു താമസിക്കാൻ ഒരു കെട്ടിടം, അവൾക്കിഷ്ടദാനമായി കൊടുത്ത പത്തേക്കർ പുരയിടത്തിൽ മദ്ധ്യഭാഗത്തായി നിർമ്മിക്കാൻ തുടങ്ങുകയും ചെയ്തു. പിന്നീട് താമസം അവിടെയായി. പറഞ്ഞതുപോലെ കുട്ടികളെ ബോർഡിങ്ങിൽ ആക്കുകയും ചെയ്തു. ആഴ്ചതോറും പോയി കാണും. അവധി ദിവസങ്ങളിൽ കൂട്ടിക്കൊണ്ടുവരും. പോകുന്ന വഴി ഇവിടെ ഇറങ്ങി അമ്മൂമ്മയെ കാണുന്നതു പതിവാണ്.

ഭാര്യയുടെ നാട്ടിൽ താമസമാക്കിയപ്പോൾ അവൻ ചുമ്മാതിരുന്നില്ല. ഊറ്റുള്ള ഭാഗത്ത് ഒരു കൊച്ചുകുളം കുത്തി, പമ്പുവച്ച്, പുരയിടത്തിന്റെ ഉയർന്നഭാഗത്ത് ഓവർ ഹെഡ് ടാങ്കുണ്ടാക്കി, പുരയിടത്തിൽ അത്യാവശ്യം എല്ലാ ഭാഗത്തും എത്തത്തക്കവിധം പൈപ്പിട്ട് ജലസേചനം സുഗമമാക്കി. കോർപ്പറേഷനിൽനിന്നും കമ്പോസ്റ്റു വളമിറക്കി തെങ്ങിന്റെ ചുവട്ടിൽ ഇട്ടു. പാഴ്മരങ്ങൾ മുറിച്ചുമാറ്റി. പുതിയ തെങ്ങിൻ തൈകൾ വച്ചു. അഞ്ചേക്കറോളം വരുന്ന റബ്ബറിന് കൂടുതൽ വളം നല്കി. പലയിനം വാഴകൾ ചിട്ടയായി നട്ടു. ചേനയും ചേമ്പും ഇഞ്ചിയുമൊക്കെ പരക്കെ കൃഷി ചെയ്തു. നെൽകൃഷി ചെയ്തു. നെൽകൃഷിക്ക് ചാണകം വേണമെന്നതുകൂടി പരിഗണിച്ച് നാലഞ്ചു നല്ല ജാതിപ്പശുക്കളെ വാങ്ങി പരിപാലിച്ചത് ലാഭകരമായ ഒരേർപ്പാടായിരുന്നു താനും. കൃഷിക്കാര്യങ്ങൾക്ക് പ്രത്യേകമായി ഒരാളെ നിയമിച്ചു. പണിക്ക് ആളെ കണ്ടെത്തുന്നതും, സമയാസമയം പണി ചെയ്യിക്കുന്നതും തെങ്ങുകൾക്കും മറ്റു കൃഷികൾക്കും യഥാസമയം വെള്ളം എത്തിക്കുന്നതുമൊക്കെ അയാളുടെ പണിതന്നെ.

നാടിന്റെ നാനാഭാഗത്തുനിന്നും ധാരാളം ചെറുപ്പക്കാർ ഗൾഫുരാജ്യ

ങ്ങളിലേക്കു ചേക്കേറി. കൊത്തപ്പണി അറിയാവുന്നവർക്കും ആശാരിമാർക്കും ഇലക്ട്രീഷ്യന്മാർക്കും വെൽഡർമാർക്കും കൂടുതൽ ജോലി സാദ്ധ്യതയുണ്ടായിരുന്നു. ഒന്നുമറിയാത്തവർക്കും പണികിട്ടി. തോട്ടം നനയ്ക്കാനും വീട്ടുകാവലിനും ആഫീസ് ബോയിയായും മറ്റും അടുക്കളപ്പണിക്കും ഗർഭിണികളെ ശുശ്രൂഷിക്കാനും അത്യാവശ്യം സ്ത്രീകളെയും ആവശ്യമായി വന്നു. നല്ല വിദ്യാഭ്യാസ യോഗ്യതയുള്ളവർക്ക് അതിനു തക്ക പണിയും ഉയർന്ന ശമ്പളവും. പണം ഒഴുകി വരുന്നതുപോലെയായി. പഴയ ചെറിയ വീടുകളുടെ സ്ഥാനത്ത് പുതിയ ബംഗ്ലാവുകൾ ഉയർന്നു. ഭൂമിക്ക് വിലയുയർന്നു. പൊതുനിരത്തിന്റെ വക്കത്ത് രണ്ടും മൂന്നും നില കെട്ടിടങ്ങൾ കെട്ടിപ്പൊക്കി. ഷോപ്പിങ് മാളുകളും റെസ്റ്റോറന്റുകളും ബാർ ഹോട്ടലുകളും ഉണ്ടായി. കല്യാണപ്പുരകളും മുസ്ലീം പള്ളികളും പുതുതായി നിർമ്മിച്ചു. തന്റെ കുട്ടിക്കാലത്ത് നാട്ടിൽ ഒന്നോ രണ്ടോ പേർക്കേ സവാരിക്കായി ഒറ്റക്കാളവണ്ടിയുണ്ടായിരുന്നുള്ളൂ. സ്വന്തമായി സൈക്കിൾ ഉള്ളവർ അംഗുലീപരിമിതം. ഇന്നതൊക്കെ മാറി. വില്ലുവണ്ടി കാണാനില്ല. നിരത്തിൽ സൈക്കിളും വിരളം. പകരം ടാക്സിയും സ്വന്തം ആവശ്യത്തിനും ധാരാളം കാറുകൾ. മോട്ടോർ സൈക്കിൾ തേരാപ്പാരാ ഓടുന്നു. തിരുവനന്തപുരത്തു ജോലിയുള്ള മിക്കവാറും ആളുകൾ ദ്വിചക്ര ശകടങ്ങളെ തന്നെയാണാശ്രയിക്കുന്നത്. അതുകൊണ്ട് അവിടവിടെ കാറിനും, മോട്ടോർ സൈക്കിളുകൾക്കും വേണ്ട വർക്കുഷാപ്പുകൾ ഉയർന്നുതുടങ്ങി. പലർക്കും പണിയായി. എങ്ങനെയും ഒരു വിസയ്ക്കുള്ള പണവും, അല്പം പരിശീലനവും കൂടി ആയാൽ അക്കരെ കടക്കാനൊരു വഴി എന്നേ കരുതിയിട്ടുണ്ടാവൂ.

മുൻപ് നാട്ടിൽ ഭേദപ്പെട്ട ഒരു കല്യാണം വന്നാൽ ഒരുമാസം മുൻപേ ശ്രമം തുടങ്ങേണ്ടിയിരുന്നു. പുരകെട്ടുകാരും, പാത്രം വാടകയ്ക്കു കൊടുക്കുന്നവരുമൊക്കെ രംഗത്തുവരുന്നതും താമസിച്ചുതന്നെ. അതുകൊണ്ട് പുരയിടത്തിൽ നില്ക്കുന്ന കമുകുകൾ വെട്ടി തൂണുനിർത്തി, മുളകൾ കൊണ്ടു കഴുക്കോലിട്ട്, തെങ്ങോല മെടഞ്ഞ് കൂരകെട്ടി, അലക്കിയ വെള്ള പുടവകൾ വാടയ്കയ്ക്കെടുത്ത് തട്ടും വശങ്ങളും വിതാനിച്ച്, കുടപ്പ ഓലയും കീരിപ്പന്നയും കുലവാഴകളും കെട്ടിമേനിയാക്കി, കല്യാണപ്പുര ഒരുക്കണം. നാട്ടിൽ കിട്ടാവുന്നിടത്തോളം വാർപ്പുകളും ചെമ്പുപാത്രങ്ങളും അടുക്കുചരുവവും മറ്റു പാത്രങ്ങളുമൊക്കെ ശേഖരിച്ചുവയ്ക്കണം. നല്ല പാചകക്കാരെ കണ്ടെത്തി ഏർപ്പാടാക്കണം. വിളമ്പാൻ ചെറുപ്പക്കാരെ പറഞ്ഞു വയ്ക്കണം. നാദസ്വര വിദഗ്ദ്ധനെയും കൊട്ടുകാരെയും കണ്ട് അച്ചാരം കൊടുത്തു നിർത്തണം. കല്യാണദിവസം പുര വിതാനിക്കാനും കല്യാണത്തിനും വേണ്ട പൂമാലകളും ഹാരവും പൂവുമൊക്കെ എത്തിക്കാൻ വേണ്ട ഏർപ്പാടുണ്ടാക്കണം. അങ്ങനെ ആയിരം കൂട്ടം കാര്യങ്ങളുണ്ട്. നാട്ടുകാരും അയൽക്കാരും ബന്ധുക്കളുമൊക്കെ സഹകരിക്കാനുണ്ടാവും. എങ്കിലും ഗൃഹനാഥനു വല്ലാത്ത ടെൻഷനാണ്. ഇന്നതുവേണ്ട.

കല്യാണമണ്ഡപം നേരത്തേ ബുക്കുചെയ്യണമെന്നേയുള്ളൂ. മറ്റ് അനുബന്ധ സൗകര്യങ്ങൾ ചെയ്തുതരാൻ ആൾക്കാരുണ്ട്. കല്യാണദിവസം പെൺകുട്ടിയെയും ബന്ധുക്കളെയും ഒക്കെക്കൂട്ടി, ഘനമുള്ള പണസഞ്ചിയും കക്ഷത്തിടുക്കി ചെന്നാൽ മതി. ബാക്കിയെല്ലാം അവിടെ ചിട്ടയായി ഒരുക്കിയിരിക്കും.

കാലം എന്തുമാത്രം മാറിപ്പോയിരിക്കുന്നു. ഈ വളർച്ച ജനായത്തഭരണം കൊണ്ടുണ്ടായതാണോ. ആണെന്നുതന്നെ പറയണം. രാജകീയഭരണകാലത്ത് വികസനം നഗരത്തെ ചുറ്റിപ്പറ്റി മാത്രമായിരുന്നു. നാട്ടിൻപുറത്തെ അദ്ധ്വാനിക്കുന്ന, അവശത അനുഭവിക്കുന്ന അനേകായിരങ്ങളെക്കുറിച്ചറിയാൻ അവസരം കിട്ടിയിരുന്നില്ല. അല്ലെങ്കിൽ ബോധപൂർവ്വം അവഗണിച്ചതുമാവാം. ഈ വളർച്ചയ്ക്കൊപ്പം നടന്നതുകൊണ്ട് ഒരത്ഭുതവും തോന്നിയില്ല. പക്ഷേ, നാടുവിട്ടുപോയി. ഇരുപതോ ഇരുപത്തിയഞ്ചോ വർഷം കഴിഞ്ഞെത്തുന്ന ഒരാൾ അമ്പരന്നുപോകും. ദ്വാരകയിൽനിന്നും മടങ്ങിയെത്തിയ കുചേലനെപ്പോലെ, ഒന്നും തിരിച്ചറിയാനാകാതെ, പരിചിതമുഖങ്ങൾ പോലും കാണാനില്ലാതെ അത്ഭുതത്തിൽ മുങ്ങി, കണ്ണുകൾ മുരടിച്ച്, ബുദ്ധിമരവിച്ചു നിന്നുപോകും. അത്രയ്ക്കുണ്ടു വ്യത്യാസം. എങ്ങനെയും കണ്ടും ചോദിച്ചും വീടണഞ്ഞാലോ. അവിടെയും അതുതന്നെ അവസ്ഥ. വീടുപുതുക്കി പണിഞ്ഞിരിക്കുന്നു. കതകു തുറന്ന് ഇറങ്ങിവന്ന സ്ത്രീയാര്. പോകുമ്പോൾ കീറിപ്പറിഞ്ഞ പഴന്തുണിയുടുത്ത്, ഒട്ടിയ കവിളും, ചുളുങ്ങിയ കൈകാലുകളുമായി യാത്രയാക്കിയ ആ അമ്മയാണോ ഇന്ന് അലക്കിയുണക്കിയ നല്ല വസ്ത്രങ്ങൾ ധരിച്ച്, കൊഴുത്ത കൈത്തണ്ടകളോടെ, തുടുത്ത മുഖത്തോടെ, കൈയിലും കഴുത്തിലും അത്യാവശ്യം സ്വർണ്ണാഭരണങ്ങളണിഞ്ഞിരിക്കുന്ന ഈ പ്രൗഢവയസ്ക. ആകെ സംശയിച്ചു നിന്നു ഒരു നിമിഷം. 'മോനേ' എന്നവർ വിളിച്ചപ്പോൾ ആശ്വാസമായി. ഇത് ഒരിടത്തല്ല പലേടത്തും അനുവർത്തിക്കുന്ന ചരിത്രം തന്നെ. കാലംപോയ പോക്കേ. അല്ല തനിക്കും പ്രായമായല്ലോ.

ഇളയ മകൾ, അവളുടെ കൊച്ചച്ഛനെ ബുദ്ധിമുട്ടിക്കണ്ടായെന്നു തന്നെ തീരുമാനിച്ചു. പത്താം ക്ലാസിൽ ഫസ്റ്റ് ക്ലാസിൽ പാസായവൾ, പ്ലസ്ടുവിനു കഷ്ടിച്ചു പാസ്. ഉന്നത വിദ്യാഭ്യാസത്തെ ചൊല്ലി ആരും തലപുണ്ണാക്കിയില്ല. അവൾ ബി എയ്ക്കു പകരം ടി ടി സി സ്വയം തെരഞ്ഞെടുത്തു. അതുകഴിഞ്ഞാൽ ജോലികിട്ടും. മാനേജ്മെന്റ് സ്കൂളുകൾ കുമിളുപോലെ പൊടിച്ചുവരുന്നു. ന്യായമായ ഒരു തുക കൊടുക്കണം. എന്നാലെന്ത് പറയുന്നിടത്ത് ജോലി. കൂടെക്കൂടെയുള്ള സ്ഥലംമാറ്റവുമില്ല. വീട്ടുകാര്യം നോക്കാൻ ധാരാളം സമയം മിച്ചം. ഈ ന്യായവാദങ്ങളൊക്കെ കേട്ടപ്പോൾ ശേഖരനും പറഞ്ഞു. "നീയൊരു ബുദ്ധിശാലി തന്നെ. ഇക്കാലത്ത് ബി എയോ എം എയോ എം എസ് സിയോ ഒക്കെ പാസായിട്ടു

കാര്യമില്ല. ബി എഡ് അഡ്മിഷനു തന്നെ കൊടുക്കണം ലക്ഷങ്ങൾ. ജോലിക്ക് അതിലേറെ. ഇതുതന്നെ കൊള്ളാം. ജോലിയായാൽ ആരെങ്കിലും വന്നു താലികെട്ടിക്കോളും. നിന്റെ കൂടെ പഠിച്ചവൻ പഠിച്ച് കോളേജിലോ സ്കൂളിലോ ഉദ്യോഗസ്ഥയായി വരുമ്പോഴേക്കും നിനക്കു രണ്ടു പിള്ളാരെങ്കിലും കാണും. ചേട്ടത്തീ ഇവൾക്കെന്തെങ്കിലും സ്പെഷ്യൽ ഉണ്ടാക്കിക്കൊടുക്കണം. മിടുക്കി." ഞാനതു കേട്ടു ചിരിച്ചു. പഠിക്കാത്തതിന് അവളെ വഴക്കു പറയുമെന്നാണു കരുതിയത്. അതുണ്ടായില്ല. പോട്ടെ അർഹിക്കാത്തതൊന്നും ആശിച്ചിട്ടു കാര്യമില്ല. അല്ലെങ്കിലും വലിയ മോഹങ്ങളൊന്നുമില്ലാത്ത കുട്ടിയാണ്. അവളുടെ ജീവിതം അവൾ തന്നെ കണ്ടെത്തി. നന്നായി. ടി ടി സി പഠനത്തിന് വലിയ ചെലവൊന്നും ഉണ്ടായില്ല. കൃത്യമായി ബസെത്തും. വിദ്യാർത്ഥികൾക്ക് പകുതി ചാർജ്ജു കൊടുത്താൽ മതി. ഉച്ചയ്ക്കു കഴിക്കാനുള്ളതു കൈയിൽ കരുതും. ഭാരിച്ച ഫീസുമില്ല. ഫൈനൽ പരീക്ഷ കഴിഞ്ഞെത്തിയ ദിവസം അവൾ ദീർഘമായൊന്നു നിശ്വസിച്ചു.

അച്ഛനുള്ളപ്പോൾ തന്നെ പാട്ടം കൊടുത്തിരുന്ന നിലവും പുരയിടങ്ങളുമെല്ലാം കിട്ടിയ വിലയ്ക്കു കൊടുത്തു തീർത്തു. പാട്ടക്കാർ സമയാസമയം നെല്ലെത്തിക്കാത്തതും കിട്ടുന്ന നെല്ലുതന്നെ വിറ്റുതീർക്കാനും അരിയാക്കാനുമുള്ള ബദ്ധപ്പാടുമൊക്കെ വല്ലാതെ അരിശം കൊള്ളിച്ചിരുന്നു. പാട്ടക്കാർ തന്നെ നേരിട്ടും പകരക്കാരെവച്ചും വിലപേശി വസൂലാക്കി. ശേഷിച്ചത് മഠവും രണ്ടേക്കറോളം പുരയിടവുമാണ്. അച്ഛന്റെ മരണശേഷം തിരുവനന്തപുരത്തുനിന്നും ആരും വന്നു താമസിക്കാതെയായി. അതുകൊണ്ട് സ്കൂളിലെ സംഗീതാദ്ധ്യാപകനായ ബ്രാഹ്മണനും കുടുംബത്തിനും വാടകയ്ക്കു കൊടുത്തു. ഒന്നു രണ്ടു മുറികളിലായി വീട്ടുപകരണങ്ങൾ ഒതുക്കിവച്ചു. പുരയിടത്തിൽ കായ്ക്കുന്ന തണ്ടുകളും കമുകുകളും പുളി, മാവ്, പ്ലാവ് തുടങ്ങിയ മരങ്ങളും ഉണ്ടായിരുന്നു. അതൊക്കെ നോക്കി നടത്തുന്ന ബാദ്ധ്യതയും ഏറ്റെടുത്തു. ഹരിയണ്ണൻ വല്ലപ്പോഴും വരും. വീടിന്റെ വാടകയും തേങ്ങയും പാക്കുമൊക്കെ വിറ്റ കാശും കൊടുത്തയയ്ക്കുമ്പോൾ മനസ്സമാധാനം കിട്ടുന്നു. ഇതെല്ലാം കൈകാര്യം ചെയ്യുന്നതു രാധ തന്നെ. കൂടാതെ രണ്ടു മൂന്നു തെങ്ങോറ്റിയും മേടിച്ചിരുന്നു. അതൊന്നും തന്നോടു പറഞ്ഞിട്ടില്ല. ഇളയമകൾ പഠിത്തം കഴിഞ്ഞു വീട്ടിൽ നിന്നപ്പോൾ കൃഷി നടത്തിക്കാനും, ആദായം എടുക്കാനും ആയതു വിറ്റതു കാശാക്കാനുമെല്ലാം ധാരാളം സമയം ലഭിച്ചു. മരുമകളെ ചുമതലകൾ ഏല്പിക്കാൻ വയ്യാതെയായി. അവൾ നിന്ന നിലയ്ക്ക് അവളുടെ വീട്ടിലേക്കിറങ്ങിപ്പോകും ഏറെ ദൂരെയല്ല. അവിടെ അവൾക്കു നല്ല സ്വീകരണം കിട്ടാറുണ്ടത്രേ. രണ്ടു സഹോദരന്മാർക്ക് ഏക സഹോദരി. അമ്മ വേണ്ട നല്ല ഗുണങ്ങളൊന്നും പഠിപ്പിച്ചിട്ടുമില്ല. അവളുടെ അവകാശത്തിൽ കിട്ടിയ പുരയിടത്തിൽ നിന്ന പാഴ്മരങ്ങളും കായ്മരങ്ങളുമെല്ലാം വെട്ടിവിറ്റ്, റബ്ബർ വച്ചു. സഹോദരന്മാർക്ക്

അന്നതു സുഖിച്ചില്ല, എങ്കിലും ഇപ്പോൾ പറയുന്നത് അവൾ ചെയ്ത ധീരകൃത്യമെന്നാണ്. പത്തിരുപതു ഷീറ്റു കിട്ടുന്നുണ്ട്. അതെല്ലാം ഭർത്താവിനെ പറഞ്ഞയച്ച് സൈക്കിളിൽ വച്ചുകെട്ടി റബ്ബർ കടയിൽ എത്തിക്കും. വില്ക്കുന്നതും കാശുമേടിക്കുന്നതും അവൾ നേരിട്ടുതന്നെ. റബ്ബർ വെട്ടുന്നവർക്കു ശമ്പളം കൊടുക്കുന്നതും, ആസിഡ്, ചിരട്ട, കത്തി തുടങ്ങിയ സാധനങ്ങൾ വാങ്ങിക്കുന്നതും നേരിട്ടുതന്നെ. വീട്ടാവശ്യത്തിനോ, ഭർത്താവിനു കൈച്ചെലവിനോ പത്തുപൈസ എടുക്കില്ല. ചോദിച്ചാൽ പറയും.

"അമ്മാവന്റെ കാലശേഷം ഈ പിള്ളാരെ വളർത്താനും പഠിപ്പിക്കാനുമൊക്കെ വല്ലതും കരുതിവച്ചാലല്ലേ ഒക്കൂ. ഈ മനുഷ്യൻ വിചാരിച്ചാൽ നടക്കുമോ." അമ്മാവി ഇതൊന്നും കണ്ടതായും കേട്ടതായും ഭാവിക്കാറില്ല. കാരണം മരുമകളോടു സംസാരിച്ചു ജയിക്കാൻ പ്രയാസം തന്നെ.

ഒരു ദിവസം പഴയ സുഹൃത്ത് അന്വേഷിച്ചു വന്നു. ആദ്യകാലത്ത് കോൺഗ്രസിലും പിന്നീട് പി എസ് പിയിലും തനിക്കു തുണയായി, സന്തത സഹചാരിയായി പ്രവർത്തിച്ചിരുന്ന അനുയായി. നമ്മുടെ മന്ത്രിസഭയൊക്കെ വന്നപ്പോൾ ചെറിയ ഒരാഗ്രഹം പറഞ്ഞു. ഞാനതു സാറിനോടു പറഞ്ഞു സാധിച്ചുകൊടുത്തു. അങ്ങനെ ഒരു പ്രൈമറി സ്കൂളിന്റെ ഉടമസ്ഥനായി. പാർട്ടി ആഫീസിലേക്കുള്ള വരവു കുറഞ്ഞപ്പോൾ കാരണം തെരക്കി. "വേണ്ടാത്ത കാര്യമായിപ്പോയി. ഇപ്പോൾ തുപ്പാനും വിഴുങ്ങാനും വയ്യാത്ത അവസ്ഥ. ഏതായാലും വിഴുങ്ങാൻ തന്നെ തീരുമാനിച്ചു. അതിന്റെ ഓട്ടത്തിലാ. കെട്ടിടം കെട്ടാനും ബഞ്ചും മറ്റുമുണ്ടാക്കാനും ചില്ലറയൊന്നും പോരാ. ഇതൊന്നു നേരേ ആക്കിയാൽ പിന്നെ കൂടെ കാണും." പിന്നീടതു മിഡിൽ സ്കൂളായി, തുടർന്നു ഹൈസ്കൂളായി. കുട്ടികളെ ആകർഷിക്കാൻ സർക്കാർ സ്കൂളിലില്ലാത്ത എന്തൊക്കെയോ ഒപ്പിച്ചു. കുട്ടികൾ കൂടി, അദ്ധ്യാപകർ കൂടി. നിയമനത്തിനു ലക്ഷങ്ങളുടെ വിലയായി, കൂടെ ഒരു ചിട്ടിക്കമ്പനിയും. ഇപ്പോൾ ഒരു പക്കാ മുതലാളിയുടെ ചേല്, അദ്ദേഹത്തെ സാദരം സ്വീകരിച്ചിരുത്തി. ചായവേണമെന്ന് അകത്തേക്കു വിളിച്ചു പറഞ്ഞു.

"പഞ്ചസാര വേണ്ടല്ലോ അല്ലേ."

"അതെന്താ അങ്ങനെ ചോദിച്ചത്."

"നിങ്ങളെപ്പോലുള്ള മുതലാളിമാർക്കതു നിഷിദ്ധം."

"കാര്യം ശരിതന്നെ. ഒരല്പം ഷുഗർ ഉണ്ട്." ചിരിച്ചു.

"എന്താ ഇതുവഴിയൊക്കെ." ലോഹ്യം ചോദിച്ചു.

"കൃഷ്ണനെ കണ്ടു തൊഴുതു. കൂട്ടത്തിൽ മാധവൻകുട്ടിയെയും ഓർത്തു."

"എന്റെ ഭാഗ്യം. സ്കൂളൊക്കെ നന്നായി പോകുന്നുണ്ടല്ലോ അല്ലേ."

"കുഴപ്പമില്ല. ങാ, മാധവൻകുട്ടിയുടെ ഇളയമകൾ കോളേജിൽ പോകാതെ റ്റി റ്റി സിക്കു പോയി പാസായെന്നു കേട്ടു. നമുക്കവളെ നമ്മുടെ സ്കൂളിൽ നിയമിച്ചാലോ."

"അതുവേണ്ട ആശാനേ. തരാൻ കാശുണ്ടാവില്ല."

"കാശാരു ചോദിച്ചു. ഞാനൊന്നും മറന്നിട്ടില്ല മാധവൻകുട്ടീ, എനിക്കുപകരം ചെയ്യാൻ കിട്ടിയ അവസരമെന്നു കരുതിയാൽ മതി."

"അതുകൊണ്ടു തന്നെയാണു വേണ്ടെന്നു പറഞ്ഞത്. ഞാൻ നാട്ടിനും നാട്ടാർക്കും ചെയ്തതൊന്നും തിരിച്ചുകിട്ടാൻ വേണ്ടിയല്ല. അങ്ങനെയെങ്കിൽ എനിക്കെന്തൊക്കെ നേടാമായിരുന്നു. ഏതുനിലയിൽ എത്താമായിരുന്നു."

"മാധവൻകുട്ടി തെറ്റിദ്ധരിക്കരുത്. അവളവിടെ ചേരണമെന്നത് എന്റെ ആഗ്രഹമാണ്. തുക ഞാൻ ശമ്പളത്തിൽനിന്നും ക്രമേണ പിടിച്ചോളാം. അവിടെ ഇരുന്നുകൊണ്ടവൾക്ക് ഡിഗ്രിയെടുക്കാം പ്രൈവറ്റായിട്ട്. ബി എഡിനു പോകാം. അതുകഴിഞ്ഞാൽ ഹെഡ്മിസ്ട്രസു വരെയാകാം."

"എന്നാലും എനിക്കെന്തോ–"

ചായ കൊണ്ടുവന്നത് മകളാണ്. തിരിഞ്ഞുപോകാൻ ഭാവിച്ച മകളെ തടഞ്ഞുകൊണ്ടു പറഞ്ഞു.

"ഞാൻ ബി കെ പി ഹൈസ്കൂളിന്റെ മുതലാളിയാണ്. അച്ഛന്റെ പഴയ സുഹൃത്ത്. നീയീ ഫാറമൊന്നു വായിച്ചു പഠിക്ക്. എന്നിട്ടതു ഒപ്പിട്ട് എനിക്കെത്തിക്കണം. അച്ഛനോടൊന്നും ആലോചിക്കാൻ നില്ക്കണ്ട. ഒന്നാം തീയതി മുതൽ നീയാ സ്കൂളിലെ അദ്ധ്യാപികയാണ്."

ഒരു ഫാറമെടുത്തു നീട്ടി. അവളതു കൈപ്പറ്റി തൊഴുതു. അദ്ദേഹം ചായ കുടിച്ചെണീറ്റു.

"താമസിയാതെ ഞാൻ വരാം മാധവൻകുട്ടീ. കുറെ നേരമിരുന്നു പഴയ കഥകൾ പറയാം. ഇന്നല്പം ധൃതിയുണ്ട്. കാറ് ക്ഷേത്രനടയിൽ കിടക്കുന്നു. മോളേ നിന്നെ കാണാൻ മാത്രം വന്നതാ. ഉപേക്ഷ കാണിക്കരുത് കേട്ടല്ലോ."

തിരിച്ചിറങ്ങി നടന്നു. കൂടെ കുറച്ചു ദൂരം നടന്ന് അദ്ദേഹത്തെ യാത്രയാക്കി തിരിച്ചുവന്നു.

കൈയിൽ കിട്ടിയ കടലാസിൽ ഉറ്റുനോക്കി മകൾ മുറിയിൽത്തന്നെ നില്ക്കുന്നതു കണ്ടു. അവൾക്കെന്തോ പറയാനുള്ളതുപോലെ.

"നീയെന്താ പന്തം കണ്ട പെരുച്ചാഴിയെപ്പോലെ നില്ക്കുന്നത്. കാര്യം മനസ്സിലായില്ലേ."

"പക്ഷേ, അച്ഛനതത്ര ഇഷ്ടപ്പെട്ടില്ലെന്നു തോന്നി."

"മോളേ. ഇയാൾക്കീ സ്കൂൾ മേടിച്ചു കൊടുത്തതു ഞാനാണ്. അതിനു പ്രത്യുപകാരം ചെയ്യാനുള്ള ശ്രമമാണ്. അതു സ്വീകരിക്കുന്നത് മര്യാദയാണോ."

"എങ്കിലും തള്ളിക്കളയണോ. വീടിനടുത്തുള്ള സ്കൂൾ. പതിനഞ്ചു മിനിട്ടു മതി നടന്നെത്താൻ. മറ്റെവിടെയെങ്കിലും അന്വേഷിച്ചു പിടിക്കാൻ സമയമെടുക്കും. ഇതാണെങ്കിൽ അതുവേണ്ട. ഒരുകാര്യം ചെയ്താലോ;

കൊച്ചച്ഛനോടു പറഞ്ഞ് എന്താന്നുവച്ചാൽ കൊടുപ്പിക്കാം. അതുപോരേ."

"ഏതായാലും നീയാ ഫാറം പൂരിപ്പിച്ചു കൊടുക്ക്. തീരെ നിഷേധിച്ചെന്നു വേണ്ട. ബാക്കി ആലോചിച്ചു ചെയ്യാം."

പറഞ്ഞതുപോലെ അടുത്തമാസം ഒന്നാം തീയതി മുതൽ അവൾ അദ്ധ്യാപികയായി പോയിത്തുടങ്ങി. ഞാനതു മുടക്കുമോയെന്നു രാധ ഭയപ്പെട്ടിരുന്നതുപോലെ പിന്നീടു സംസാരത്തിൽ പറഞ്ഞു. മകളുടെ സന്തോഷമാണല്ലോ വലുത്. ഹരിയണ്ണന്റെ മകൾക്ക് ഏജീസ് ആഫീസിൽ ജോലികിട്ടി. ഇളയ ആൺമക്കൾ പഠിക്കുന്നേയുള്ളൂ. പണ്ടേ എന്തൊക്കെയോ രോഗങ്ങളും പേറി നടന്ന ചേട്ടത്തി പെട്ടെന്നു മരിച്ചു. ഹരിയണ്ണൻ ഒറ്റപ്പെട്ടതുപോലെയായി. രാജി നേരത്തേ കണ്ടും കേട്ടും അമ്മയെ സഹായിക്കുകയും അച്ഛന്റെയും അനുജന്മാരുടെ കാര്യങ്ങളിൽ ശ്രദ്ധിക്കയും ചെയ്തിരുന്നതുകൊണ്ട് വലിയ ബുദ്ധിമുട്ടുണ്ടായില്ല. എന്നാൽ രാജിക്കൊരു കല്യാണാലോചന വന്നപ്പോൾ ഞെട്ടിപ്പോയി. നല്ല പയ്യൻ. ബാങ്കു മാനേജർ. തള്ളിക്കളയാൻ തോന്നിയില്ല. കണക്കു കൂട്ടിയപ്പോൾ താങ്ങാൻ വയ്യാത്ത ബാദ്ധ്യതവരും. ചിറ്റപ്പനോ മറ്റോ ചോദിച്ചത്രേ. നാട്ടിലെ വീടും പുരയിടവും വെറുതെ കിടക്കുകയല്ലേ വിറ്റുകൂടേയെന്ന്. അതുപറഞ്ഞപ്പോൾ ഹരിയണ്ണന്റെ കണ്ണുനിറഞ്ഞു. പക്ഷേ, എനിക്കും അതേ പറയാനുണ്ടായിരുന്നുള്ളൂ. അവിടെയും ഇവിടെയുമായി കിടന്ന നിലവും പുരയിടവുമൊക്കെ വിറ്റു കിട്ടിയതൊന്നും അടുത്ത തലമുറയ്ക്കായി അച്ഛൻ ബാക്കി വച്ചിരുന്നില്ല.

പേരുകേട്ട താഴത്തുമഠം പൊളിച്ചുവിറ്റു. വസ്തു തുണ്ടു തുണ്ടായി ആവശ്യക്കാർക്കു വിറ്റു കാശുമാറി. തനിക്കും അനിയനും പകുതി മാറ്റി വയ്ക്കണമെന്നു പറഞ്ഞെങ്കിലും ഞങ്ങളതു സ്വീകരിച്ചില്ല. രാധയ്ക്കു കാര്യാന്വേഷണം നടത്താൻ ഒരു പുരയിടം നഷ്ടപ്പെട്ട സങ്കടമേ അവശേഷിച്ചുള്ളൂ. രാജിയുടെ കല്യാണം ഭംഗിയായി നടന്നു. ബ്രാഹ്മണ കല്യാണമല്ലേ, സ്ത്രീധനമായിട്ടും ആഭരണമായിട്ടും വീട്ടുസാധനങ്ങളായിട്ടും ഏറെ പണം ചെലവായി. നാലുദിവസം ആഘോഷവും സദ്യയും. ഞാനും അനുജനും കൂടെനിന്നു.

മൂത്തമരുമകനാണ് മോൾക്കൊരു വിവാഹാലോചന കൊണ്ടുവന്നത്. റിസർവ്വു ബാങ്കിലെ ഒരു ജൂനിയർ ആഫീസർ. തിരുവനന്തപുരത്തേക്കു മാറ്റംകിട്ടി വന്നതാണ്. വിവാഹത്തെപ്പറ്റി ആലോചിക്കാൻ ഇതുവരെ സമയം കിട്ടിയില്ലപോലും. നിർബ്ബന്ധിക്കാൻ തക്ക ബന്ധുക്കളുമില്ല. അച്ഛനും അമ്മയുമൊക്കെ മരിച്ചു. മൂത്തസഹോദരി ഭർത്താവിന്റെ കൂടെ മദ്രാസിൽ താമസം. വീട് കൊട്ടാരക്കരയ്ക്കടുത്താണ്. കുറച്ചുപുരയിടമൊക്കെയുണ്ട്. ഒരാളെ നോക്കാൻ ഏല്പിച്ചിട്ടുണ്ടെന്നു മാത്രം. പെണ്ണുകാണാൻ വന്നത് ചില സഹഉദ്യോഗസ്ഥരുമൊത്താണ്. ശരിയാകുന്നെങ്കിൽ ചേച്ചിയേയും മറ്റും ഉപദ്രവിച്ചാൽ മതിയല്ലോ എന്നാണ് പറഞ്ഞത്.

പരസ്പരം ഇഷ്ടപ്പെട്ടു കല്യാണം ക്ഷേത്രത്തിലോ മറ്റോവച്ച് ചെറിയ തോതിൽ മതി. അയാൾ പട്ടണത്തിൽ നല്ലൊരു റിസപ്ഷൻ ഏർപ്പാടാക്കുന്നുണ്ട്. ബന്ധുക്കളായി വരാൻ അധികം ആളുകൾ ഉണ്ടാവില്ലത്രേ. ശേഖരനും നന്നേ ഇഷ്ടപ്പെട്ടു. താമസിയാതെ കല്യാണം നടന്നു. നാട്ടിലും ചടങ്ങുകൾക്ക് ലോപം വരുത്തിയില്ല. അവസാനത്തെ കല്യാണമല്ലേ എന്നാണു ശേഖരനും പറഞ്ഞത്.

പന്ത്രണ്ട്

ഓരോന്നോരോന്നായി ഇങ്ങനെ ഓർത്തു കിടന്നതു കൊണ്ടാവണം വേദനയറിയാതെ പോയത്. കുടിക്കാൻ കട്ടിൽ തലയ്ക്കൽ വെള്ളം വച്ചിട്ടുണ്ട്. അടുത്തുതന്നെ ആപ്പിളും ഓറഞ്ചും കുരുവില്ലാത്ത മുന്തിരിയുമൊക്കെ കരുതിവച്ചിരിക്കുന്നു. വിശപ്പു തോന്നുന്നെങ്കിൽ അതെടുത്തു കഴിക്കാം. മറ്റെന്തെങ്കിലും ആവശ്യമെങ്കിൽ കാളിങ് ബല്ലിന്റെ സ്വിച്ചമർത്തിയാൽ മതി. ഏതു സമയത്താലും രണ്ടിലൊരാൾ ഓടിയെത്തും. കഴിയുന്നത്ര അവരെ ശല്യപ്പെടുത്താറില്ല. കഷ്ടിച്ച് എണീറ്റു നടക്കാവുന്നതേയുള്ളു. പക്ഷേ, അങ്ങനെ ചെയ്യരുതെന്നു ഡോക്ടറും മോളും മരുമോനും നിഷ്കർഷിച്ചിട്ടുണ്ട്. വീണുപോയാൽ പെട്ടുപോകും. സൂക്ഷിക്കണം എന്നാണ് എല്ലാവരും പറയുന്നത്. എന്തെങ്കിലും സംഭവിച്ചാലും അവർക്കു തന്നല്ലോ പാട്.

ജീവിതം ഓളങ്ങളില്ലാത്ത തടാകംപോലെ സ്വച്ഛമായി ഒഴുകുകയായിരുന്നു. പാർട്ടി ആഫീസും നിശ്ചലാവസ്ഥയിൽത്തന്നെ. വല്ലപ്പോഴും പോയി കുറച്ചുനേരം ഇരിക്കും. കയറി വരുന്നവരുമായി സംസാരിക്കും. ഉച്ചയോടെ തിരിച്ചുപോരും. പത്രത്തിന്റെ കാര്യത്തിലും ഉൽക്കണ്ഠയില്ല. ഓരോ പ്രദേശങ്ങളിൽ അവിടെ താല്പര്യമുള്ള ഏജന്റുമാർക്കു വീതിച്ചു കൊടുത്തു. ഇവിടത്തെ പത്രം ബസിൽ വരും. അതെടുത്തു പിള്ളാർ വിതരണം ചെയ്യും. മേൽനോട്ടം രണ്ടാമത്തെ മകന്. അച്ഛന്റെ മഠവും പുരയിടവുമൊക്കെ വിറ്റുപോയതുകൊണ്ട് വല്ലപ്പോഴുമുള്ള മേൽനോട്ടവും നഷ്ടപ്പെട്ടു. ഇതിനിടെ നിത്യരോഗിയായിരുന്ന ഇളയമകൻ മരിച്ചുപോയി. ഒരു കണക്കിനതു നന്നായിയെന്നേ നാട്ടുകാർ പറഞ്ഞുള്ളു. എങ്കിലും നൊന്തുപെറ്റ അമ്മ കുറെ ദിവസം സങ്കടപ്പെട്ടു. ക്രമേണ അതു മറന്നു.

ഭർത്താവുമൊത്തു തിരുവനന്തപുരത്തു താമസമാക്കിയിരുന്ന മകൾ

സ്കൂളിൽ പോയിട്ടു മടങ്ങുമ്പോൾ കൂടെക്കൂടെ വീട്ടിൽ കയറും. അതൊരാശ്വാസം ആയിരുന്നു. ഒരു ഞായറാഴ്ച ഇരുവരും കൂടി വന്നു. ഒരു പ്രത്യേക ദൗത്യം ഏല്പിക്കാനാണെന്നു പിന്നീടാണറിഞ്ഞത്. ജങ്ഷനിൽനിന്ന് മോളുടെ സ്കൂളിലേക്കുള്ള വഴിയിൽ അധികം ദൂരെയല്ലാതെ ഒരു മുപ്പതു സെന്റ് പുരയിടം വില്ക്കാനുണ്ടത്രേ. നിരന്ന ഭൂമിയാണ്. വീടോ കടയോ വയ്ക്കാൻ കൊള്ളാം. അതൊന്നു പോയി നോക്കണം. തരപ്പെട്ടാൽ മേടിച്ചിടാം. കൊട്ടാരക്കരയുള്ള പഴയവീടും പുരയിടവും വിറ്റാൽ ഭേദപ്പെട്ട വില കിട്ടും. പോയിനോക്കാനാവാതെ, പറയത്തക്ക ആദായമില്ലാതെ അതവിടെ കിടന്നിട്ടും കാര്യമില്ല. ആ കാശുമതി ഇവിടെ സ്ഥലം വാങ്ങി വീടുവയ്ക്കാൻ. തിരുവനന്തപുരത്തെ വാടകവീടു വിട്ട് ഇവിടെ താമസമാക്കിയാൽ പലനേട്ടവും ഉണ്ടത്രേ. മോളുടെ ബസുയാത്ര ഒഴിവാക്കാം. വാടക ലാഭിക്കാം. അത്രയും കാശു വേണ്ട തിരുവനന്തപുരത്തേക്കു കാറിൽ പോയിവരാൻ. ഇപ്പോൾ ആഫീസു കാര്യങ്ങൾക്ക് ടൂർ ഉള്ളപ്പോൾ മോള് തനിച്ചാണ്. അതും ഒഴിവാക്കാം. തനിക്കെങ്കിലും കൂടെ നില്ക്കാമല്ലോ. കേട്ടപ്പോൾ നല്ല കാര്യമെന്നേ തോന്നിയുള്ളു. സ്ഥലം പോയി കണ്ടു. നന്നേ ഇഷ്ടപ്പെട്ടു. വീട് പുറകിലേക്ക് ഒതുക്കിവച്ചാൽ ഭാവിയിൽ വേണമെന്നു തോന്നിയാൽ മുൻവശത്തു കടകെട്ടാം. നാട് വളരെ വേഗത്തിൽ വളരുകയാണ്. വസ്തു ഉടമസ്ഥന് അതുടനെ വിറ്റേ തീരൂ. ഒരു മകളുടെ കല്യാണം വന്നുമുട്ടി നില്ക്കുന്നു. വീടുവയ്ക്കണം, കട കെട്ടണമെന്നൊക്കെ കരുതി മേടിച്ചിട്ടതാണ്. ഒന്നും നടന്നില്ല. വലിയ വില പേശലിനൊന്നും മുതിർന്നില്ല. ന്യായമായ വിലയ്ക്ക് വാങ്ങാൻ തയ്യാറായി. ഇത്തരം സന്ദർഭങ്ങളിൽ അമ്മായി അച്ഛൻ സാമ്പത്തികമായി സഹായിക്കേണ്ടതാണ്. ഒരു നിബന്ധനയുമില്ലാതെ മകളെ വിവാഹം ചെയ്തതാണ്. ഈ വസ്തു മേടിച്ചുകൊടുക്കേണ്ട ബാദ്ധ്യതയുണ്ട്. പക്ഷേ, എങ്ങനെ അതിനാകും. വേണമെങ്കിൽ വീടുവയ്ക്കാനുള്ള സ്ഥലം എഴുതിക്കൊടുക്കാം. അതെങ്ങനെ പറയും. തന്റെ മനോവിചാരവും വികാരവുമെല്ലാം മണത്തറിഞ്ഞതുപോലെ മരുമകൻ പറഞ്ഞു.

"അഡ്വാൻസു വേണമെങ്കിൽ ഇപ്പോൾ കൊടുക്കാം. അതിന്റെ കാര്യമുണ്ടെന്നു തോന്നുന്നില്ല. ഒരാഴ്ചയ്ക്കകം പ്രമാണം ചെയ്യാവുന്നതേയുള്ളു. അതിനുള്ള പണം കൈയിലുണ്ട്. അമ്മാവൻ പ്രമാണം മേടിച്ച് വിശ്വാസമുള്ള എഴുത്തുകാരനെ കാണിച്ച് മറ്റു ബാദ്ധ്യതകളില്ലെന്നു ഉറപ്പുവരുത്തണം."

"ഇത്ര ധൃതി പിടിക്കണോ. വീടുവയ്ക്കാൻ സ്ഥലമല്ലേ വേണ്ടൂ. നമുക്ക് മറ്റു വഴി ആലോചിച്ചാലോ."

"അമ്മാവൻ ഉദ്ദേശിച്ചതു മനസ്സിലായി. അതുവേണ്ട. ഇതു രമണിക്കു ഞാൻ കൊടുക്കുന്ന ഗിഫ്റ്റ്."

അടുത്ത ആഴ്ച തന്നെ പ്രമാണം നടന്നു. കൊട്ടാരക്കരയുള്ള പുരയിടത്തിന്റെയും വീടിന്റെയും കാര്യം നേരത്തെ പറഞ്ഞു വച്ചിരുന്നു എന്നു തോന്നി. അതു വിറ്റ് പണം ബാങ്കിലിട്ടു. അടുത്ത ആഴ്ച തന്നെ ഒരു

വാസ്തുശില്പിയെ കൂട്ടിവന്നു കെട്ടിടത്തിന്റെ രൂപരേഖയുണ്ടാക്കാൻ ഏർപ്പാടാക്കി. മുൻവശത്തു സ്ഥലം കഴിയുന്നത്ര ഒഴിവാക്കണമെന്ന തന്റെ ആവശ്യം അവർ ചിരിച്ചുകൊണ്ട് സമ്മതിച്ചു. "അമ്മാവനിവിടെ കടകെട്ട ണമെന്നാണാഗ്രഹം അല്ലേ. നല്ല കാര്യം തന്നെ. അധികം താമസമില്ല ഇവിടെയൊക്കെ ഷാപ്പുകൾ വന്നുനിറയും."

ആ എഞ്ചിനീയർ പറഞ്ഞു. ഞങ്ങൾ ആ വസ്തുവിൽ തന്നെ നിന്ന് ഓരോന്നു പറഞ്ഞുനില്ക്കേ, ശേഖരൻകുട്ടി അവിടെ വന്നു. അവൻ ചുറ്റി നടന്നുകണ്ടു. തിരിച്ചു വന്നപ്പോൾ എഞ്ചിനീയറെ പരിചയപ്പെടുത്തി.

"ഇദ്ദേഹമുള്ളപ്പോഴാണോ എന്നെ ബുദ്ധിമുട്ടിച്ചത്." അദ്ദേഹം ചിരിച്ചു കൊണ്ടു ചോദിച്ചു.

"പള്ളി വേറെ പാതിരി വേറെ." ശേഖരൻകുട്ടി പറഞ്ഞു.

"ഇതു നിങ്ങളുടെ തൊഴിലാണ്. കൂലി ചോദിച്ചു മേടിക്കാം. ഞാനി തൊക്കെ ചെയ്താൽ പത്തുപൈസ കിട്ടുമോ."

പിന്നീടവർ വയ്ക്കാൻ ഉദ്ദേശിക്കുന്ന വീടിന്റെ രൂപവും ഭാവവു മൊക്കെ ചർച്ച ചെയ്തു. എത്ര ബെഡ് റൂം വേണം, വരാന്ത എങ്ങനെ വേണം, കാർപോർച്ച് എവിടെയായിരിക്കണം. ഡ്രായിങ് റൂം, ഡൈനിങ് റൂം, ഗസ്റ്റ് റൂം, അടുക്കള, സ്റ്റോർ, വർക്ക് ഏരിയ, ഏണിപ്പടി, കിണറ് എല്ലാം ആലോചിച്ചുറപ്പിച്ചു. താമസിയാതെ പ്ലാനും എസ്റ്റിമേറ്റുമൊക്കെ എത്തി ച്ചുതരാമെന്നും പഞ്ചായത്തിൽനിന്നും അനുമതി ലഭ്യമാക്കണമെന്നും പറ ഞ്ഞാണു പിരിഞ്ഞത്. കാര്യങ്ങൾ ധൃതഗതിയിൽ നീങ്ങി. നിർമ്മാണച്ചു മതല ആ എഞ്ചിനീയറെ തന്നെ ഏല്പിച്ചു. അവർക്കാവശ്യമുള്ള ജോലി ക്കാരും സാധനസാമഗ്രികളുമൊക്കെയുണ്ട് - നാട്ടിൽ ജോലിക്കാരെ കണ്ടെത്താനും കൈകാര്യം ചെയ്യാനും പാടുതന്നെ. പോകുമ്പോൾ ഒരു കാര്യം പ്രത്യേകം പറഞ്ഞു.

"ഞാൻ രമണിയുടെ കൈവശം ഒരു ചെക്കു കൊടുത്തയക്കാം. അമ്മാവൻ അത് അക്കൗണ്ടിൽ ചേർത്തിടണം. ആവശ്യാനുസരണം എടുത്തു ചെലവാക്കാം. ജോലിക്കൂലിയായിട്ടോ, സാധനം വാങ്ങാനോ ഒക്കെ പണം ചോദിക്കും. അതുകൊടുത്ത് വൗച്ചർ മേടിച്ചു വച്ചാൽ മതി. തീരുന്നമുറയ്ക്ക് വീണ്ടും പണം എത്തിച്ചുതരാം. ഏതായാലും അമ്മാ വനു കുറച്ചുദിവസം വിശ്രമിക്കാൻ സമയം കിട്ടിയെന്നുവരില്ല."

ഉദ്ദേശിച്ചതുപോലെ ഉടനെ പണി തുടങ്ങാനായില്ല. അമ്മ പെട്ടെന്നു മരിച്ചു. ഒരസുഖവും ഉണ്ടായിരുന്നില്ല. പതിവുപോലെ ചൂടുവെള്ളത്തിൽ കുളിച്ച് ഉച്ചയ്ക്ക് ഊണു കഴിഞ്ഞു കിടന്നതാണ്. പിന്നീടുണർന്നില്ല. സുഖ മരണം, ഭാഗ്യം ചെയ്തവൾ, കൃഷ്ണസാമി വിളിച്ചു. താഴത്തു മഠത്തിലെ സാമിയുടെ ഭഗവതീസേവയുടെ ഫലം എന്നിങ്ങനെ നാട്ടുകാർ ഓരോന്നു പറഞ്ഞു. മരിക്കുമ്പോൾ തലയിണയ്ക്കകത്ത് നല്ലൊരുതുക, ഒരു കവ റിൽ ഇട്ടു സൂക്ഷിച്ചിരുന്നതു കണ്ടു. അപ്പോഴപ്പോൾ ശേഖരൻകുട്ടി ഏല്പി ച്ചിരുന്നതാണ്. അമ്മയ്ക്കു പ്രത്യേകം ചെലവും ഉണ്ടായിരുന്നില്ലല്ലോ. ആ തുക മുഴുവൻ മരണാനന്തര ചെലവുകൾക്കായി ഉപയോഗിക്കണമെ

ന്നാണ് നാട്ടുകാർ പറഞ്ഞത്. അങ്ങനെതന്നെ ചെയ്തു. സഞ്ചയനവും കുളിയുമൊക്കെ ഗംഭീരമാക്കി.

വീടുപണി തുടങ്ങാൻ താമസിച്ചെങ്കിലും തീർക്കാൻ കാലവിളംബം ഉണ്ടായില്ല. എഞ്ചിനീയറുടെ കൂടെക്കൂടെയുള്ള സന്ദർശനവും ജോലിക്കാരുടെ ചുറുചുറുക്കും പ്രായോഗിക പരിചയവും അഭിനന്ദനീയം തന്നെ. അത്യാവശ്യമുള്ളപ്പോൾ മാത്രമേ പണം ആവശ്യപ്പെട്ടിരുന്നുള്ളൂ. അതൊക്കെ കൈയുടനെ കൊടുത്തു. ബാങ്കിൽ പണം തീരുന്ന മുറയ്ക്ക് നിക്ഷേപവും വന്നു. ആ നാളുകൾ തനിക്കു നല്കിയത് ശാരീരികാദ്ധ്വാനവും മാനസികോല്ലാസവുമായിരുന്നു. അതിരാവിലെ പണിസ്ഥലത്തെത്തും. സ്റ്റോർ മുറിതുറന്ന് ജോലിക്കാർക്കാവശ്യമായ സാധനസാമഗ്രികൾ ഏല്പിക്കും. പണികൾ നിരീക്ഷിച്ചും പഠിച്ചും നടക്കും. സൈറ്റ് സൂപ്പർവൈസർ അന്നന്നു സമാഹരിക്കേണ്ട സാധനങ്ങളുടെ കണക്കും അതിനുവേണ്ട തുകയും പറയും. ബാങ്കു സമയത്തു തന്നെ പണമെടുത്തു നല്കി വൗച്ചർ ഒപ്പിട്ടു മേടിക്കും. ഉച്ചയ്ക്ക് ഓടിച്ചെന്ന് ആഹാരം കഴിച്ച് ഉടനെ തിരിച്ചെത്തും വൈകിട്ട് ജോലിനിർത്തിയാലും സാധനങ്ങൾ യഥാസ്ഥലങ്ങളിൽ അടുക്കിവയ്ക്കാനും കണക്കുകൾ എഴുതിത്തീർക്കാനും അവിടെ തങ്ങുന്ന ജോലിക്കാരോട് കൊച്ചുവർത്തമാനം പറഞ്ഞിരിക്കാനും സമയം കണ്ടെത്തുന്നു. കൂടെക്കൂടെ ശേഖരനും വന്നു നോക്കാറുണ്ട്. എഞ്ചിനീയറെപ്പറ്റിയും ജോലിക്കാരെപ്പറ്റിയും നല്ല അഭിപ്രായമാണ്. പണി തീർന്ന് ഗൃഹപ്രവേശനം വെറുംചടങ്ങു മാത്രമായിട്ടൊതുക്കി. അമ്മ മരിച്ചിട്ട് ഏതാനും മാസങ്ങളേ ആയുള്ളൂ. അതുകൊണ്ട് ആഘോഷമൊന്നും വേണ്ടെന്നു പറഞ്ഞത് ശങ്കരൻകുട്ടി തന്നെ. എന്നിട്ട് ശബ്ദം താഴ്ത്തി തമാശപോലെ പറഞ്ഞു.

“കുറേ പ്ലാസ്റ്റിക്ക് കൂടുകളും പ്രതിമകളുമൊക്കെ കൊണ്ടുവരും. അതെല്ലാം സൂക്ഷിച്ചുവയ്ക്കാനും വേണം കുറെ സ്ഥലം പിന്നീടോരോ കല്യാണത്തിനോ പാലു കാച്ചിനോ കൊടുത്തു വേണ്ടിവരും സ്ഥലം തിരിച്ചുപിടിക്കാൻ.”

അതുശരിയാണെന്നു സമ്മതിച്ചു കൊടുത്തു.

മോളും മരുമകനും പുതിയ വീട്ടിൽ താമസം തുടങ്ങി. വീടു തൂത്തു തുടയ്ക്കാനും കൂട്ടുനില്ക്കാനും ഒരു നല്ല ജോലിക്കാരിയെ നിയമിച്ചു. മാസത്തിൽ ഒരുദിവസം വീതം വീട്ടിൽ പോയിവരാൻ അവധി കൊടുക്കണം. പാചകം മോൾക്ക് തന്നത്താൻ ചെയ്താലേ തൃപ്തിയാകൂ. അതിനും വേണ്ട സമയം കിട്ടുന്നുമുണ്ട്. കാലത്ത് ഒൻപതരയ്ക്കിറങ്ങിയാൽ പത്തിനു മുൻപ് സ്കൂളിലെത്താം. വൈകിട്ട് നാലരയ്ക്ക് വീട്ടിലെത്തുകയും ചെയ്യാം. ജോലിക്കാരിയേയും കൂട്ടി ചില്ലറ മലക്കറി കൃഷി ചെയ്തു തുടങ്ങി. ഇവിടത്തെ സ്ഥിരം ജോലിക്കാരൻ കുട്ടനെക്കൊണ്ട് കുറെ വാഴത്തൈകൾ വാങ്ങിച്ചുനട്ടു. കിണറ്റിൽ പമ്പുവച്ചിട്ടുള്ളതുകൊണ്ട് ഒരു ഹോസ്മൂലം എല്ലായിടത്തും ജലസേചനം എളുപ്പത്തിൽ നടത്താനാവും. വെറുതെ ടി വിയുടെ മുൻപിൽ ചെന്നിരുന്നു സീരിയൽ കാണു

ന്നതിലും നല്ലതല്ലേ ഇതെന്നാണു മോളുടെ നിലപാട്. ശങ്കരൻകുട്ടി കുറെ ചെടിച്ചട്ടികളും അലങ്കാരചെടികളും കൊണ്ടുവന്ന് മുൻവശം മോടിപ്പിടിപ്പിച്ചു. ജോലി സമയത്ത് ചുടുകല്ലു നനയ്ക്കാനും വെള്ളം നിറയ്ക്കാനും കെട്ടിയിരുന്ന സിമന്റു ടാങ്കു പരിഷ്കരിച്ച് വശമെല്ലാം പൂശിയെടുത്ത് ഒരു ചെറിയ കുളമാക്കി. അതിൽ നല്ല ജാതി ആമ്പൽ കൊണ്ടിട്ടു വളർത്തി. എന്നെങ്കിലും വേണ്ടിവന്നാൽ കടകെട്ടാൻ നീക്കിയിട്ട വിശാലമായ മുറ്റം വണ്ടിക്കുവരാനും പോകാനുമുള്ള സ്ഥലമൊഴിച്ച് നല്ലയിനം പുല്ലു വയ്പിച്ചു. നാലഞ്ചു വിവിധ ഇനം ഒട്ടുമാവും, പേര, സപ്പോട്ട, ജാതി, ഗൗരീഗാത്ര തെങ്ങിൻ തൈകൾ എന്നിവയും നട്ടു. ബാക്കി മൂന്നുവശത്തും നല്ല ജാതി തെങ്ങിൻ തൈകളും വരിക്കപ്ലാവും നാടൻ മാവുകളും നട്ടു. ഞായറാഴ്ച ദിവസങ്ങളിലും ഒഴിവു ദിവസങ്ങളിലും കൈലിയും ബനിയനുമിട്ട് ആ വലിയ ആഫീസർ മമ്മട്ടിയെടുത്തു വെട്ടുന്നതും, പുല്ലു ചെത്തുന്നതും കാണുമ്പോൾ ചിരിവരും.

"മോക്കൊരു വീടുവച്ചപ്പോൾ അച്ഛൻ ഉണങ്ങി പകുതിയായി" എന്നു രാധ പരിഭവം പറഞ്ഞു.

"എടീ, എന്റെ തടി പഴയതുപോലാക്കാൻ നീ വിചാരിച്ചാൽ മതി. വീടുവെയ്പ് അങ്ങനെയാണോ."

അതുകേൾക്കുന്നത് അവൾക്കും സന്തോഷം തന്നെ. ശങ്കരൻ കുട്ടിക്ക് ടൂർ ഉള്ളപ്പോൾ ഞാൻ രാത്രിയിൽ അവിടെ ചെന്ന് കൂട്ടുകിടക്കും. ബാക്കി സമയം പഴയതുപോലെ പാർട്ടി ആഫീസിലും വീട്ടിലുമായി വല്ലതും വായിച്ചും ഉറങ്ങിയും കഴിച്ചു.

പഴയ കാര്യങ്ങൾ ഓരോന്നായി ഓർക്കും. പാർട്ടി ശിഷ്യന്മാർ പലരും നല്ല നിലകളിലെത്തി. ഒരാൾ എം എൽ എയായി. മറ്റൊരാൾ ജില്ലാ ബാങ്കു പ്രസിഡന്റായി. രണ്ടുപേർ പഞ്ചായത്തു പ്രസിഡന്റുമാരാണ്. മറ്റൊരാൾ ഒരർദ്ധ സർക്കാർ സ്ഥാപനത്തിൽ ഡയറക്ടറായി. പാർട്ടിയിൽ തന്നെ ചിലർ ഉന്നതസ്ഥാനങ്ങളിലായി. സ്ഥാനങ്ങൾ മാത്രമല്ല സമ്പത്തും നേടിയിട്ടുണ്ട് മിക്കപേരും. അവരെക്കാളൊക്കെ സീനിയറും സർക്കാരിൽ സ്വാധീനവുമുണ്ടായിരുന്ന താനെന്തു നേടി. കാല്ക്കൽ വന്നതെല്ലാം തട്ടിത്തെറിപ്പിക്കയല്ലേ ചെയ്തുള്ളൂ. ഒരിക്കൽ കേരള മുഖ്യമന്ത്രിയായിരുന്ന കരുണാകരൻ നേരിൽ ചോദിച്ചതോർമ്മ വന്നു.

തിരഞ്ഞെടുപ്പു പ്രഖ്യാപിച്ചു. സ്ഥാനാർത്ഥിയാകാൻ നെട്ടോട്ടമാണു പലരും. ഇത്തവണ നേമം മണ്ഡലത്തിൽ സഖ്യകക്ഷിയായ സി പി എം മത്സരിക്കട്ടെയെന്നു തീരുമാനിച്ചതുകൊണ്ട് ജനതക്കാരാരും തെരക്കിവന്നില്ല. സി പി എമ്മിലെ സമുന്നതനായ ഫക്കീർഖാനാണ് ഇടതുപക്ഷ സ്ഥാനാർത്ഥി. പിന്നീടു കേട്ടത് മുഖ്യമന്ത്രിയായ കരുണാകരൻ മാളയ്ക്കു പുറമേ നേമത്തും മത്സരിക്കുന്നുവെന്നാണ്. തട്ടകം തിരുവനന്തപുരത്തേക്കു മാറ്റിയിട്ട് ഏറെനാളായി. ആദ്യം നല്ലൊരു വീടുവാടകയ്ക്ക് എടുത്തു താമസമാക്കി. പിന്നീടതു വിലയ്ക്കു വാങ്ങിയെന്നൊക്കെ ജനം പറഞ്ഞു നടന്നു. ഏതായാലും ഇനി തലസ്ഥാനം വിട്ടുപോകാനാവില്ല

അദ്ദേഹത്തിന്. അതുകൊണ്ടുതന്നെ സ്ഥിരമായൊരു മണ്ഡലംകൂടി ഒരുക്കിവയ്ക്കാമെന്നാണോ.

അന്നു വൈകിട്ട് പാർട്ടി ആഫീസിൽ വച്ചൊരു ആലോചനായോഗമുണ്ട്. അതുകൊണ്ട് കാലത്തേ പുറത്തേക്കിറങ്ങിയില്ല. കാപ്പികുടി കഴിഞ്ഞ് ഒരു പത്രവും നിവർത്തി ചാരുകസേരയിൽ കിടന്നു. പുറത്ത് ആരൊക്കെയോ നടക്കുന്നതും സംസാരിക്കുന്നതുമായ ബഹളം. എണീറ്റ് എത്തിനോക്കി അത്ഭുതപ്പെട്ടു. സ്തംഭിച്ചു നിന്നുപോയി. ഗേറ്റു തുറന്നു കയറിവരുന്ന മുഖ്യമന്ത്രി കരുണാകരനും ചിരപരിചിതനായ റിട്ടേർഡ് ട്രഷറി ഡയറക്ടർ കൃഷ്ണൻ നായർ സാറും. മറ്റാരൊക്കെയോ പുറത്തു നില്ക്കുന്നു. അതിലൊരു മുഖം പരിചിതമാണെന്നു തോന്നി. ബാല്യം വിട്ടെന്നു തോന്നിക്കാത്ത വെളുത്തു സുന്ദരമായ മുഖം. ടി വിയിലോ പത്രത്തിലോ ഒക്കെ കണ്ടിട്ടുണ്ട്.

ഇറങ്ങിച്ചെന്ന് കൈകൂപ്പി സ്വീകരിച്ച് എന്താണിതെന്നറിയാൻ കൃഷ്ണൻ നായർ സാറിന്റെ മുഖത്തുനോക്കി. ചിരിച്ചുകൊണ്ട് കണ്ണടച്ചു കാണിച്ചു. അവരെ സ്വീകരണ മുറിയിലാക്കി. മുഖ്യമന്ത്രിക്ക് ഇരിക്കാൻ കൊടുക്കാൻ നല്ലൊരു കസേര പോലുമില്ല. നാണം തോന്നി. അവരിരുവരും ഇരുന്നു. താൻ നിന്നതേയുള്ളൂ.

"മാധവൻ നായർ ഇരിക്കൂ. അല്പം സംസാരിക്കാനുണ്ട്."

മുഖ്യമന്ത്രി പറഞ്ഞു. ഞാൻ മറ്റൊരു കസേരയിൽ ഇരുന്നു. പെട്ടെന്നെണീറ്റ് അകത്തേക്കു പോകാൻ തുനിഞ്ഞു.

"മാധവൻകുട്ടീ. ചായയും കാപ്പിയുമൊന്നും വേണ്ട. ലീഡർ അതൊന്നും കഴിക്കില്ലെന്നറിയില്ലേ."

കൃഷ്ണൻ നായർ സാർ തടഞ്ഞു.

"എനിക്കറിയാം സർ. ഞാനും ഈ രാജ്യത്തെ പ്രജയല്ലേ. ഒരു നിമിഷം. ഇതാ വന്നു."

കുട്ടനെ വിളിച്ച് രണ്ട് ഇളനീർ ഇട്ടു കൊണ്ടുവരാൻ പറയണമെന്ന് രാധയെ ഏല്പിച്ചു തിരിച്ചുവന്നു. "മാധവൻ നായരുടെ വീടും പരിസരവുമൊക്കെ നിരീക്ഷിക്കുകയായിരുന്നു. എല്ലാം ഞാൻ കേട്ടറിഞ്ഞിട്ടുണ്ട്. ഇപ്പോഴും ഇവിടത്തെ എം എൽ എയെ തെരഞ്ഞെടുക്കുന്നതിൽ താങ്കളുടെ പങ്കെന്തെന്നും അറിയാം. സത്യസന്ധനും നിസ്വാർത്ഥിയുമായൊരു നേതാവ്. അങ്ങനെ എത്ര പേരുണ്ടാവും നിങ്ങളുടെ പാർട്ടിയിൽ തന്നെ. സത്യസന്ധത വേണം. പക്ഷേ, ഒരല്പം സ്വാർത്ഥത കുറ്റമല്ല താനും. പുറകിൽ ഒരു കുടുംബമുണ്ടെന്നതു മറന്നുപോയി."

"സർ, തികഞ്ഞ ദേവീഭക്തനായൊരു ബ്രാഹ്മണന്റെ മകനാണു ഞാൻ. അച്ഛന് ദിവാൻജിയുമായി ആത്മബന്ധവും കൊട്ടാരവുമായി അടുപ്പവുമുണ്ടായിരുന്നു. എന്താഗ്രഹിച്ചാലും നടക്കുന്ന കാലം. അവർ ആഗ്രഹിക്കുന്ന സമയത്ത് എത്താൻ വേണ്ടി അനുവദിച്ചു കൊടുത്ത കുതിരവണ്ടിയല്ലാതെ ഒന്നും നേടിയിട്ടില്ല. പലർക്കും വേണ്ടി ശുപാർശ ചെയ്തി

ട്ടുണ്ട് എന്നല്ലാതെ ആ അച്ഛന്റെ മകന് മറ്റെന്തെങ്കിലുമാകാൻ പറ്റാതെ പോയി.”

“ഞാൻ കുറ്റപ്പെടുത്തിയതല്ല. ഇത്രയും ദീർഘമായ രാഷ്ട്രീയബന്ധം. തിരുവിതാംകൂറിലെ പ്രധാനമന്ത്രി, തിരു-കൊച്ചി പിന്നെ കേരളാ മുഖ്യ മന്ത്രിയുമായിരുന്ന പട്ടവുമായുള്ള അടുപ്പവും വിശ്വാസവും നേടിയ ആൾ. എന്നിട്ട് എന്തു നേടിയെന്നു ചോദിച്ചാൽ അതപ്രസക്തമാണോ. രണ്ടോ മൂന്നോ തവണ താങ്കളെ ഈ മണ്ഡലത്തിൽ മത്സരിപ്പിക്കാൻ നിർബ്ബ ന്ധിച്ചുവെന്നു കേട്ടിട്ടുണ്ട്. നിങ്ങളതും വേണ്ടെന്നുവച്ചു. എനിക്കതു വിശ്വ സിക്കാനായില്ല.”

“സാറിനതു വിശ്വസിക്കാം. ഒരു പഞ്ചായത്ത് ഇലക്ഷനിൽ പോലും ഞാൻ മത്സരിച്ചിട്ടില്ല. ഏറെ അസംബ്ലി തിരഞ്ഞെടുപ്പുകളിൽ മുഖ്യ പങ്കുവഹിച്ചവനെന്ന നിലയിൽ ചെലവാക്കേണ്ടി വരുന്ന പണവും, അതു സമാഹരിക്കാൻ വേണ്ട ബദ്ധപ്പാടും എന്തെന്നു മനസ്സിലാക്കിയിട്ടുണ്ട്. അങ്ങനെയൊരു തിരഞ്ഞെടുപ്പിനെ നേരിടാൻ തക്ക പണം കൈയിലില്ല. എനിക്കുവേണ്ടി നാട്ടുകാരിൽനിന്നും പിരിച്ചെടുക്കുന്നത് ഇഷ്ടവുമല്ല. അതുകൊണ്ടാണ് പിന്മാറിയത്.”

“നിങ്ങളെങ്ങനെ ഇതിൽ വന്നുപെട്ടു. എന്തു സുഖമാണ് ഇതിൽ നിന്നും നേടാനായത്.”

ഭാര്യ കൊണ്ടുവന്ന ഇളനീർ രണ്ടു ഗ്ലാസുകളിൽ പകർന്ന് നല്കി യിട്ടു പറഞ്ഞു.

“അതൊക്കെ പറയാൻ തുടങ്ങിയാൽ ഒരുപാടുണ്ട്. അങ്ങയുടെ സമയം–”

“സാരമില്ല. പറഞ്ഞോളൂ.”

“ഈ നാട്ടിലെ ഒരു വക്കീൽ ഗുമസ്തനിൽനിന്നാണ് സ്റ്റേറ്റു കാൺഗ്രസ് എന്ന വാക്കുതന്നെ കേൾക്കുന്നത്. എന്തോ ഒരു താല്പ ര്യവും തോന്നി. ആ പ്രേരണമൂലം ആയിടെ നടന്ന ചരിത്ര പ്രസിദ്ധമായ വട്ടിയൂർക്കാവു സമ്മേളനത്തിൽ പങ്കെടുക്കാൻ പോയി. പിന്നീട് സ്വയം കാൺഗ്രസ് ചമഞ്ഞു നടന്നു. അന്നു പ്രായം പതിനാല്. കാൺഗ്രസ് പ്രക്ഷോഭത്തിൽ പങ്കെടുത്തു ജയിൽവാസം നേടിയപ്പോൾ പതിനാറു വയസ്സ്. തുടർന്നു പഠിക്കാനായില്ല. സ്കൂളിൽനിന്നും പിരിച്ചുവിട്ടു. ആ ഗുമസ്തന്റെ കൂടെ തിരുവനന്തപുരത്തു പോയി നേതാവായ വക്കീലിനെ കണ്ടു. നേതാക്കന്മാർ പ്രവർത്തകർക്കും കത്തുകളും ലഘുലേഖകളും പൊലീസിന്റെ കണ്ണുവെട്ടിച്ച് എത്തിച്ചു കൊടുക്കുന്ന പണിയാണു തന്നത്. അതിനൊരു മറയായി *മലയാളി* പത്രത്തിന്റെ വിതരണക്കാരന്റെ ജോലിയും ഏല്പിച്ചു. പിന്നീടതെന്റെ ജീവിതോപാധിയായി തീർന്നു. കിട്ടിയ കാശെല്ലാം ചെലവാക്കി പാർട്ടി വളർത്തി. താല്പര്യമുള്ളവരെ ചേർത്ത് അംഗസംഖ്യ വർദ്ധിപ്പിച്ചു. എന്തോ എനിക്കതൊരു ലഹരി പോലെയായിരുന്നു. എന്തു സുഖമാണു നേടാനായത് എന്നു ചോദിച്ചല്ലോ. രണ്ടു തവണയായി മാസങ്ങൾ ദീർഘിച്ച ജയിൽവാസം അനുഭവിക്കേണ്ടി

വന്നു. വിമോചന സമരവും ഹൈക്കോടതി ബഞ്ചു സമരവും. വൻനേതാക്കന്മാരുമൊത്തുള്ള ജീവിതം. നേതൃപദവിയിലെത്തിയതു കൊണ്ടാവാം ഉയർന്ന ക്ലാസ് തടവുകാരൻ എന്ന ബഹുമതി കിട്ടി. കിടക്കാൻ കട്ടിലും മെത്തയും. യഥാസമയം ഭേദപ്പെട്ട ആഹാരം. വായിക്കാൻ പത്രം. കാണാൻ ടി വി. പരിസരത്തൊക്കെ യഥേഷ്ടം ഇറങ്ങി നടക്കാം. നേതാക്കന്മാരുടെ കഥകളും പ്രഭാഷണവും കേൾക്കാം, ചീട്ടുകളിച്ച് സമയം കളയാം. ഇത്രയും സുഖം അനുഭവിച്ച സമയം വേറെ കിട്ടിയിട്ടില്ല. പുറത്തിറങ്ങിയപ്പോൾ ശരീരവും ഒന്നു കൊഴുത്തിട്ടുണ്ടെന്നു ഭാര്യ പറഞ്ഞു."

അവരിരുവരും ചിരിച്ചു.

"ആട്ടേ. ഇനി വന്ന കാര്യം പറയാം. ഞാനിവിടെ കാൺഗ്രസ് സ്ഥാനാർത്ഥിയായി മത്സരിക്കുന്നുവെന്നറിഞ്ഞിരിക്കുമല്ലോ. നിങ്ങളുടെ ജനതയെ തഴഞ്ഞ് കമ്യൂണിസ്റ്റുകാരനെയാണു ഇടതുപക്ഷത്തുനിന്നും നിർത്തിയത്. മാധവൻനായർ എന്റെ കൂടെ നില്ക്കണം. ഇനിയെങ്കിലും എന്തെങ്കിലും നേടാൻ ശ്രമിക്കണമെന്നാണ് പറയാനുള്ളത്. മൂത്തമകൾക്ക് ഉടനെ ഒരു ജോലി. മരുമകന് ഉദ്യോഗക്കയറ്റം. അനുജനെ ഉയർന്ന നിലയിൽ ദേവസ്വം ബോർഡിലോ ട്രാൻസ്പോർട്ടിലോ യൂണിവേഴ്സിറ്റിയിലോ ഡെപ്യൂട്ടേഷൻ. ഇലക്ഷൻ കഴിഞ്ഞാൽ താമസിയാതെ മാധവൻനായർക്ക് ഒരു കോർപ്പറേഷൻ ചെയർമാൻ പദവി. ഏതാണ്ട് ഒരു മന്ത്രിക്കു കിട്ടുന്നത്ര ശമ്പളവും യാത്രാബത്തയുമൊക്കെ. നല്ലൊരു കാറും ഡ്രൈവറും ഗൺമേനും, വേണ്ടത്ര പേഴ്സനൽ സ്റ്റാഫും മറ്റും. ഇതൊക്കെ നിസ്സാരമായി ചെയ്യാവുന്ന കാര്യമേയുള്ളൂ."

ഒരല്പനേരം ആരുമൊന്നും മിണ്ടിയില്ല. ഞാനെന്തു പറയുമെന്നറിയുവാനുള്ള ആകാംക്ഷയിലാണെന്നറിയാം. "അങ്ങു പറഞ്ഞതെല്ലാം കേട്ടു. ഇതൊക്കെ നടത്താവുന്ന കാര്യങ്ങളേയുള്ളൂ. പക്ഷേ, മകൾക്ക് അച്ഛൻ വഴി അവിഹിതമായി ജോലി നേടണമെന്നില്ല. അവൾ പി എസ് സി വഴി അപേക്ഷിക്കയും ടെസ്റ്റെഴുതുകയും ചെയ്യട്ടെ. അവർക്കു പറയത്തക്ക പ്രാരാബ്ധമില്ല താനും. മരുമകന് ഭേദപ്പെട്ട ഉദ്യോഗമുണ്ടല്ലോ. അനുജന്റെ കാര്യം പഠിക്കാനും ഉദ്യോഗം നേടാനുമൊക്കെ അവന്റെ ശ്രമം മാത്രമേ ഉണ്ടായുള്ളൂ. പ്രമോഷനും യഥാസമയം കിട്ടുമായിരിക്കും അതിനിടയ്ക്ക് ഡെപ്യൂട്ടേഷനൊന്നും ആഗ്രഹിക്കുന്നുണ്ടാവില്ല. പിന്നെ എന്റെ കാര്യം. ഈ വീട്ടിൽ പട്ടിണി ഇല്ല. മക്കളെയെല്ലാം ഓരോ നിലയിലെത്തിച്ചു. അവരായി അവരുടെ പാടായി. ഞങ്ങൾക്കു സുഭിക്ഷമായി കഴിയാനുള്ളതിവിടെയുണ്ട്. ഇനി ഓടി നടന്നു പണിയെടുക്കേണ്ടതില്ല. ഇപ്പോഴും തിരുവനന്തപുരത്തും ചുറ്റുവട്ടത്തിലുമൊക്കെ സൈക്കിളിലാണു യാത്ര. അതാണു സുഖകരം. ബാല്യത്തിലേയുള്ള ശീലം. അങ്ങയുടെ നിർദ്ദേശങ്ങൾ ഉൾക്കൊള്ളാനാകാത്തതിൽ വിഷമമുണ്ട്. എന്റെ സ്വഭാവമെന്തെന്ന് കൃഷ്ണൻ നായർ സാറിനറിയാം. തെറ്റിദ്ധരിക്കരുത്."

"ഇതിൽ കവിഞ്ഞ ഒരു മറുപടി ഞാൻ പ്രതീക്ഷിച്ചുമില്ല. ആവശ്യക്കാരന് ഔചിത്യമില്ലെന്നാണല്ലോ പറയാറ്. അതുകൊണ്ട് ഒന്നെറിഞ്ഞു

നോക്കിയെന്നേയുള്ളൂ. നിരാശയില്ല. നമ്മളിരുവരും എന്തൊക്കെയോ പറഞ്ഞു. എല്ലാം മറന്നുകളയൂ. ഒരു സൗഹൃദ സന്ദർശനം അത്രേയുള്ളൂ. ഈ കൃഷ്ണൻ നായർ നേരത്തേ പറഞ്ഞു; ഇതിലധികമൊന്നും നടക്കില്ലെന്നും."

"അങ്ങ് ഇത്രയും ബുദ്ധിമുട്ടി ഇവിടെ വന്നതിനു നന്ദിയുണ്ട്. ഒരു ലാഭേച്ഛയും കൂടാതെ ഒരു കാര്യം ചെയ്യാൻ നോക്കാം. അനാരോഗ്യമെന്ന പേരിൽ ഞാനീ തിരഞ്ഞെടുപ്പിൽ സജീവമല്ലാതെ മാറിനില്ക്കാൻ നോക്കാം. അതുകൊണ്ട് വലിയ പ്രയോജനം ഉണ്ടാകുമെന്ന ഉറപ്പില്ല, അതല്ലാതെ ജനത വിട്ടൊരു കളിക്കും ഞാനില്ല."

"ഞങ്ങളിറങ്ങട്ടെ." ഇരുവരും എണീറ്റു.

"കുറച്ചേറെ സമയമെടുത്തു. പറഞ്ഞല്ലോ, നമ്മുടെ സംസാര വിഷയം മറ്റാരും അറിയണ്ട."

മുന്നോട്ടു നടന്നിട്ടു കരുണാകരൻ സാർ തിരിഞ്ഞുനിന്നു.

"മാധവൻ നായർക്ക് എന്നെക്കൊണ്ടെന്തു സഹായം ആവശ്യമായി വന്നാലും നേരിൽവന്നു കാണാൻ മടിക്കരുത് കഴിയുന്നതു ചെയ്തു തരും. തീർച്ച."

ഇരുവരും അണികളുടെ കൂടെ നടന്നു നീങ്ങുന്നത് നോക്കിനിന്നു അല്പനേരം. സന്തോഷത്തിനുള്ള വക തന്നെ. പക്ഷേ, വിശദമായി ആരോടും പറയാൻ വയ്യ. എല്ലാം മനസ്സിൽ തന്നെ ഇരിക്കട്ടെ. വൈകിട്ട് ജങ്ഷനിലെത്തിയപ്പോൾ മുഖ്യമന്ത്രി അന്വേഷിച്ചു വന്നകാര്യം നാടാകെ പരന്നുവെന്നു മനസ്സിലായി. ഓരോരുത്തരായി കാര്യമെന്തെന്നു തെരക്കാൻ തുടങ്ങി. ജനതാപാർട്ടി നേതാവായ മാധവൻ നായർ മറുകണ്ടം ചാടി കരുണാകരന്റെ തിരഞ്ഞെടുപ്പു പ്രചരണം ഏറ്റെടുത്തുവെന്നും ചിലരൊക്കെ സംശയിച്ചു. ആ വരവിനു പ്രാധാന്യമൊന്നും കല്പിക്കണ്ടായെന്നും വീടുവീടാന്തരം കയറി ഇറങ്ങിയുള്ള പ്രചരണത്തിനിടയിൽ വീട്ടിലും വന്നെന്നേയുള്ളൂവെന്നും പറഞ്ഞൊഴിഞ്ഞു. എത്രത്തോളം വിശ്വസിച്ചു എന്നു പറയാൻ വയ്യ. അന്നു വൈകിട്ടു കൂടിയ യോഗത്തിൽ ഇടതുപക്ഷകക്ഷിയുടെ ഉദ്ഘാടനയോഗം ഇവിടെവച്ചുതന്നെ വേണമെന്നും, ഞാൻ തന്നെ അതുദ്ഘാടനം ചെയ്യണമെന്നുള്ള നിർദ്ദേശം സസന്തോഷം സ്വീകരിക്കയും ചെയ്തപ്പോൾ സംശയങ്ങൾ മാറിയിരിക്കും. ശക്തമായ പ്രകടനം തന്നെയാണ് ഇരുഭാഗത്തുനിന്നും ഉണ്ടായത്. ജനതാപാർട്ടി പ്രവർത്തകർക്ക് സീറ്റു നഷ്ടപ്പെട്ടു പോയെന്ന നിരാശയുണ്ടായിരുന്നു പ്രാരംഭദശയിൽ. പിന്നീടതു മാറി. പക്ഷേ, മാറ്റാനാവാത്ത സാമുദായിക പരിഗണന നിർണ്ണായക പങ്കുവഹിച്ചില്ലേ എന്നു സംശയിക്കാതെ വയ്യ. ഫലം വന്നപ്പോൾ കരുണാകരൻ വിജയിക്കതന്നെ ചെയ്തു.

എല്ലാം പഴയതുപോലെ, ശാന്തസുന്ദരമായ ജീവിതം രാഷ്ട്രീയരംഗം പ്രക്ഷുബ്ധമായിരുന്നു. കേന്ദ്രത്തിൽ എപ്പോൾ എന്തു സംഭവിക്കുമെന്നറിയാത്ത അവസ്ഥ. മന്ത്രിസഭ മാറിമറിഞ്ഞു. അടിയന്തരാവസ്ഥ വന്നുപോയി. അതൊന്നും കേരള രാഷ്ട്രീയത്തെ കാര്യമായി ബാധിച്ചുവെന്നു

പറയാൻ വയ്യ. അടിയന്തരാവസ്ഥക്കാലത്ത് കരുതൽ തടങ്കൽ നിയമപ്രകാരം അറസ്റ്റുണ്ടായേക്കുമെന്നു ശ്രുതിയുണ്ടായിരുന്നു. കരുതിയിരിക്കണമെന്നു കേന്ദ്ര നേതാക്കൾ മുന്നറിയിപ്പു തന്നു. ഒന്നും സംഭവിച്ചില്ല.

പെട്ടെന്നാണു തൊണ്ടയ്ക്കകത്ത് കഠിനമായ വേദനയുണ്ടായത്. കട്ടിയുള്ള കഫം പുറത്തുവന്നു. അതിൽ രക്തം കലർന്നിരുന്നു. ആദ്യമൊക്കെ വേദന സംഹാരികളായ ഗുളികകൾ വാങ്ങിക്കഴിച്ചു. കാലത്ത് എന്നോ പുട്ടു കഴിച്ചപ്പോൾ, തേങ്ങയുടെ കൂടെയുണ്ടായിരുന്ന ചിരട്ടക്കഷണം തൊണ്ടയിൽ കുടുങ്ങിയതായിരിക്കുമെന്ന നിഗമനത്തിലായിരുന്നു ഞാൻ. ഭാര്യയുടെ അശ്രദ്ധ കൊണ്ടാണെന്നു പറഞ്ഞവളെ കുറ്റപ്പെടുത്തി. രമണി പറഞ്ഞു കേട്ടിട്ടാവും ഞായറാഴ്ച ശങ്കരൻകുട്ടി അന്വേഷിച്ചെത്തി. വിവരം കേട്ടപ്പോൾ എല്ലാവരേയും കുറ്റപ്പെടുത്തി. അറിയിച്ചിരുന്നെങ്കിൽ നല്ല ഡോക്ടർമാരെക്കൊണ്ട് പരിശോധിപ്പിക്കയും വേണ്ടി വന്നാൽ സർജറി നടത്തി പരിഹരിക്കയും ചെയ്യാവുന്നതേ ഉണ്ടായിരുന്നുള്ളു. ഇപ്പോഴും താമസിച്ചിട്ടില്ല. നാളെ രാവിലെ തയ്യാറായിരിക്കണം; താൻ വന്നു കൂട്ടിക്കൊണ്ടുപോകാം. മെഡിക്കൽ കോളേജിലെ ഇ എൻ ടി ഡോക്ടർ പരിചിതനാണ് എന്നു പറഞ്ഞു. അടുത്തദിവസം തന്നെ ഡോക്ടറെക്കൊണ്ടു പരിശോധിപ്പിച്ചു. എന്തൊക്കെയോ ഉപകരണങ്ങൾ വായ വഴി കടത്തിയും എക്സ്റേ എടുത്തും, വിദഗ്ദ്ധ പരിശോധനയ്ക്കായി കഫവും രക്തവുമെല്ലാം എടുപ്പിച്ചും ഏറെ സമയമെടുത്തു. കഴിക്കാൻ കുറെ മരുന്നിനെഴുതിത്തന്നു. ശങ്കരൻകുട്ടിയും ഡോക്ടറും തമ്മിൽ കുറെനേരം രഹസ്യ ചർച്ച നടത്തുകയും ചെയ്തു.

"ഈ മരുന്നൊക്കെ കൃത്യമായി കഴിക്കണം. ചില പരിശോധനാ ഫലങ്ങൾ കിട്ടാനുണ്ട്. അതിനു ദിവസങ്ങൾ പിടിക്കും. അതു കിട്ടിയിട്ട് വീണ്ടും വരേണ്ടിവരും. പേടിക്കാനില്ല."

ഡോക്ടർ സാന്ത്വനിപ്പിച്ചു.

തിരിച്ച് വീട്ടിലെത്തുമ്പോൾ രമണിയും കാത്തുനില്പുണ്ടായിരുന്നു.

"അമ്മാവൻ കാറിൽ നിന്നിറങ്ങണമെന്നില്ല."

ശങ്കരൻകുട്ടി പറഞ്ഞു.

"ഇവിടെ മരുന്നുകൾ നോക്കിയെടുത്തുതരാൻ അമ്മായിക്കു കഴിഞ്ഞെന്നു വരില്ല. നമുക്ക് എന്റെ വീട്ടിൽപോകാം. അമ്മാവന്റെ മുറിയവിടെ വെറുതേ കിടപ്പുണ്ട്. രമണി മരുന്നു നോക്കിയെടുത്തുതരും മൂന്നു നാലു ദിവസം അവധിയെടുത്തു നില്ക്കട്ടെ."

"അതുമതിയച്ഛാ. വേണമെങ്കിൽ അമ്മയേയും കൂട്ടാം."

"അതു ശരിയാവില്ല മോളേ. നിന്റമ്മ കൂടെ വന്നാൽ ഇവിടാരാ. ഓമനയ്ക്കവളുടെ വീട്ടിലെ റബ്ബറിന്റെ ഓർമ്മ വന്നാൽ ഓടും. പിള്ളാരുടെ കാര്യം പോലും മറക്കും."

"ഏതായാലും നാലഞ്ചുദിവസത്തെ കാര്യം പറഞ്ഞതുപോലെ നടക്കട്ടെ. അടുത്ത പരിശോധന കഴിഞ്ഞിട്ട് എന്തുവേണമെന്നു തീരുമാ

നിക്കാം. നീയകത്തു കയറി അമ്മാവനു മാറാനൊരു മുണ്ടും ഷർട്ടും എടുക്ക്. ബാക്കി പിന്നീടു മേടിക്കാം."

ശങ്കരൻകുട്ടി പറഞ്ഞിട്ട് കാറിൽ കയറി, വണ്ടി തിരിച്ചിട്ടു. ഞാനൊന്നും പറഞ്ഞില്ല. ചില സംശയങ്ങൾ മനസ്സിലൂറി. ഡോക്ടറുമായി ഏറെനേരം സംസാരിച്ചല്ലോ. എന്താവാം കാര്യം. രോഗം ഗുരുതരമാണോ. ചോദിച്ചാൽപോലും ഒരു ഡോക്ടറും നേരിട്ടു പറയില്ല. കൂടെ നില്ക്കുന്നവരോടു പറഞ്ഞെന്നിരിക്കും.

രണ്ടാമത്തെ പരിശോധന കഴിഞ്ഞപ്പോൾ ഡോക്ടർ പറഞ്ഞു.

"പേടിക്കാനില്ല. രക്തവും കഫവുമെല്ലാം പരിശോധിച്ചപ്പോൾ ചില സംശയങ്ങൾ ഉണ്ടായി. അതുകൊണ്ട് ക്യാൻസർ സെന്ററിലേക്കു റഫർ ചെയ്യുന്നുണ്ട്. അവരും നോക്കട്ടെ. അതുകഴിഞ്ഞേ കൃത്യമായ ചികിത്സ തുടങ്ങാനാവൂ. തുടക്കത്തിലായിരുന്നെങ്കിൽ എളുപ്പമായിരുന്നേനെ. ഇപ്പോഴല്പം മൂർച്ഛിച്ചിരിക്കുന്നു."

പേടിച്ചിട്ടെന്തു ചെയ്യാൻ. ക്യാൻസർ തന്നെയായിരിക്കും. അതാണു വിധിയെങ്കിൽ അനുഭവിക്കാതെ വഴിയില്ലല്ലോ. ഈ വേദന കുറഞ്ഞുകിട്ടിയാൽ ആശ്വാസമായേനെ. ശങ്കരൻകുട്ടിക്കു നേരിൽ വരാനൊരു മടിപോലെ. അവന്റെ കണ്ണുകൾ നിറഞ്ഞിരിക്കുന്നതു കണ്ടതായി ഭാവിച്ചില്ല.

പിന്നെ ക്യാൻസർ സെന്ററിലായി ചികിത്സ. വിശദമായ പരിശോധന, കുത്തിവയ്പ്, മരുന്നുകൾ, കീമോതെറാപ്പി. അങ്ങനെ പലയിനം. അവിടത്തെ ചീഫ് ഡോക്ടറായ കൃഷ്ണൻ നായരെ ട്രിവാൻഡ്രം ക്ലബ്ബിൽ വച്ച് ശേഖരൻകുട്ടി നേരിൽ പറയുകയും ചെയ്തു. അതുകൊണ്ടു കൂടിയാവാം ഡോക്ടർ കാണുമ്പോൾ സ്നേഹം ഭാവിക്കയും സാന്ത്വനോക്തികൾ ഉതിരുകയും ചെയ്യുന്നതെന്നു തോന്നി. വന്നും പോയും ചില ദിവസങ്ങൾ. ആശുപത്രിയിൽ കിടന്നുമൊക്കെ ചികിത്സിച്ചു. പുരോഗതിയുണ്ടായി എന്നു പറയാൻ വയ്യ. വേദന കൂടിക്കൂടി വരുന്നുവെന്ന തോന്നൽ. ഇതിനിടെ തിരുവനന്തപുരത്തു വച്ചു നടന്ന പഴയ സ്വാതന്ത്ര്യസമര സേനാനികളുടെ ഒരു സമ്മേളനത്തിൽ പങ്കെടുക്കാനിടയായി. ശങ്കരൻകുട്ടി സ്ഥലത്തെത്തിക്കുകയും, യോഗാവസാനം വന്നു കൂട്ടാമെന്നേല്ക്കുകയും ചെയ്തിരുന്നു. പഴയ സുഹൃത്തുക്കൾ പരസ്പരം കണ്ട് കുശലപ്രശ്നം നടത്തുകയും പ്രധാനമായി ശാരീരികാരോഗ്യം ആരായുകയും ചെയ്യവേ, ഡി സി കിഴക്കേമുറി, അദ്ദേഹത്തിനുണ്ടായിരുന്ന ക്യാൻസർ രോഗം ചികിത്സിച്ചു മാറ്റിയ കോട്ടയത്തുള്ള ഒരു ഡോക്ടർ പട്ടേലിനെപ്പറ്റി പറയുകയുണ്ടായി. ഹോമിയോ ഡോക്ടറാണ്. നേരത്തേ ബുക്കുചെയ്ത് സമയവും തീയതിയുമൊക്കെ തീരുമാനിച്ചാലേ കാണാനാവൂ എന്നും ബോധിപ്പിച്ചു. അത് ഉള്ളിൽ കൊളുത്തിപ്പിടിച്ചു. തിരിച്ചുവന്ന് വിവരം പറഞ്ഞപ്പോൾ ശങ്കരൻകുട്ടിക്ക് ഏറെ തൃപ്തിയായെന്നു പറയാൻ വയ്യ. അയാൾ ശേഖരൻകുട്ടിയുമായി സംസാരിച്ചു.

"അണ്ണനു താല്പര്യമുണ്ടെങ്കിൽ നാം എതിരു നില്ക്കണ്ട. ഞാൻ കോട്ടയത്തുള്ള എഞ്ചിനീയറെ വിളിച്ച് അപ്പോയിന്റ്മെന്റ് എടുപ്പിച്ചു

തരാം. നമുക്കൊരുമിച്ചു പോകാം." അടുത്തദിവസം വൈകിട്ട് ശേഖരൻകുട്ടി വന്നു. അതിനടുത്തദിവസം തന്നെ ഡോക്ടറെ കാണാനുള്ള സമയം ലഭ്യമാക്കിയെന്നു പറഞ്ഞതു കേട്ടപ്പോൾ വലിയ സന്തോഷം തോന്നി. കാലത്തേ തിരിച്ചാൽ ഉച്ചയ്ക്കുമുൻപെത്താം. മൂന്നുമണിക്കാണ് നിശ്ചയിച്ച സമയം. രണ്ടുപേർക്കും മാറിമാറി ഓടിക്കാവുന്നതേയുള്ളുവെങ്കിലും ഒരു ഡ്രൈവർ കൂടെയുള്ളതാവും നന്ന് എന്നു ശേഖരൻകുട്ടി പറഞ്ഞത് അംഗീകരിച്ചു. ഉച്ചയ്ക്കുമുൻപ് കോട്ടയത്തെത്തി. നേരെ ടി ബിയിൽ പോയി ഊണുകഴിച്ചാലോ എന്നു ശേഖരൻകുട്ടി. മരാമത്ത് എഞ്ചിനീയർമാർക്ക് പ്രത്യേക പരിഗണന കിട്ടാറുണ്ടത്രേ. പിന്നീടതു വേണ്ടെന്നു വച്ചു. ഭേദപ്പെട്ട ഒരു റെസ്റ്റോറന്റിൽ കയറി ഊണുകഴിച്ച് സാവകാശം ഡോക്ടർ പട്ടേലിന്റെ ക്ലിനിക്കിൽ എത്തി. സമയം കാത്ത് പലരും ഇരിപ്പുണ്ടായിരുന്നു. ലഞ്ചു കഴിഞ്ഞ് പരിശോധന തുടങ്ങുന്നതു മൂന്നുമണിക്ക്. നമ്മളായിരിക്കും ആദ്യം എന്നു ശങ്കരൻകുട്ടി പറഞ്ഞു. അരമണിക്കൂറിലേറെ സമയമെടുത്തു. കുറേ ഹോമിയോ മരുന്നുകൾ. അതവിടെനിന്നും തന്നെ മേടിച്ചു. അലോപ്പതിപോലെ പെട്ടെന്നൊരു വ്യത്യാസം അനുഭവപ്പെടില്ല. ക്ഷമാപൂർവ്വം മരുന്നുകഴിക്കണം. മാസാമാസം പരിശോധനയ്ക്കെത്തണം എന്ന നിർദ്ദേശവും കിട്ടി.

കുറെക്കാലം അതു തുടർന്നു. കൂടെക്കൂടെയുള്ള പോക്കുവരവ് – പരിശോധന. മരുന്നുകൾ മാറ്റിയും മറിച്ചും തരുന്നുണ്ടത്രേ. കണ്ടാൽ എല്ലാം ഒന്നുപോലെ. രോഗി തന്നെ അതുമടുത്തു എന്നു പറഞ്ഞപ്പോൾ അടുത്തവഴിയെന്ത് എന്ന ആലോചനയായി.

നാഗർകോവിലിനടുത്ത് ഒരു സിദ്ധവൈദ്യനുണ്ട്. ക്യാൻസർ ചികിത്സയാണയാളുടെ പ്രത്യേകത. അവിടെയും ആൾ. തെരക്കിനു കുറവില്ല. നമുക്കൊന്നു പോയി നോക്കിയാലോ എന്നു ശേഖരൻകുട്ടി പറഞ്ഞപ്പോൾ ചാടിവീണു. അടുത്തദിവസം തന്നെ മൂവരും കൂടി യാത്ര തിരിച്ചു. സ്ഥലം കണ്ടുപിടിക്കാൻ ശകലം ബുദ്ധിമുട്ടി. നാഗർകോവിലിൽനിന്നും കുറച്ചകലേ ഒരു ഗ്രാമത്തിലാണാ ചികിത്സാലയം. അവിടെനിന്നും കിട്ടിയത് കഷായവും ഗുളികകളും എണ്ണയും കുഴമ്പുമെല്ലാമാണ്. അതൊക്കെ കഴിക്കാനും ചിട്ടകൾ പാലിക്കാനും ഏറെ പാടുപെട്ടു. അതിനെക്കാൾ ഭേദമാണീ ക്യാൻസർ എന്നു തോന്നിപ്പോയി.

വീണ്ടും ക്യാൻസർ സെന്ററിൽ തന്നെ പോയാലോ എന്നും ആലോചിച്ചു. ഡോക്ടർ കൃഷ്ണൻ നായർ വഴക്കു പറയും. ചികിത്സയിലിരിക്കേ കള്ളനെപ്പോലെ മുങ്ങിയതാണ്. ക്ലബ്ബിലോ മറ്റോ വച്ച് ഡോക്ടറെ കണ്ടു സംസാരിച്ചിട്ടാകാമെന്നു ശേഖരൻകുട്ടി. രണ്ടുപേരും ക്ലബ്ബിലത്ര റഗുലർ അല്ല. വല്ല ഫങ്ഷനിലോ ജനറൽ ബോഡിമീറ്റിങ്ങിലോ ആണു തമ്മിൽ കാണാറ്. കഴിയുന്നത്ര അദ്ദേഹത്തെ കാണാതെ കഴിച്ചാൽ കൊള്ളാമെന്നുണ്ട്. ഇപ്പോൾ താമസം സ്ഥിരമായി മോളുടെ വീട്ടിൽ തന്നെ. കാലത്തും രാത്രിയും മരുന്നുകൾ അവൾ തന്നെ എടുത്തുതരും. ഉച്ചയ്ക്കു കഴിക്കാനുള്ളത് ഒരു പ്ലാസ്റ്റിക് ഡപ്പിയിലിട്ട് കട്ടിൽ തലയ്ക്കലുള്ള ടീപ്പോയിൽ

വയ്ക്കും. കൂടെ കുടിക്കാനുള്ള വെള്ളം. ഇടയ്ക്കു കഴിക്കാനുള്ള പഴ വർഗ്ഗങ്ങൾ. വായിക്കാനുള്ള പുസ്തകം എല്ലാം ഒരുക്കിവയ്ക്കും. ശങ്കരൻ കുട്ടിക്ക് ചിലപ്പോഴൊക്കെ നേരത്തേ പോകേണ്ടിവരും. പ്രാതൽ കഴിക്കാൻ പോലും നില്ക്കാറില്ല. മകൾ കൂടെയിരുന്നു തന്നെ കഴിപ്പിച്ച് കൊണ്ടുകി ടത്തിയിട്ടേ പോകൂ. സ്കൂൾ ഉള്ള ദിവസങ്ങളിൽ ജോലിക്കാരി ആഹാരം കൊണ്ടുതരും. അത്രതന്നെ.

ഒരു ദിവസം രാത്രി അവിചാരിതമായി ശേഖരൻകുട്ടി വന്നു. ഒരു പ്രത്യേക കാര്യം പറയാനുണ്ടത്രേ. കോഴിക്കോട് ഒരു പ്രഗത്ഭനായ ഓങ്കോ ളജിസ്റ്റ് ഉണ്ട്. താല്പര്യമുണ്ടെങ്കിൽ കാണാൻ അവസരമൊരുക്കാമെന്ന് ഒരു സുഹൃത്ത് വിളിച്ചു പറഞ്ഞുപോലും. ഇന്ത്യയുടെ തന്നെ പലഭാഗ ത്തുനിന്നും രോഗികൾ അന്വേഷിച്ചെത്തുന്നുവെന്നാണ് അദ്ദേഹം പറ ഞ്ഞത്. നമുക്കൊന്നു പോയി നോക്കിയാലോ. അതുകഴിഞ്ഞു മതി ഡോക്ടർ കൃഷ്ണൻ നായരോടു സംസാരിക്കുന്നത്. കേട്ടിടത്തോളം നല്ല കാര്യമെന്നു തോന്നി. പക്ഷേ, പോക്കുവരവ്. അതും കൂടെക്കൂടെ വേണ്ടി വന്നാൽ. തന്റെ ആശങ്ക വെളിപ്പെടുത്തിയപ്പോൾ ഇരുവരും കൂടി പറഞ്ഞു.

"യാത്രയെക്കുറിച്ച് ആധിവേണ്ട. കാറിലല്ല ട്രെയിനിലാണു സുഖം. വിശ്രമിക്കാം. വേണ്ടി വന്നാൽ കിടന്നുറങ്ങാം. കഴിക്കാൻ വല്ലതും വേണ മെങ്കിൽ അതും കിട്ടും. ഇത്രയൊക്കെ ആയില്ലേ, നമുക്കതുമൊന്നു പരീ ക്ഷിക്കാം. എവിടെയാണൊരാശ്വാസം കിട്ടുകയെന്നറിയില്ലല്ലോ."

ആ യാത്രകൾ ഒരുവിധം സുഖപ്രദമെന്നു തന്നെ പറയാം. തിരുവന ന്തപുരത്തുനിന്നും രാത്രിയിൽ പുറപ്പെടുന്ന ട്രെയിൻ അതിരാവിലെ കോഴി ക്കോട്ടെത്തുന്നു. ബെർത്തിൽ കിടന്നു സുഖമായിട്ടുറങ്ങാം. ട്രെയിനിൽ നിന്നും ഇറങ്ങി സമീപത്തൊരു ഹോട്ടലിൽ മുറിയെടുത്ത് പ്രാഥമിക കർമ്മ ങ്ങൾ കഴിച്ച് കുളിച്ച് വേഷം മാറി പ്രാതലും കഴിച്ച് ഒരു ടാക്സി പിടിച്ച് ഡോക്ടറുടെ വീട്ടിലെത്തുന്നു. സൗകര്യംപോലെ പരിശോധനകൾ കഴിച്ച് ഹോട്ടലിൽ വന്നു വിശ്രമിച്ച് രാത്രി ട്രെയിൻ പിടിച്ചാൽ അതിരാവിലെ തിരുവനന്തപുരത്തെത്തും. ആ യാത്രകൾ ദുഷ്കരമെന്നു പറയാൻ വയ്യ. പക്ഷേ, ഇരുവരുടേയും അവധികൾ. അതിലാശങ്ക വേണ്ട. വല്ലപ്പോഴും ഒരവധി എടുക്കുക. ഇതുപോലെ യാത്ര ചെയ്യുക ഒന്നും നടക്കാറില്ല. ഈ പേരിലെങ്കിലും അതു നടക്കുന്നുവെന്നു സമാധാനിക്കാം.

ഇതുവരെ നടന്ന പരീക്ഷണങ്ങൾക്കും കഴിച്ച മരുന്നുകൾക്കും വിപ രീതമായ ഒരു ചികിത്സാരീതിയാണിതെന്നു തോന്നി. അലോപ്പതി ചികി ത്സയുടെ വഴിയിലൂടെ വ്യത്യസ്തമായ യാത്ര എന്നുപറയാം. വേദനസം ഹാരികൾക്കാണു പ്രാധാന്യമെന്നു തോന്നി. തീരെ ഇല്ലെന്നല്ല, താരത മ്യേന കുറവാണ്. "ഒരുപാടു താമസിച്ചുപോയി, പരിപൂർണ്ണ ശമനം കിട്ടു മെന്നു പറയാൻ വയ്യ. നമുക്കു നോക്കാം. വേണ്ടതു രോഗിയുടെ മനോ ബലമാണ്. ആശ വിടരുത്. പ്രതീക്ഷ ഉപേക്ഷിക്കരുത്. എനിക്കിതു ഭേദ മാകും. പഴയതുപോലെ ആരോഗ്യവാനായി ജീവിക്കും എന്നുതന്നെ വിശ്വ

സിക്കണം." ഡോക്ടറുടെ വാക്കുകൾക്ക് മരുന്നിനെക്കാൾ ശക്തിയുണ്ടെന്നു തോന്നി.

ആദ്യമാദ്യം തെല്ലാശ്വാസം തോന്നി. വേദനയ്ക്കു കുറവുവന്നു. ഉറക്കം കിട്ടി. പക്ഷേ, ആഹാരത്തിനോട് ആസക്തി കുറഞ്ഞുവെന്നല്ല. ആവശ്യം തോന്നിയില്ല. ഒന്നിനും രുചിയില്ലെന്നു തോന്നിത്തുടങ്ങി. കുറച്ചെന്തെങ്കിലും കഴിക്കുമ്പോൾ മടുക്കും. കൂടുതൽ കഴിക്കാൻ ശ്രമിച്ചാൽ ഛർദ്ദിക്കാൻ തോന്നും. ശരീരം മെലിഞ്ഞു തുടങ്ങി. എണീറ്റുനില്ക്കാനോ നടക്കാനോ ശക്തിയില്ലാത്ത കാലുകൾ, വിറയ്ക്കുന്ന കൈകൾ. പത്രം മുഴുവൻ വായിക്കാൻ കഴിയുന്നില്ല. കാഴ്ച ഒരിടത്തും തറച്ചുനില്ക്കുന്നില്ല. ചിലപ്പോൾ ദേഹം തണുക്കുന്നതുപോലെ തോന്നും. ചിലപ്പോൾ ഉഷ്ണിക്കുന്നതു പോലെയും.

ഇന്ന് ഉദ്ദേശിച്ചതുപോലെ ഉറക്കം വന്നില്ല. എന്തൊക്കെയോ ഓർത്തു. തന്റെ ബാല്യകാലം മുതൽ ഈ വാർദ്ധക്യം വരെ. ചുറുചുറുക്കോടെ സൈക്കിൾ ചവുട്ടി നാടായ നാടൊക്കെ കറങ്ങി നടന്ന മാധവൻ നായർ ഇതാ തളർന്നു കിടക്കുന്നു. പഴയ വേദന വീണ്ടും അരിച്ചരിച്ചു കയറുന്നു. ഒന്നെണീറ്റിരുന്നാലോ. പതുക്കെ ഞരങ്ങി, കട്ടിലിന്റെ ഓരത്തെത്തി, കാലുകൾ മെല്ലെ താഴ്ത്തി വച്ചു. എന്നിട്ട് ശരീരം ഉയർത്തുവാൻ ശ്രമിച്ചു. അറിയാതെ ഉറക്കെ വിളിച്ചുപോയി.

"രമണീ."

www.ingramcontent.com/pod-product-compliance
Lightning Source LLC
LaVergne TN
LVHW040812051026
849519LV00007BA/2613